ஒப்பிலக்கிய உணர்வுகள்

இராம. குருநாதன்

டிஸ்கவரி பப்ளிகேஷன்ஸ்
எண்: 9, பிளாட் எண்: 1080A, ரோஹிணி பிளாட்ஸ்
முனுசாமி சாலை, கே.கே.நகர் மேற்கு,
சென்னை - 600 078. பேச: 99404 46650

வெளியீட்டு எண்: 0209

ஒப்பிலக்கிய உணர்வுகள் (கட்டுரைகள்), இராம.குருநாதன்©
Oppilakkiya Unarvugal (Essays), Rama.Gurunathan©
First Edition: Dec - 2022

ISBN: 978-93-95285-22-3
Pages: 200
Rs. 240

Publisher • Sales Rights

Discovery Publications
No. 9, Plot,1080A, Rohini Flats,
Munusamy Salai,
K.K.Nagar West, Chennai - 78.
Tamilnadu, India.
Mobile: +91 99404 46650

Discovery Book Palace (P) Ltd
No. 1055-B, Munusamy Salai,
K.K.Nagar West,
Chennai-600 078.
Ph: (044) 4855 7525
Mobile: +91 87545 07070

discoverybookpalace@gmail.com / www.discoverybookpalace.com

இந்த நூலில் பிரசுரமாகியுள்ள எந்த ஒரு பகுதியையும் எழுத்துபூர்வமான முன்அனுமதி பெறாமல் எடுத்தாள்வதோ, மறுபிரசுரம் செய்வதோ, மொழியாக்கம் செய்வதோ, ஊடகங்களில் மறுபதிப்பு செய்வதோ, காப்புரிமைச் சட்டப்படி தடை செய்யப்பட்டுள்ளது. இந்த நூலிலிருந்து சில பகுதிகளை மேற்கோள்காட்டி நூல்அறிமுகம் செய்யலாம்.

உங்கள் மொபைல் போனிலிருந்து ஸ்கேன் செய்து 'டிஸ்கவரி புக் பேலஸ்' மொபைல் ஆப்பை டவுன்லோடு செய்து, புத்தகங்களை வாங்குங்கள்.

முன்னுரை

தமிழில் ஒப்பிலக்கியத் துறை வளர்ந்துகொண்டு வருகின்றது. ஒரே மொழிக்குள் உள்ள இலக்கியத்தை ஒப்பிடுவது; இந்திய மொழி இலக்கியங்களோடு ஒப்பிடுவது; அயல்நாட்டு மொழிகளில் உள்ள இலக்கியத்தோடு ஒப்பிடுவது போன்ற வகைகளில் ஒப்பிலக்கியம் விரிந்த தளத்தைக் கொண்டதாகும்.

இலக்கியத்தை ஒப்பிட்டுக்காண்பது ஓர் அரிய பணி. ஒப்பிலக்கியத் துறை தமிழகப் பல்கலைக்கழங்களில் பாடமாக இருப்பது ஒரு வகை. பல்கலைக்கழகம் சாராத தமிழறிஞர்களிடையே ஆர்வ நாட்டம் காரணமாக ஒப்பிலக்கிய நோக்கு விரிவடைவது இன்னொரு வகை.

எழுபது ஆண்டுகளுக்குள்ளாகத்தான் ஒப்பிலக்கியத்தின் தொடக்க கால வரலாறு அமைகிறது. கடந்த முப்பது ஆண்டுகளின் இறுதியில் ஒப்பிலக்கிய நூல்கள் பல வெளிவந்தன. இந்தக் கால கட்டத்தில்தான் அது வளர்ச்சி கண்டது. பின்பு அத்துறையில் ஈடுபாடு கொண்ட கல்வி நிறுவனம் சார்ந்த \ சாராத நிலைகளில் அது மேலும் வளரத் தொடங்கியது.

ஒப்பிலக்கிய நூல்கள் பலவற்றைத் தேடித் தேடிப் படித்ததன் விளைவுதான் இந்நூல். நான் படித்த ஒப்பிலக்கிய நூல்களின் சாரத்தை இந்நூலில் பதிவு செய்ய விழைந்தேன். ஒப்பிலக்கிய வளர்ச்சியைக் கருதிற் கொண்டு ஒப்பியல் நூல்களைப் பொதுநிலையில் ஓர் அறிமுகமாக இந்நூல் தருகிறது. எல்லா ஒப்பிலக்கிய நூல்களும் கிடைக்காவிட்டாலும், கிடைத்தவற்றைப் பற்றிய தகவல்களைச் சுருக்கமாகத் தந்துள்ளேன். ஒப்பிலக்கியத் துறை கடலனையது, முங்கிக் குளித்து முத்துக்களை அள்ளி வராவிட்டாலும் சில வண்ணமிகு அழகிய கிளிஞ்சல்களை எடுத்துவந்ததாக எண்ணுகிறேன். விடுபட்டவை ஏராளம். தனித்தனியாக வகைப்படுத்தி முழுமையாகத் தரவேண்டும் என்ற எண்ணம் இருப்பினும் காலமும் சூழலும் பொருந்தி வரவில்லை. இன்னமும் தேடல் முயற்சி தொடர்ந்தவண்ணம் உள்ளது.

வாய்ப்பு நேரும்போது இந்நூலை விரிவு படுத்தலாம் என்று கருதித் தொகுத்து. வருகிறேன்.

இத்துறை மேலும் வளர்க்கப்படவேண்டும் என்ற நோக்கம் வெகு நாள்களாக என் உள்ளத்தில் இருந்துவருகிறது. ஓரளவாவது இத்துறையில் வெளிவந்த நூல்கள் பற்றிய விவரத்தைத் தர முயன்றுள்ளேன். ஒப்பியல் நூல்கள் சிலவற்றைக் கோடுகாட்டிச் சென்றுள்ளேன். நூல்கள் கிடைக்கப்பெறாத நிலையில் நூற் பெயர்களின் பெயரை மட்டும் சுட்டிக் காட்டவேண்டிய நிலை ஏற்பட்டுவிட்டது. ஒப்பிலக்கியத் துறையில் ஆர்வ நாட்டம் கொண்டிருப் போர்க்கு மேலும் உற்றுநோக்குதற்கும், விரிந்த தளத்தில் ஒப்பிடு வதற்கும் வாய்ப்பு இருக்கிறது என்ற கண்ணோட்டத்தில் இந்த நூல் அமைந்துள்ளது.

- இராம. குருநாதன்.

பொருளடக்கம்

ஒப்பிலக்கிய உணர்வுகள்	7
ஒப்பியல் அறிஞர் தனிநாயக அடிகள்	85
தீ: பாரதியும் வேதமும்	102
ரதமும் சாரலும்	118
கண்ணதாசனில் பாரதி	125
ஒப்பியல் நோக்கில் கவிஞர் நால்வர்	141
பாரதிதாசனும் இராபர்ட் லீ பிராஸ்ட்டும்	179

1. ஒப்பிலக்கிய உணர்வுகள்

திராவிட இலக்கியங்களையும், இந்திய இலக்கிய இலக்கியங்களையும் ஒப்புநோக்கிக் கற்றவனுடைய கல்வியறிவு மிகவும் பரந்துள்ளதாயும், செழிப்புள்ளதாயும் இருத்தல் ஒரு தலை. இந்த ஒப்பு நோக்குக் கல்வி நமது அறிஞர்களுடைய குறுகிய மனப் பான்மை என்னும் திண்ணிய சுவரை இடித்துத் தகர்த்து விடும். அச்சுவரை அரணாக இடித்துத் தகர்த்து விடும். அச்சுவரை அரணாகக் கொண்டு நம் அறிஞர்கள் மறைந்து வாழமுடியாது. இவ்வகைக் கல்வியின் மேல் எழுந்த ஆராய்ச்சிக்கு ஒரு புதிய பொருண்மையும் புதிய பெருமையும் ஏற்படும். நம் முன் ஒவ்வொரு மொழியாளரும் பிற திராவிட மொழிகள் ஒவ்வொன்றிலும் உள்ள சிறந்த இலக்கியங்களையும் வடமொழி இலக்கியங்களையும் கற்று அனுபவித்துப் பரஸ்பரம் நன்மதிப்பைத் தேடிக் கொள்ளுதல் வேண்டும்.

– வையாபுரிப்பிள்ளை

தமிழில் ஒப்பிலக்கிய வளர்ச்சி, தமிழாராய்ச்சியின் போக்கில் புதிய திசைகளை அறிவதற்குரிய சூழ்நிலைகளை உருவாக்கி இருக்கிறது. ஒப்பிலக்கியம், உலகளாவிய பரப்பில் தமிழ், இன்னும் விரிவான பார்வையில் வெளிநாட்டவர் நம் மொழி இலக்கியங்களைத் தேர்ந்து தெளிதற்குரிய வழித்தடம் அமைத்துத் தந்திருக்கிறது. இன்றைய நிலையில் ஒப்பிலக்கிய ஆய்வுப் போக்கு பல வகைகளில் ஒரு தொடரோட்டமாகச் சென்றுகொண்டிருக்கிறது. ஒப்பிலக்கியம் என்பதற்கான வரையறைகளும், அந்தச் சொற்சேர்க்கை குறித்த பலவிதமான கருத்துகளும் பலராலும் பலகாலும் சிந்திக்கப்பட்டுள்ளன. மேலை நாட்டவரின் வரையறைகளையும் குறிப்பாக, பிரெஞ்சு, அமெரிக்கக் கோட்பாடுகளையும் பிற நாட்டு ஒப்பிலக்கியக் கோட்பாடுகளையும் பின்பற்றி வருகிறோம்.

தமிழ் இலக்கிய ஆய்வுலகில் ஒப்பிலக்கியத்தின் முதற்கட்டம் ஜி.யு. போப், வ.வே.சு. வையாபுரிபிள்ளை, எஸ். கிருஷ்ணசாமி ஐயங்கார், வி.ஆர். இராமச்சந்திர தீட்சதர் முதலியோரால் உருவாக் கப்பட்டது. இவர்களை ஒப்பிலக்கிய முன்னோடிகள் என்று கருதும் அளவிற்குத் தங்கள் பங்களிப்பை ஆற்றியுள்ளனர். இரண்டாம் கட்டத்தில் ஒப்பிலக்கியம் பற்றிய சிந்தனை வளர்ச்சி அடையத் தொடங்கியது. மேலை நாட்டு இலக்கியக் கல்வி அதற்கு உறுதுணையானது. சேவியர் தனிநாயகஅடிகள், தெ.பொ.மீ, மு.வ, வ. சுப. ஜான்மார், ஏ.கே. இராமானுஜம், க.கைலாசபதிஅ. சீனிவாசராகவன், வி.சச்சிதானந்தம், எஸ். இராமகிருஷ்ணன், க.த.திருநாவுக்கரசு, கபில் சுமிலபெல், ஜார்ஜ் ஹார்ட் முதலியோர் இரண்டாம் கால கட்டத்தைச் சார்ந்தவர்களாவர். இவர்கள் தொடர்ந்து மேலைநாட்டு ஒப்பிலக்கியம் குறித்த பல்வேறான வரையறைகளையும், அகல வாசிப்பையும் தமிழில் அறிமுகப்படுத்தியும், ஒப்பிலக்கிய நோக்கில் நூல்களை ஆய்வுலகிற்கு வழங்கியும் வந்தவர் களாவர். இதற்கு அடுத்த கால கட்டத்தில் கா. செல்லப்பன், தமிழண்ணல், அ.அ. மணவாளன், கதிர். மகாதேவன், ப.மருதநாயகம், ஜான்சாமுவேல், சிற்பி, ப.முருகன், ம.திருமலை, செ.சாரதாம்பாள், கி.ராசா, ந.சுப்பிரமணியம், சாமுவேல்தாசன், இரா.காஞ்சனா, ந.இரவீந்திரநாதன், சண்முக. செல்வகணபதி, அ.பிச்சை, பா. ஆனந்தகுமார், வான்முகில், இராம.குருநாதன் முதலியோர் ஒப்பிலக்கியம் தொடர்பான நூல்களைப் படைத்தும், பயிற்றுவித்தும் வந்தவர்களில் சுட்டிக்காட்டத்தக்கவர்கள் ஆவர்.

கல்வி நிறுவனம் சாராது தனிப்பட்டோர் செய்துள்ள ஆய்வுகளை விட, கல்வி நிறுவனம் வழிச் செய்யப்பட்ட ஆய்வுகளே பரவலாக உள்ளன. ஒப்பிலக்கிய ஆய்வு பெரும்பாலும் நிறுவனம் சார்ந்த ஒன்றாகவே இருந்து வந்திருக்கிறது. நிறுவனம் சாராதநிலையில் சிலர் ஒப்பிலக்கியத்தின்பால் நாட்டம் கொண்டு அது தொடர்பாகச் சிந்தித்து ஆய்வு செய்து வந்த ஆய்வாளர்களில் தொ.மு.சி ரகுநாதன், பெ.சு.மணி டி.என். இராமச்சந்திரன் முதலியோரைச் சுட்டலாம்.

இதுவரையில் நிகழ்ந்துள்ள ஒப்பிலக்கிய ஆய்வுப்போக்குகளை உற்று நோக்கினால் அவற்றைப் பின்வருமாறு வகைப்படுத்தலாம்

1. ஒப்புமை இயல்பு வெளிப்பாடு
2. இருமொழி - பன்மொழி இலக்கிய ஒப்பீடு
3. ஒப்பிலக்கிய அணுகுமுறை
4. இயக்க வழியிலான ஆய்வு

5. தாக்கம், செல்வாக்கு, மீட்டுருவாக்க ஆய்வுகள்
6. கால கட்ட ஆய்வு
7. இணைவரைக் கோட்பாட்டு ஆய்வு
8. அடிக்கருத்தியல் ஆய்வு
9. மொழிபெயர்ப்புத் திறனாய்வு
10. பிற துறைகளோடு ஒப்பு நோக்கிய ஆய்வு

முதலிய வகைகளில் தமிழ் ஒப்பிலக்கிய ஆய்வுகள் நிகழ்ந்து வருகின்றன.

காப்பிய ஒப்பீடு

தமிழ் ஒப்பிலக்கிய ஆய்வுப்பரப்பில் ஏனைய இலக்கிய வகைகளைக் காட்டிலும் காப்பியங்களும், கவிதைகளுமே முதன்மை பெற்றுள்ளன. காப்பியம் பற்றிய ஒப்பீடு தமிழில் முதன்முதலாக வ.வே.சு ஐயரால் மேற்கொள்ளப்பட்டது. கம்பராமாயணம் குறித்த அவரது ஆய்வு ஒப்பிலக்கிய நூல்களில் முன்னோடியானது. கம்பனில் மிகுந்த ஈடுபாடு காரணமாக ஆங்கிலத்தில் வெளிவந்த அவரது Kambaramayana(m)- A Study என்ற நூலில், ஹோமர், வெர்ஜில், மில்டன், தாந்தே முதலான மேல்நாட்டுக் காப்பியப் புலவர்களோடு கம்பனை ஒப்பிடுகிறார். "இலியட், ஏனிட், சுவர்க்க நீக்கம் முதலான பிறநாட்டுக் காப்பியங்கள் மட்டும் அல்லாமல் மகாபாரதம் என்னும் நம்நாட்டு இதிகாசம் மட்டும் அல்லாமல், மூலநூலான வால்மீகி இராமாயணத்தையும் விஞ்சி நிற்கக் கூடிய ஓர் ஒப்பற்ற காப்பியமாகக் கம்பராமாயணம் விளங்குகிறது" என்று கருத்துரைக்கிறார் ஐயர். ஒப்பியலில் ஒருவரைப் பிறரோடு ஒப்பிடும்போது, ஒருவரை மிகுதியாக உயர்த்திப் பேசி மற்றவரைத் தாழ்த்திக் கூறுதற்கு இடமில்லை. ஆயின் ஐயர் கம்பனைப் பிற காப்பியப் புலவர்களைக் காட்டிலும் மிக உயர்த்திக் கூறுகிறார். அனைவரையும் கம்பன் வென்று உயர்ந்துவிட்டான் என்று சுட்டிக்காட்டுகிறார். மிகவும் போற்றுதலுக்குரிய இந்நூல், ஒப்பிலக்கிய ஆய்வில் முதல் நூலாக இருப்பதோடு, பெருங்கவிஞர் ஒருவரைப் பிற கவிஞர்களோடு ஒப்பிட்டு நோக்கலாம் என்று வழிகாட்டிய பெருமை அவரைச் சாரும். காப்பியக் கவிஞர்களை ஒப்பிட்டு ஆராயலாம் என்பதற்கான வாயிலைத் திறந்து வைத்தவர் அவரே. காப்பிய ஒப்பீட்டில் பல நூல்களுக்கு முன்மாதிரியாக இருக்கும் இந்த நூல், பின்னாளில் கம்பனைப் பற்றி ஆய்வு

மேற்கொண்டோர்க்கு ஒருசிறந்த வழிகாட்டியாக விளங்கியது. எஸ். இராமகிருஷ்ணன் அறுபதுகளின் தொடக்கத்திலும் அதன் பிறகும் வெளிவந்த **கற்பின் கனலி, சிறியன சிந்தியாதான், கம்பனும் மில்டனும் ஒரு பார்வை** போன்ற நூல்கள் ஒப்பிலக்கியப் பார்வை கொண்டவை. அவரது ஆய்வுப் பட்டத்திற்குக் கம்பனையும் மில்டனையும் ஒப்பிட்டு அறிய ஐயரின் நூல் வாய்ப்பாயிற்று. மில்டனின் துறக்க நீக்கத்தையும், கம்பராமாயணத்தையும் ஒப்பிட்டு இருகாப்பியங்களிலும் அமைந்துள்ள காப்பிய நோக்கு, கட்டுக் கோப்பு, காப்பியங்களின் செல்வாக்கு முதலியனவற்றை அவ்விரு காப்பியங்களிலிருந்து அந்நூல் ஒப்பிட்டுள்ளது.

கம்பனும், மில்டனும் என்னும் அவரது நூல், இலட்சியநோக்கு, இரு காப்பியங்களிலும் அமைந்துள்ள திருப்புமையம், கதையில் அமையும் சிக்கல், சிக்கல் அவிழ்ப்பு ஆகிய தளங்களில் விரிகிறது. இந்திய இலக்கியங்களில் இராமாயணம் பெற்ற செல்வாக்கு ஒரு குறிப்பிடத்தக்க ஒப்பீட்டாய்வாக இந்நூலில் காணக் கிடைக்கிறது. கதை மாந்தர்களிடையே காணப்படும் ஒப்பும் உறழ்வும் குறிப்பிடத் தக்கது. காப்பியக் கதைமாந்தரின் நிகழ்ச்சிப் போக்கு, உணர்ச்சிச்சூழல், கருத்தியல் முதலிய அடிப்படைகளில் ஒப்பிட்டுள்ளமை எண்ணத்தக்கது. காப்பியம், நாடகம் ஆகிய இருவேறு இலக்கிய வகையினை ஒப்பிட்டு அவற்றை ஆய்விற்கு உளப்படுத்தலாமா என்ற சிந்தனையை முன்வைக்கிறார். ஒப்பிலக்கியத் துறை ஓரளவே வளர்ந்த நிலையில் இந்த ஐயம் இயல்பானது என்றுரைக்கும் ஆசிரியர், “அரிஸ்டாட்டிலின் அவல நாடகத்தையும் காவியத்தையும் பொதுப் படையான ஆய்விற்கு உளப்படுத்துகிறார் என்றாலும், அவரே கோடிட்டுக் காட்டியதைப் போல, காரண காரியத் தொடர்பாகச் சம்பவங்களைத் தொடுக்கும் நிகழ்ச்சிக்கோப்பும், பாத்திரப்படைப்பும் கருத்து வளமும், சொல்லாட்சியும் இரு இனங்களுக்கும் பொதுவானவை என்பதால், காப்பிய நாடக ஒப்பாய்வுக்கு வாய்ப்பு உண்டு என்பது வெள்ளிடை மலை.” (முன்னுரை. பக் 11) என்று சுட்டியிருப்பது வேறுபட்ட இலக்கிய வகைகளை ஒப்பாய்வு செய்யலாமா என்ற ஐயத்தைப் போக்கியுள்ளது. பின்னும் அவர் விளக்கம் தருகிறார்.

‘‘மானுட வாழ்வின் மர்மங்களை முற்றும் உணர்ந்த மகா கவிஞர்கள் என்ற முறையில் இருவரையும் ஒப்பிடுதல் ஏற்புடையதே.

புதிரெனத் தோன்றும் மானுட இயல்பின் மறைமெய்மைகளைத் தேர்ந்தறிந்து, தனித்தன்மை விளங்கும் பல்வேறு மாந்தர்களைப் படைப்பதில் ஒப்பாரும் மிக்காரும் இலராக விளங்கும் இந்த இரு பெருங்கவிஞர்களின் பாத்திரங்களை ஒப்பிடுவதால் விளையும் பயன் பெரிது. இன்னும் சொல்லப் போனால், வெண்சுடர் நிலை எய்திய மனோபாவத்தால் இவ்விரு கவிஞர்கள் இவ்வுலக வாழ்வைக் குறித்துக் கண்ட காட்சிகளை ஒப்பிடுவதன் மூலம் நாம் பெறும் ஊக்கமும், ஊற்றமும் பெருகும் என்பது தேற்றம்" (பக். 14) எனக்குறிப்பிட்டிருப்பது ஒப்பிலக்கியத்தின் பண்பையும் பயனையும் கோடு காட்டுவதாக உள்ளது. கதைமாந்தர் பற்றியே பெரிதும் ஆராயப்பட்டுள்ள இந்நூல், இணைவரை ஆய்வாகவும் திகழ்கிறது. உயிர்த்துடிப்புள்ள சிறுபாத்திரங்கள் என்ற தலைப்பில் சேக்ஸ்பியர் படைத்த புயல் நாடகத்தில் இடம் பெறும் மரக்கல நாயகன் ஒருவனின் பேச்சு, கம்பனில் நீலமாலை பேச்சோடு ஒப்பிட்டுச் சிறிய பாத்திரங்களானாலும் சீரிய கருத்துகளைச்சொல்லிச் சிறப்படையும் பாத்திரங்களாக ஆசிரியர் காட்டியுள்ளார். கைகேயியையும், இயாகோவையும் ஒப்பிடும் கட்டுரையில் இரு தீய பாத்திரங்களின் மனப்போக்குகள் செயல்படும் விதம் ஆராயப்பட்டுள்ளது. இருவரும் அறிவும் சூழ்ச்சித்திறமும் கொண்டு தம்மை நம்பியவர்களுக்குத் துரோகம் இழைப்பதை எவ்வாறு படைப்பாசிரியர்கள் சித்திரிக்கிறார்கள் என்பதை நூலாசிரியர் விவரிக்கின்றார். தீய நட்பு, கூடா நட்பு இவற்றிற்கு எடுத்துக் காட்டாக விளங்கும் கைகேயி, இயாகோ இவர்களின் பண்புநலன்கள் விரிவாகச் சொல்லப் பட்டுள்ளன. எல்லாவற்றையும் நம்பும் வெள்ளை உள்ளம் படைத்தவர்களை எளிதாக ஏமாற்றிவிட முடியும் என்பதற்கான களன்களைத் திட்டமிட்டு அமைத்துச் செல்வதில் வெற்றி காணும் சூழ்ச்சித் திறனை இவர்களிடம் காணலாம் என்பதைத் தக்கவாறு இக்கட்டுரையில் நூலாசிரியர் விளக்குகிறார். கைகேயியை இன்னொரு சூழ்நிலையில் மாக்பெத்தில் வரும் மாக்பெத் பெருமாட்டியோடு ஒப்பிடும் ஆசிரியர், கூனி சொற்களால் மனம் திரிந்த உணர்வுச்சூழலை இயற்கை கடந்த ஆற்றலாக எண்ணிப் பார்த்து இருவருக்கும் இடையே நிலவும் வேற்றுமையையும் சுட்டியுள்ளார். ஹேம்லெட்டில் வரும் கதைத் தலைவனோடு இராமன் ஒப்பிடப்படுகிறான்,குறிப்பாக, தந்தையிடம்

கொண்டிருந்த பாச உணர்வையும் அவர்களின் நற்குணங்களையும் நூலாசிரியர் சித்திரித்துக் காட்டுவர்.

கம்பனில் ஒப்பிலக்கிய ஆய்வுகள் வளர்வதற்கு `வ.வே.சு வழித்தடம் அமைத்துக் கொடுத்த பின் வந்த ஒப்பியல் அணுகுமுறை வளர்ந்ததோடு, ஆய்வாளர்களை ஊக்கப்படுத்தவும் செய்தது. இவ்வகையில், அ.அ.மணவாளன் ஆங்கிலத்தில் எழுதிய Epic Heroism in Milton and Kambaramayanam என்ற ஆய்வு நூல் சுட்டிக் காட்டத்தக்கது. காப்பிய மரபில் வீரயுகக்கோட்பாட்டை மையமாகக் கொண்டது இந்த ஆய்வு. ஆன்மிக உணர்வையும், அறவியல் சிந்தனையையும் விரிவாக ஆராயும் இந்நூல் குறிப்பிடத்தக்க நூலாகும்.

கம்பரை ஹோமரோடு மெய்ப்பாட்டு அடிப்படையில் ஆராயும் ஆ. இந்திரா. தமது நூலான '**கம்பனும் ஹோமரும் சுவைகள்**' என்னும் நூலில், இலியட், ஆடிஸி ஆகிய இதிகாசங்களோடு கம்பராமாயணத்தை ஒப்பிட்டுள்ளார். பல்வேறான மாந்தரின் மன உணர்ச்சிகளை எண்வகை மெய்ப்பாடுகளோடு பொருத்திக் காட்டுகிறார். இந்நூலில், காப்பிய இயல்பும் சிறப்பும் என்ற பகுதியில் காப்பிய வரையறை குறித்த மேலை, கீழை நாட்டுச் சிந்தனைகள் விளக்கப் பெறுகின்றன. பாத்திர நிகழ்ச்சிகள் பற்றிய ஒப்புமையையும் எடுத்துரைக்கிறார். அதன்பின் இவ்விரு காப்பியங்களிலும் எண்வகை மெய்ப்பாடுகள் பற்றிச் சிந்திக்கிறார். "மனித வாழ்க்கையின் வரலாறு ,மனித சாதனையின் எல்லையையும், மனித நாகரிக நிறைவையும் நோக்கி, ஹோமர் காலத்தில் பீடுநடையுடன் கூடிய பயணத்தை மேற்கொண்டிருந்தது. கம்பன் காலத்தில் பயணத்தின் பயனாய், நாகரிக முதிர்ச்சியைத் தொட்டு நின்றது" என்று கருத்துரைக்கிறார். காப்பியத்தின் கதை அமைவதற்குரிய சில அடிப்படை நிகழ்ச்சிகள் ஹோமர் எழுதிய இலியட்டில் இராமாயணத்தைப் போன்று அமைந்துள்ளன. கீழைநாட்டுக் காப்பியங்களில் ஆழ்ந்த பொருண்மையாக ஒளி வீசும் இலட்சியங்களின் சாயல், ஹோமர் இயற்றிய ஆடிசியில் தென்படுகிறது. இந்த அடிப்படையில் ஹோமர், கம்பன் என்னும் இரு காப்பியப்புலவர்களையும் நினைத்துப்பார்ப்பதனால் பெறும் இலக்கிய அனுபவம் பயன் நிறைந்ததாகும். சீதையை இராவணன் கவரும் நிகழ்ச்சி நேரிடையாக இடம்பெறுகின்றது. ஆனால்

இலியட்டில் இது போன்ற நிகழ்ச்சி நேரிடையாக இடம்பெறவில்லை. ஒருதெய்வம் சொன்னதன் பேரில் உலகப் பேரழகியான ஹெலனை பாரிஸ் எண்ணிப்பார்த்து அவளை அடையத் துடிக்கிறான். இராமாயணத்தில் சூர்ப்பணகை சீதையின் பேரழகை இராவணனிடம் சொல்ல, அவனோ சீதையை உள்ளச்சிறையில் வைக்கிறான். ஹெலனின் கணவனான மெனிலேயஸ் உருவத்தில் வந்து பாரீஸ் அவளைக் கவர்கிறான். அவளும், தன் கணவன் அழைக்கிறான் என்ற எண்ணத்தில் அவனுடன் செல்வதை, கௌதம முனிவர் உருவத்தில் அகலிகையை இந்திரன் வந்து அழைத்ததை ஒப்புநோக்கலாம் என்கிறார் நூலாசிரியர். ஒரு மாவீரன் மனைவியைக் கவர்ந்து அழைத்துவந்ததை பாரிஸின் மூத்த சகோதரன் ஹெக்டர் எதிர்க்கிறான். இது கும்பகருணன் தன் அண்ணன் இராவணனிடம் கடிந்துரைக்கும் நிகழ்ச்சியோடு ஒப்பவிளங்குகிறது. இராமாயணத்தில் காட்டப்பெறும் சீதையின் கற்பின் மாண்பினை, ஆடிஸியில் வரும் பெனிலோப்பின் பாத்திரப்படைப்பில் காணலாம். சீதையின் தெய்விக அழகினை ஹெலனிடம் காணமுடியும். ஆனால், அது பொற்பின் நிற்பது பொலிவு என்ற இலக்கணத்தோடு பொருந்திவரவில்லை. ஆனால், பெனிலோப்பிடம் அந்தக் கற்பின் பொலிவினைக் காணமுடியும். எனினும் சீதைக்கு நேர்ந்த துயரின் கொடுமையும் ஆழமும் அவற்றைத் தாங்கி நின்று ஒளிரும் அவளது ஒப்பிலாத மாண்பும் பெனிலோப்பிடம் காண்பதரிது.

இராவணனிடம் இருக்கும் சபலசித்தத்தை பாரிஸிடம் காணலாம். ஆயின் இராவணனிடம் உள்ள வீரத்தை அவனிடம் பார்க்க முடியாது. எண்வகை மெய்ப்பாடுகளை ஹோமரிலும், கம்பனிலும் காட்சி வழியேயும், நிகழ்ச்சி வழியியேயும் ஒப்பிட்டுக்காட்டுகிறார் இந்நூலாசிரியர். ஆடிஸியில் ஆடிஸியஸ் என்பான் சைக்ளாப்ஸிடம் குகையில் மாட்டிக்கொள்ள அவன் அதிலிருந்து தப்பிக்க முயன்று தன் பெயர் நோமேன் என்று சொல்லவும், சைக்ளாப்பின் ஒற்றைக் கண்ணைக் குத்திவிட்டுத் தப்பிக்கும் நிலையில், சைக்ளாப்ஸ் நண்பர்களின் உதவியை நாட, யாரால் அவனுக்கு ஆபத்து என்று கேட்க, “அவன் நோமேன்”, என்று சொன்னான். யாருமில்லை (No Man) என்று சொல்ல அவர்கள் போய்விடுகிறார்கள். இந்த இடம் நகைப்பை வெளிப்படுத்தும் விதமாக அமைகிறது. இராவணனிடம்,

சூர்ப்பணகை சீதையின் அழகை உருவெளித் தோற்றத்தில் காட்டமுற்படும்போது அவள், இராமனின் தோற்றத்தை உருவெளியில் காட்டியது நகைப்பினை வெளிப்படுத்தும் இடமாகும். அழுகை என்ற மெய்ப்பாட்டிற்கு, மெனிலேயஸ் போர்க்களத்தில் வீழ்ந்து கிடக்கவும், அவனுடைய சகோதரன் அழுது புலம்புவதையும், பிரம்மாஸ்திரத்தால் வீழ்ந்துபட்ட இலக்குவனைக் கண்டு இராமன் புலம்பும் காட்சியையும் அம்மெய்ப்பாட்டோடு பொருத்துகிறார். அக்கிலஸ் போர்க்களம் புக அவனைக்கண்டு அஞ்சி நடுங்கியது பகைவர்க்கூட்டம். இந்த அச்சம் இந்திர சித்து இறந்துபட்டதை எண்ணி, இனி இராவணனைத் தவிரப் போர்க்களம் புக இனியாருளர் என்று எண்ணிய மண்டோதரியின் அச்சம் ஒப்புமைப் படுத்தப்படுகிறது. போர்க்களத்தில் வீழ்ந்த மகன் ஹெக்டரின் சடலத்தை அவன் தந்தை ப்ரியம் அக்கிலீஸிடம் மன்றாடிக் கேட்கிறான். ஒரு மாவீரனுக்குரிய மரியாதையைப் பெறுகிறான் ஹெக்டர். அக்கிலீஸின் பெருமிதம் வெளிப்படும் இந்நிகழ்வினை, இராமன் இராவணனை இன்று போய்ப் போருக்கு நாளை வா என்று சொல்லிய விதத்தில் அத்தகைய பெருமிதம் இராமனால் வெளிப்படுத்தப்படுகிறது. மெய்ப்பாட்டுக்குரிய நிகழ்வுகளை இணைவுக் காட்சிகளாக மேலும் விளக்கியிருக்கலாம் என்ற எண்ணத்தை ஏற்படுத்துகின்றது இந்நூல்.

கவிச்சக்கரவர்த்திகள் ஹோமரும் கம்பரும் என்ற ஒப்புமை நூலை மா.சின்னு என்பவர் எழுதியுள்ளார். ஒப்பிலக்கியக் கோட்பாடுகளையோ அணுகு முறைகளையோ பின்பற்றிய நூலாக இல்லாவிட்டாலும், பாத்திரங்களின் பண்பு நலன்களில் ஒப்பும் உறழ்வும் உடையனவற்றை விரிவாக எடுத்துக் காட்டியுள்ளார். இராமாயணத்திற்கும் இலியட்டுக்கும் ஒப்புமை மிகுதியும் உண்டு. நூலாசிரியர் இரு இதிகாசங்களையும் சம அளவில் பயின்றும், கம்பனின் காப்பியப்புலமையில் தோய்ந்தும் இதனை எழுதியுள்ளார். பிறன்மனை நயத்தல் என்ற அடிக்கருத்துக் காப்பிய நிகழ்ச்சிகள் இரண்டிலும் பொருந்த விளங்குவதைச் சுட்டிக்காட்டிய பின்னர், இராவணனையும் பாரிசையும் ஒப்பிடுகிறார். இராவணனைப் போன்ற வீரம் பாரிசிடம் காண்பதரிது. ஆயின் இருவரிடமும் காமம் பொதிந்த மனநிலையை விளக்குகிறார். இராமனைச் சில சூழலில் அகிலேசனோடு ஒப்பிடுகிறார். இராமன் அவதாரப்

புருடன். அகிலேசன் அப்படிப்பட்டவன் அல்லன். வீர உணர்வும் இராமனைப்போன்றுஅமைந்திருக்கவில்லை. சீதை ஹெலனோடு ஒப்பிடப்படுகிறாள். ஹோமரில் இடம்பெறும் ஹெலன் அழகால் சீதைக்கு ஒப்பானவள். ஆயின் கற்பு என்பதை அறியாதவள். சூர்ப்பணகையையும், ஜூனோ தேவியையும் ஒப்பிடுகிறார். காம மிகுந்த சூர்ப்பணகை இராமனிடம் தோற்றாள். இலியட் காப்பியத்தில் காமவல்லியாக வந்த ஜூனோதேவி வென்றாள் எனக் குறிப்பிடுகிறார். அழகால் மயக்க நினைப்பதில் இருவரிடையேயும் ஒற்றுமை இருப்பினும் வேற்றுமைப்பண்பு இருந்திருப்பதைச் சுட்டிக்காட்டுகிறார். கும்ப கருணனை ஹெக்டரோடு ஒப்பிடுகிறார். அண்ணன் இராவணன் சீதையை அழைத்துவந்தது தவறு எனக் கண்டித்தவன் கும்பகருணன். அவனுக்கு இணையாக விளங்கும் ஹெக்டர், தம்பி பாரிசு பிறன் மனையாளை (ஹெலனை) அழைத்து வந்தது தவறு எனக் கண்டிக்கிறான். போர் சூழ்ந்த போது, செஞ் சோற்றுக்கடன் கழித்த கும்பகருணன், ஹெக்டரை நினைவூட்டுகிறான். தன் குலமான துரோஜர் குலத்தைக் காப்பாற்றவும், பாரிசு உடன் பிறந்த தம்பி என்பதற்காகவும் போரில் ஈடுபடுகிறான். ஹெக்டர். அந்த நிலையிலும் ஹெலனுக்காகப் பரிந்து பேசும் ஹெக்டர், அவளை அவளுடைய கணவனிடம் விட்டுவிடச் சொல்லுமிடத்து, கும்பகருணன் தன் அண்ணனிடம் சீதைக்காக வாதாடியதோடு ஒப்பிடலாம். ஹெக்டர் பேச்சில் கும்பகருணனுடைய கொள்கையும், கும்பகருணனுடைய பேச்சில் ஹெக்டருடைய கொள்கையும் இருக்கக் காணலாம். இருவருமே தம் குலத்தின் மானத்தைக் காக்கப் போராடினார்கள்.

இவ்விருவருடைய தோற்றமும், வீரமும் ஒப்புநோக்கத்தக்கனவாய் உள்ளன. 'நின்ற குன்று ஒன்று நீள்நெடுங்குன்று ஒன்றைத் தழுவிய செய்கையான்', என ஓரிடத்தே கும்பகருணனைக் கம்பர் வருணிப்பது போன்று, ஹெக்டர் நடந்து வரும்போது அத்தோற்றம் பனியால் மூடப்பட்ட ஒரு மலை நகர்ந்து வருவதாகப் புனைந்துள்ளமை நோக்குதற்குரியது. இருவருமே தம் உடன் பிறப்புக்களுக்காகப் போரிட்டு மடிந்தாலும் குலமானம் காப்பதற்காக உயிர் நீத்தார்கள் என ஆசிரியர் சுட்டியுள்ளார்.

கம்பரும் சேக்ஸ்பியரும் என்ற நூலை எழுதியுள்ள கி. நடராசன் கம்பராமாயணத்தை விரிவாக விளக்குகிறார். இடையிடையே

சேக்ஸ்பியர் நாடகக் கதாபாத்திரங்களை ஒப்பிட்டுக் காட்டுகிறார். பொருளடக்கம் இல்லாமல் தொடர்ந்து கம்பராமாயணச் செய்திகளே இந்நூலில் மிகுதியும் இடம் பெற்றிருந்தாலும், ஆங்காங்கே தேவையான இடங்களில் ஒப்பீட்டையும் நிகழ்த்தியுள்ளார். தோழமை உணர்வை இரு பெருங் கவிஞர்களும் எப்படிக் கையாண்டுள்ளனர் என்பதை விளக்குகிறார். கம்பனின் மாயா சீதைப்படலத்தின் நிகழ்வுகள் சிலவற்றை ஒப்புநோக்கி, சேக்ஸ்பியரின் புயல் நாடகத்தில் வரும் ஏரியல் என்ற தேவதை பிராஸ்பிரோ கட்டளைப்படி அவனது பகைவர்கட்குப் பாடம் புகட்ட நடுக்கடலில் அவர்களின் கப்பலைச் சூறாவளியில் சிக்கவைத்து அவர்களைத் தந்திரமாகப் பிரித்தாளும் காட்சிகள் கம்பனின் காட்சிகளோடு ஒருபுடை ஒப்புமை உள்ளதை எடுத்துக் காட்டுவர். சீதையின் பார்வையில் தாம் தாழ்ந்துவிடுவோமோ என்று நினைக்கும் இராவணனின் மன நிலையை ஹேம்லட் அரசன் கூற்றில் வைத்துக் காட்டுவர். அந்தோனி கிளியோபாட்ராவிடம் கொண்டிருந்த காதல் மயக்கத்தை, இராவணன் சீதையிடம் கொண்டிருந்த மீதூர்ந்த காமத்தோடு ஒப்பிட்டுக் காட்டுகிறார். காமத்தால் தன்நாட்டையும் தன் வீரத்தையும் இழந்து நிற்கும் அந்தோனியை, சீதையிடம் கொண்டிருந்த மையலால் இலங்கையை இழந்து நின்ற இராவணனோடு ஒப்புமைப்படுத்துகிறார். தயரதன், லியர் மன்னன் இருவரையும் சில சூழலில் ஒப்பிடுகிறார். மேக்பெத், ஒதெல்லோ, கிங் லியர், ஹேம்லட் நாடகங்களில் வரும் அவலச்சுவை, பெண்மையின் பேதைமை, மனைவியை வெறுக்கும் போக்கு, கொலை செய்யும் அளவிற்குத் துணியும் இறுகிய பாறை போன்ற மனநிலை எல்லாவற்றையும் கம்பனின் அயோத்தியா காண்டம் ஒன்றிலேயே காண முடிகிறது என்கிறார்.' ஒரு காப்பியக் கவிஞனுக்கே உரிய மிடுக்கோடு லட்சியப் பாத்திரங்களாகவே, பரதனையும், இலக்குவனையும், குகனையும் கம்பன் படைத்துள்ளான் என்பதை நாம் உணரவேண்டும். ஆனால், சேக்ஸ்பியர் படைத்துள்ள நண்பர்கட்கு வேண்டுமானால் ஒரு லட்சிய பாத்திரத்தின் பண்புகளும் மிகைப்படுத்திய அன்பும் ஆதங்கமும் காணக் கிடைக்கும். அவன் படைத்த சகோதரர்கள் எல்லாம் சற்றுச் சராசரியாகவும் பொறாமைக் குணங்கள் படைத்தவர்களாகவும் இருப்பதை 'As You Like It நாடகத்தில் வரும் ஆலிவர், ஆர்லாண்டோ கதாபாத்திரம் மூலமாகவும், டியூக் பிரடெரிக் என்ற கதா பாத்திரம் மூலமாகவும் அறிந்து கொள்ளலாம். உண்மை நட்பு, பொய்ம்மை

நட்பு இரண்டையும் சேக்ஸ்பியர் நமக்குப் பல நாடகங்களில் விளக்கிக் காட்டுகிறார். சகோதரர்கள் ஒற்றுமையாக வாழ்ந்ததை இந்த நாடகங்கள் பிரதிபலிக்கவில்லை என்று கருத்துத்தெரிவிப்பர். மேலும், இராமனுக்கும் சீதைக்கும் தூது போய் அவர்களின் மகிழ்ச்சிக்கும், ஒன்று கலத்தற்கும் காரணமூர்த்தியான அனுமனின் பாத்திரம் அளப்பரிது. ஏரியல், பக் போன்ற பாத்திரங்களோடு ஒப்பு நோக்கலாமே தவிர, அனுமன் பாத்திரத்தின் சிறப்போடு பொருத்திப் பார்க்கும்போது, சேக்ஸ்பியர் படைத்த அவ்விரு பாத்திரங்களும் வெறும் நிழல்களே என்றும் கருத்துத் தெரிவிப்பர். இந்நூல் சேக்ஸ்பியர் நாடகங்களோடு இராமாயணத்தைப் பாத்திரப் படைப்பு அடிப்படையில் ஒப்பிட்டாலும் இராம காதைக்கே விரிவான விளக்கத்தையும், எடுத்துக் காட்டுகளையும் தருகிறது.

கா. செல்லப்பன் ஆங்கிலத்தில் எழுதிய **Shakespeare and Elango As Tragedian : A Comparative Study** என்ற ஆய்வு நூல் துன்பவியல் நாடகக் கூறுகளையும், ஒப்பிலக்கியக் கூறுகளையும் கொண்ட நூலாகும். கதைமாந்தர் பண்பு, நிகழ்ச்சிப் போக்கு என்பனவற்றை உள்ளிட்ட ஆய்வான இந்த நூலில், சிலப்பதிகாரத்தை ஒரு துன்பியல் நாடகமாகக் கருதி, சேக்ஸ்பியரின் துன்பியல் நாடகங்களான ஹேம்லெட், ஒத்தெல்லோ, லியர் அரசன், மேக்பெத்ஆகியவற்றோடு ஒப்பிடுகிறது. அடிப்படையில் இளங்கோவின் காப்பியப் போக்கு குறிப்பாக மனிதனிடம் காணப்படும் அடிப்படைக் குறைகளினால் தனிமனிதன், குடும்பம், சமுதாயம் ஆகியவை எவ்வகையில் பாதிக்கப்படுகின்றன என்பதனை இருபெரும் படைப்பாளிகளின் வழி உணர்த்துகிறார் ஆசிரியர். மாதவி, அவளுடைய குடும்பம் மற்றும் சமூகம் முதலியவை கோவலனின் பண்பால் பாதிக்கப் பட்டதைத் தெளிவுபடுத்தும் நூலாசிரியர், சேக்ஸ்பியரின் துன்பவியல் நாடக நிகழ்ச்சிகளோடும், கதைமாந்தர் பண்புகளோடும் ஒப்பிட்டு ஆராய்கிறார். கோவலன், ரோமியோவோடும், அண்டனி யோடும் சில நிலைகளில் ஒத்தெல்லோ வோடும் ஒப்பிட்டுக் காட்டப்படுகிறான்.

கோவலன் கண்ணகியை உலவாக் கட்டுரை பல பாராட்டிவிட்டுப் பின்னர், வடு நீங்கிச் சிறப்பின் மனையகம் மறந்து மாதவி மனையகம் புகுந்து விடுதல் அறியா விருப்பினன் ஆனான். அவளொடும் சில ஆண்டுகள் கழித்த பின், மீண்டும் கண்ணகியிடம் வந்தான். இதனை, அண்டனிஆக்டேவியாவை மணந்து பின்,

கிளியோபாட்ராவிடம் வந்து சேர்ந்தமையை ஒப்பிட்டு நோக்குகிறார். கண்ணகியைச் சிலபண்புகளில் ஒபிலியா, டெஸ்டிமோனா, கார்னிலியா ஆகியவர்களோடு ஒப்பிட்டுக் காட்டுகிறார் நூலாசிரியர். அவலத்திற்கு உள்ளாகும் கண்ணகி, ஒபிலியா, கார்னிலியா ஆகியோரோடு ஒப்பிடத்தக்கவள். மனத்திண்மையில் கண்ணகி டெஸ்டிமோனாவுடன் ஒப்பிடப்படுகிறாள். கண்ணகி, சில சூழ்நிலைகளில், லியர் அரசனில் வரும் கார்னிலியாவோடு ஒப்பிடப்படுகிறாள். பொற் கொல்லன், ஒத்தெல்லோ நாடகத்தில் வரும் இயாகோவோடு ஒப்பு நோக்கப் படுகிறான். பொற்கொல்லன் கோவலனைக் கள்வன் எனக்கூறிக் கொலைக் குற்றம் வாங்கித் தந்தான். இயகோ நல்லவனான ஒத்தெல்லோவைத் தீயவனாக மாற்றி டெஸ்டிமோனாவின் இறப்புக்குக் காரணமாய் அமைந்தான். மாதவி மடலையும், கிளியோபாட்ரா மடலையும் ஒப்புநோக்கி ஆராய்கிறார் பேராசிரியர் செல்லப்பன். மாதவி எழுதிய இரு மடல்கள் அவளது முதிர்ச்சியையும், பண்பட்ட நிலையையும் எடுத்துக் காட்டுவன. கிளியோபாட்ராவுக்கு அத்தகைய முதிர்ச்சி இல்லை எனச் சுட்டிக்காட்டி இருவருக்குமிடையே உள்ள ஒப்பும் உறழ்வும் நோக்குதற்குரியனவாய் இருப்பதை அறியமுடிகிறது. விதியின் வலிமையையும் மனிதப் பண்பையும் மோதவிட்டு இறுதியில் ஒரு வகை இணைப்பை அது தோற்றுவித்திருக்கிறது என்ற கருத்தியல் முன்வைக்கப்படுகிறது. சேக்ஸ்பியர் நாடகங்கள் மனித ஆற்றலோடு இணைந்த குறைபாடுகள், சமுதாய மற்றும் பிரபஞ்ச சக்திகளோடு மோதுவதைக் காட்டுகின்றன. இரண்டும் சோகத்தின் உணர்வை அழகு உணர்வாக மாற்றுகின்றன. பலர் செத்துக் கொண்டே வாழ்வதைவிடச் செத்தும் வாழும் சிலரின் மரணமில்லாப் பெரு வாழ்வைச் சாகாக் கவிதையில் படம்பிடித்துக்காட்டுவன என்கிறார் கா.செல்லப்பன்.

கா.செல்லப்பன் எழுதிய சிலப்பதிகாரம் **சங்கமங்களும் ஒப்பாய்வுகளும்** என்ற நூலில் நான்கு கட்டுரைகள் ஒப்பாய்வாக அமைந்தவை. சிலப்பதிகாரமும் மேலைக் காப்பியங்களும், சிலம்பும் கிரேக்க நாடகங்களும், சிலம்பும் ஆன்டிகனியும், இளங்கோவும் ஷேக்ஸ்பியரும், ஒரு மனிதம் ஓர் இலக்கியம் ஆகிய கட்டுரைகள் குறிப்பிடத்தக்கன. ஹோமரின் காப்பியங்களான இலியட், ஒடிசி ஆகிய காப்பியங்களோடு சிலம்பினை ஒப்பிட்டாராய்கிறார்.

பெண்மையின் வீரத்தைக் கூறும் சுமேரியக் காப்பியமான கில்கமேஷ் சிலம்போடு ஒத்துள்ளது. ஒடிசியில் வரும் பெனலபி, கற்பு நெறியில் கண்ணகியை ஒத்து விளங்குகிறாள். ஆயின், அவள் கண்ணகியைப் போல, கணவனுக்காகப் போராடவில்லை என்று கருத்துரைப்பர். வெர்ஜில் எழுதிய ஈனிட் காப்பியத்தில் வரும் ஈனியஸ் கோவலனோடு ஒப்பிடப்படுகிறான். தாந்தே எழுதிய தெய்விக இன்ப நாடகம் (Divine Comedy) சில சூழலில் சிலம்போடு ஒத்துப்போவதை எடுத்துரைப்பர். இக்காப்பியம் அமைப்பு நிலையில் மூன்று காண்டங்களை உடையது என்பதை எடுத்துரைத்து, தாந்தே காப்பியத்தில் இடம்பெறும் பியட்ரியஸ் தெய்விக அன்பின் அடையாளமாக உருவகப்படுத்தப் பட்டுள்ளாள். கண்ணகியோடு இவள் ஒப்பிடத்தகுந்தவள்; இக்காப்பியத்தின் மூன்றாவது காண்டமான சொர்க்கம் என்பதோடு வஞ்சிக் காண்டத்தை ஒப்பிடுகிறார். பெண்மைக்கு உயர்வு தரும் வகையில் படைக்கப்பட்ட காப்பியமாக இருகாப்பியங்களையும் ஒப்பிடுகிறார். இக்கட்டுரையின் முடிவில், மேலைக் காப்பியங்களில் தலைவன்தான் முதன்மைப் படுத்தப்படுகிறான். இலியட் முழுக்க முழுக்க வீரயுகக்காப்பியம். ஒடிசியசில் தலைவியின் ஆற்றலும் அறிவும் பெரிதுமாகப் பேசப்பட்டாலும் அவள் தலைவனுக்குக் கீழாகத்தான் பேசப்படுகிறாள். வர்ஜிலில் டைடோவும், லாவினியாகவும், ஈனியஸின் அரசியல் தேசியக் கடமைகளுக்கு வழி விடுகிறார்கள்; தாந்தேயில் பியட்ரியஸ் மனிதக் காதலிலிருந்து தெய்விக அன்பாக, கருணையாக வளர்ந்தாலும், காப்பியத்தின் கருப்பொருள் தலைவனின் மானுடத்தின் மீட்சியே. கண்ணகி முழுமையான காப்பியத் தலைவியாக அன்பின் விளக்க மாகவும், ஆற்றலின் உருவகமாகவும், தெய்விகக் கருணையின் மானுட வடிவமாகவும் தமிழ்த் தேசிய தெய்வமாகவும் காட்டப்பட்டுள்ளாள். சிலம்பையும் கிரேக்க நாடகங்களையும் ஒப்பிடும் ஆசிரியர், சிலப்பதிகாரத்தை ஷேக்ஸ்பியர் நாடகங்களோடு ஒப்பிட்டால், அதன் நாடகப் பாங்கும், மனித மையமும் தெளிவாகும். அதை தாந்தேயின் தெய்விக இன்ப நாடகத்தோடு ஒப்பிட்டால், அங்கும் மனித உயர்வு, மீட்சி மூன்று இடக்கூறுகளையும், பியட்ரிஸ் என்ற பெண்ணின் தோற்றத்தில் இறைமை நிழலாடுவதையும் காணலாம். ஆனால் மேற்கத்திய இலக்கியங்களின் மூலச்சுரங்கமான கிரேக்கச் செவ்வியல் இலக்கியங்களோடு துன்பியல் நாடகங்களோடு தான் சிலம்பு

மிகவும் ஒத்த தன்மையதாக உள்ளது என்று குறிப்பிட்டுள்ளார் துன்பியல் நாடகத்தின் தந்தை என்றழைக்கப்படும் ஈஸ்கைரஸ், இவருக்குப் பின் வந்த சொபாக்ளீஸ் ஆகியோர் ஊழின் ஆற்றலையும், பெண்மையின் வன்மையையும், நீதியின் தன்மையையும் நாடகமாக்கிக் காட்டுகின்றனர். இவற்றுக்கும் சிலம்பிற்கும் பல நிலைகளில் ஒப்புமை காணப்படுகிறது. ஈஸ்கைலசீனில் வரும் க்ளிடம்னெஸ்ட்ரா. கண்ணகியைப் போல ஒரு பழிவாங்கும் துயரத் தெய்வமாக உருவகிக்கப்பட்டுள்ளாள். அவள் தீப்பந்தங்களுடனும், தீக்கடவுளுடனும் இணைக்கப்படுகிறாள். கண்ணகியோ. கணவன் கொலையுண்ட பிறகு, பொங்கி எழுந்து தன் பெண்மையின் ஆற்றலைக் காட்டுகிறாள்,

கொற்றவையை நினைவூட்டுவது போலவே க்ளிடம்னெஸ்ட்ராவின் செயலும், கண்ணகியின் தோற்றமும் காணப்படுகிறது. தாய்வழிச் சமுதாயத்தின் எதிர்ப்புக் குரலையும் நீதி விழைதலையும் ஊழின் இயக்கத்தையும் கிரேக்கக் காப்பியங்களிலும் காணமுடிகிறது. சொபாக்ளீசின் நாடகத்தில், ஈடிபஸ் மன்னன் பாண்டியன் தன்னைக் குற்றவாளி என்று உணர்ந்த சூழலை ஒப்பிடுகிறார் ஆசிரியர். கண்ணகியும் கூட, தன்னை உணர்ந்து தானும் தீமை செய்ததாக உணர்கிறாள். அதற்குப் பின் மதுரையை விட்டு வெறுமையாய்ச் செல்கிறாள். ஈடிபஸ் கண்ட ஒரு காட்சியை விண்ணிலிருந்து ஒரு தூதுவர் அனுப்பப்பட்டிருக்கும் செய்தி அறிகிறான். குன்றக் குறவர்கள் செங்குட்டுவனிடம் கூறிய காட்சியை ஒப்பு நோக்குகிறார். அனைத்திற்கும் மேலாக, சிலப்பதிகாரக் குழுப்பாடல்களுக்கும் கிரேக்க 'கோரஸ்களுக்கும்' உள்ள ஒற்றுமையைச் சுட்டிக் காட்டும்போது, கோரஸ்பாடல்கள் வழி, தலைமைப் பாத்திரத்தின் அடிமனக் குரல்களாகவும், நாடக உணர்ச்சிப் பெருக்கைப் பெரிதாக்கி, மறுபடியும் பண்படுத்து பவைகளாகவும் அமைந்துள்ளன. சிலம்பிலும் கண்ணகியின் அடிமனக் குரலாக, குறவர்கள் அமைவதை ஒப்பிடுகிறார். அவர்கள்தாம் கண்ணகியின் தெய்விகத்தை உணர்கிறார்கள். கண்ணகியின் பொது ஆழ்மனம், கண்ணகி அவர்களின் தனித்துவ வெளிப்பாடு என்று கருத்துரைக்கின்றார். குழுப்பாடல்கள் இரண்டிலும் நாடக உணர்ச்சியைப் பெரிதுபடுத்தி, தூரப்படுத்தித் தூய்மைப்படுத்தும் சாதனங்களாக அமைகின்றன. சிலம்பும் ஆன்டிகனியும் என்ற

கட்டுரையில் சொபாக்ளீசின் அன்டிகனியோடு சிலம்பு ஒப்பிடப்படுகிறது. கண்ணகி அவைக்களத்தே அநீதிக்கு எதிராகக் குரல் கொடுத்த சூழலை, ஆன்டிகனி கிரயோனின் அரசாணையை எதிர்த்துக் குரல் கொடுத்த சூழலோடு ஒப்பிடுகிறார். கண்ணகியின் சீற்றத்திலும், ஆன்டிகனியின் சீற்றத்திலும் ஆழ்நிலையில் அடங்கியிருந்த பெண்மையின் வீரக்குரலைக் கேட்கமுடிகிறது. ஆயின் கண்ணகி இறுதியில் ஒரு பிரபஞ்ச சக்தியாக உருவாகின்ற அளவுக்கு ஆன்டிகனி உயரவில்லை. சிலம்பும் ஆன்டிகனியும் தாய்வழிச் சமுதாயத்துக்கும் தந்தை வழிச் சமுதாயத்துக்கும் பெண்மைக்கும் ஆண்மைக்கும் குடும்ப உறவுகளுக்கும், அதிகார மையங்களுக்கும் குடும்ப உறவுகளுக்கும் இடையே நிகழும் போராட்டத்தை நாடகக் காப்பியமாகவும், நாடகமாகவும் ஆக்கியுள்ளன. ஆன்டிகனியில் ஒரு அரசியல் விரிவாக்கம் ஏற்படுகிறது. சிலம்பில் ஒரு தேசியம் உருவாகிறது. 'இளங்கோவும் ஷேக்ஸ்பியரும்' என்ற கட்டுரையில், ஹேம்லட், ஆன்டனி கிளியோபாட்ரா, ஒத்தெல்லோ, மாக்பெத் நாடகங்களோடு பாத்திர வார்ப்பு அடிப்படையில் ஒப்பிடுகிறார். ஷேக்ஸ்பியரின் துன்பியல் நாடகங்களோடு ஒப்பிடுவது மிகவும் பொருத்தமானது என்று கருத்துரைக்கிறார். ரோமியோவோடும், ஆன்டனியோடும் சில சூழலில் கோவலன் ஒத்து விளங்குவதைக் காட்டுகிறார். ஒத்தெல்லோவின் கைக்குட்டையும், சிலம்பில் சிலம்பும் அவலத்திற்குக் காரணமானதை எடுத்துரைக்கிறார். ஷேக்ஸ்பியரில் மனித செயலே விதியின் தாக்கம் பெறுகிறது. இளங்கோவில் மனிதச் செயலே விதியின் ஏவலாக ஆனால், மனிதச்செயலாகவே மிளிர்கிறது. மாதவியை கிளியோபாட்ராவோடு ஒப்பிடும் ஆசிரியர், அவர்கள் இருவரும் காதலைக் கலையாக்குகிறார்கள் என்ற கருத்தை விரித்துரைப்பர். மாதவி கலைக்காதல் வாழ்க்கையிலிருந்து கோவலன் பிரியும்போது, தூய துறவியாகிறாள். கிளியோபாட்ரா காதலையே கலையாக்கி இறுதியில் காதலுக்காகவே உயிரை மாய்த்துக் கொள்கிறாள். கண்ணகி, மாக்பெத்தில் வரும் கார்டீலியாவோடு ஒப்பிடப்படுகிறாள்.

சிலப்பதிகாரத்தில் இடம்பெற்ற மாதவியையும், சேக்ஸ்பியரின் கிளியோபாட்ராவையும் ஒப்பிட்டு **மாதவியும் கிளியோபாட்ராவும்** என்ற நூலைப் பேராசிரியர் சி.என். குமாரசாமி எழுதியுள்ளார். முன்னுரையில் ஒப்பிலக்கிய நெறியைப் பின்பற்றி அமைந்துள்ளதாக

ஆசிரியர் குறித்துள்ளார். பொருளடக்கத்தில் ஒப்பு நோக்கம் என அதனை ஆங்கிலத்தில் தந்துள்ளார். கண்ணகியை வீரமிக்க தெய்வத்தன்மையுடைய பெண்ணாகவும், மணிமேகலையை ஒரு புரட்சிக்காரியாகவும், கிளியோபாட்ராவை வியப்பூட்டும் பெண்ணாகவும் முறையே இளங்கோவும், சாத்தனாரும் சேக்ஸ்பியரும் படைத்துள்ளனர் (பக். 16) எனக் குறிப்பிடுகின்றார். மாதவி கிளியோபாட்ரா ஆகிய இருவரின் காதல்காம வாழ்கையைச் சுற்றியே அவர்தம் பண்புநலன்கள் ஒப்பிடப்படுகின்றன.

மாதவியின் காதல் நான்கு சுவர்களுக்குள் அடங்கிய காதல். கிளியோபாட்ராவின் காதல் வீட்டிலும், வெளியிலும் இடம் பெற்றாலும் எதிலும் அடங்காத காதல். இருவர் காதலிலும் காம நாட்டம் பெரிதும் இடம்பெற்றாலும், கிளியோபாட்ராவின் காதலில் புலன்நாட்ட வெறி மிகுந்திருக்கின்றது. மாதவியின் காதல் வாழ்வு சுருக்கமாகப் பேசப்படுகின்றது. இதற்குக் காரணம், இளங்கோவின் நோக்கம் மாதவியின் காதலைப் பாடுவதன்று; கண்ணகியின் வாழ்வைப் பாடுவதேயாம். சேக்ஸ்பியர் நாடகத்தின் நோக்கமே கிளியோபாட்ரா ஆண்டனி காதலைப் பேசுவதாகும் என எடுத்துக்காட்டி அவர்கள் காதல் வாழ்வை ஒப்பிடுகிறார். இருவரின் பிரிவில் காணப்படும் வேற்றுமையைச் சுட்டிக்காட்டும் நூலாசிரியர், கிளியோபாட்ரா ஆண்டனி ஆகிய இருவருக்கும் நேர்ந்த பிரிவு அவர்களின் ஒப்புதலோடு நடைபெற்றது. அவனை அவள் வாழ்த்தி விடைகொடுத்து அனுப்பி வைக்கிறாள். அப்பிரிவு தற்காலிகமானது. எனவே, திரும்பி வருவான் என்ற நம்பிக்கையில் சில காலம் இருக்கிறாள். மாதவி, கோவலன் பிரிவு ஒரு சார்புத் தன்மையது. ஊடலால் விளைந்த வெறுப்பில் கோவலன் பிரிகிறான். 'மாலை வாராராயினும் காலை காண்குவம்', என்ற நம்பிக்கை தோன்றினும், அந்த நம்பிக்கை வறிதாகிப் போயிற்று.

கோவலனும் தன் மனைவியுடன் ஊரை விட்டே சென்றுவிடுகிறான். கிளியோபாட்ராவிடம் இருந்த ஆறுதல் மாதவிக்கு அமைய வாய்ப்பில்லை. உளநிலை, உடல்நிலை மாறுபடுவதற்குப் பிரிவுத் துன்பம் காரணமாக இருப்பதை விளக்கமாக ஆசிரியர் ஒப்பிடுகிறார். பிரிவு காரணமாக எழும் மனப் போராட்டங்களை உளவியல் நோக்கில் சித்திரித்துக் காட்டுகிறார். மாதவியை விட,

கிளியோபாட்ராவின் போராட்டங்கள் வன்மை கொண்டவை. பல்வேறு சிக்கலுக்குரியவை. கருத்து வேறுபாடுகளுக்கு இடமளிப்பவை. மாதவி துறவு, கிளியோபாட்ரா இறப்பு ஆகிய இருவரின் முடிவுகளை ஆசிரியர் தம் கண்ணோட்டத்தில் விரிவாக ஆராய்ந்துள்ளார்.

இருவரின் அழகும், கலை நாட்டமும் ஒப்பு நோக்கப்பட்டுள்ளன. கலையை வாழ்க்கையாகக் கொண்டவள் மாதவி. அரசியலை வாழ்க்கையாகக் கொண்டவள் கிளியோபாட்ரா. மாதவியைக் காட்டிலும் கலைத்தன்மை குறைந்தவள். ஆயின், கிளியோபாட்ரா சாகுந்தருவாயில், அவளது பேச்சு, கவித்துவ உணர்வுடையது. கலையரசி மாதவிக்கு கிளியோபாட்ரா ஈடாகமாட்டாள் என்று ஆசிரியர் தெரிவிக்கிறார். இருவருக்கும் அமைந்திருந்த தோழியர்களின் பண்பு, இருவரிடமும் காணப்பட்ட அழுக்காறு, காதலர்கள் இருவரிடமும் இருக்கும் காம உணர்வு, இருவரால் சமூக அரசியல் மாற்றத்திற்கான காரணம், ஒப்பிலக்கிய நோக்கில் பாத்திர வளர்ச்சி முதலிய நிலைகளில் ஒப்பிட்டு நோக்கியுள்ளார்,

காப்பியமாந்தர் குறித்த தனிப்பார்வையில் ஒப்பிலக்கிய ஆய்வுகள் சிலவே வந்துள்ளன. **நெருஞ்சி முள்** என்ற நூலில் அதன் ஆசிரியர் அ.அறிவொளி கும்பகருணனைப் பற்றிய ஒப்பீட்டாய்வாக எழுதியுள்ளார். அரிஸ்ட்டாட்டில் எழுதிய கவிதையியல் அடிப்படையில் கும்பகருணனை அவல வீரனாகச் சித்திரித்துக் காட்டுகிறார்.

ஆர், வீரபத்திரன் என்பவர், சூர்ப்பணகையை வால்மீகி, துளசிதாசர், கம்பர் ஆகியோரின் படைப்புகள் வழி ஆராய்ந்துள்ளார். சங்கரராஜூலு என்பவர் கம்பனைத் துளசிதாசரோடு ஒப்பிட்டு ஆராய்ந்துள்ளார்.

காப்பிய ஒப்பீட்டாராய்ச்சி நூல்கள் தமிழில் குறைவாகவே வெளிவந்துள்ளன. தமிழில் எழுந்த காப்பியங்களை வடமொழிக் காப்பியங்களோடு ஒப்பியல் அடிப்படையில் சிலர் செய்துள்ளனர்.

கம்பனைப் பற்றிய இந்திய மொழி ஒப்பீட்டு நூல்கள் ஓரளவு வெளி வந்துள்ளன. கம்பனுக்கு மூலநூலாக வால்மீகி அமைந்த காரணத்தால் பல கோணங்களில் ஒப்பிட்டு நோக்க வாய்ப்புகள் மிகுதி. இந்திய ஒப்பிலக்கிய ஆய்வு என்பது விரிந்த தளத்தில்

செய்யப்பட வேண்டியுள்ளது. கிரேக்கம், ெசர்மானியம், இலத்தீன், சீனம் ஆகிய மொழிகளில் எழுந்த காப்பியங் களோடு ஒப்பிடத்தக்க ஆய்வுகள் வெளிப்பட வேண்டும். அதற்கான சாத்தியக் கூறுகள் உள்ளனவா என்பதை ஒப்பீட்டு ஆய்வாளர்கள் சிந்திக்க வேண்டும்.

தமிழில் இதுவரை நிகழ்ந்துள்ள ஒப்பீட்டாய்வுகளில் கவிதை பற்றிய ஆய்வுகள் குறிப்பிடத் தக்க வளர்ச்சி கண்டுள்ளன. நாவல், சிறுகதை பற்றிய ஒப்பீடுகள் அதற்கடுத்த நிலையில் ஒப்பிடப்பட்டு ஆய்வில் சற்றே முன்னேற்றம் கண்டுள்ளன.

கவிதைகளில் நிகழ்ந்துள்ள ஆய்வுப்போக்குகளைக் கீழ்க்காணும் முறைகளில் காணலாம்.

1) தாக்கம், செல்வாக்கு, மீட்டுருவாக்கம்
2) தனிப்பட்ட கவிஞர்கள் பற்றிய ஆய்வு
3) பொருண்மை அடிப்படையில் ஆய்வுகள்
4) ஒப்பிலக்கிய அணுகுமுறையை உளப்படுத்தியவை
5) இணைவரை ஆய்வுகள்
6) மொழிபெயர்ப்புத் திறனாய்வு
7) பிற துறைகளோடு ஒப்பிடல்

முதலிய நிலைகளில் தமிழ்க்கவிதை ஒப்பிட்டாய்வில் செயற்பட்டுள்ளது. ஒப்பியல் என்பது அறிவியலோடு ஒருங்கு வைத்துக் காணுவதற்கு உரியது. மேலை நாட்டுக் கல்விமுறை, பாடத்திட்டங்களில் இலக்கியம் இடம் பெற்றமை முதலியன மேலைநாட்டுத் திறனாய்வு முறையினை ஒப்பீட்டு அணுகுமுறை யோடு இயைத்துக் காணுதற்கு வாய்ப்பாயிற்று.

சங்க இலக்கிய ஒப்பீடு

கவிதை இலக்கிய ஒப்பீட்டில் சங்க இலக்கியம் பற்றிய ஆர்வம் வளரத் தொடங்கியது. திணை குறித்த ஆய்வுகள் ஒப்பீட்டில் நோக்கப்பட்டன. **பழந்தமிழ் இலக்கியத்தில் இயற்கை** என்ற நூல் தனிநாயக அடிகளால் எழுதப்பட்டுப் பலரது கவனத்திற்கு உள்ளானது. திணை அடிப்படையில் சங்க இலக்கிய உள்ளீட்டினை ஆங்கிலம், வடமொழி, கிரேக்கம், இலத்தீன் முதலிய மொழிகளில் உள்ள இலக்கியங்களோடு குறிப்பாக இயற்கைப் புனைவுப் பாடல்களோடு ஒப்புமைப்படுத்துவதாக அந்நூல் அமைந்திருந்தது.

ஒப்பிலக்கிய அணுகுமுறைகளில் ஒன்றான இணைவரை என்பதை உளப்படுத்திச் செய்யப்பட்ட ஆய்வு அது. சங்க இலக்கிய அகத்திணைக் கூறுகளாக உள்ள முதல், கரு, உரி ஆகியவற்றை ஒப்புநோக்கிக் காட்டுகிறார். வரலாறு, தொன்மம், மெய்யியல் போன்றவற்றில் காணுறும் செய்திகளும் ஒப்புமைப்படுத்திச் சங்க இலக்கியத்தோடு சார்த்திக்கூறுகிறது இந்நூல். சேவியர் தனிநாயகம் எழுதிய ஆங்கில நூலான Landscape and poetry என்னும் நூலினைத் தமிழில் பூரணசந்திரன் **நில அமைப்பும் தமிழ்க்கவிதையும்** என்று மொழி பெயர்த்துள்ளார். அந்நூலின் இறுதிக் கட்டுரை ஒப்புநோக்கில் இயற்கைக் கவிதை என்பதாகும். சங்க கால இயற்கைப் பாடல்களை சமஸ்கிருதம், கிரேக்கம், இலத்தீன், ஆங்கிலக் கவிதைகளோடு ஒப்புநோக்கியும் உறழ்ந்தும் விளங்குவதனை விரிவாக எடுத்துரைக்கிறார் நூலாசிரியர். இயற்கைப்பின்னணியாக இருந்து செய்யுளை இயக்குவதனைத் தக்க சான்றுகளோடு தருகிறார். கலிப்பா ஒன்றை வேர்ட்ஸ்வொர்த்தின் முல்லைப் பாடலோடு ஒப்பிடுவதைவிட வர்ஜிலின் முல்லைப்பாடலோடு ஒப்பிடுவது எளிது; தமிழ்க் கவிதைக்கும் சமஸ்கிருதக் கவிதைக்கும் இடையே இயற்கைப் படிமக் காட்சியில் ஒப்புமைகள் காணப்படுவது மிக இயல்பானது; அதே சமயம், சங்கக்கவிதையில் இயற்கை பற்றிய கருத்தாக்கமும், விளக்கமும் சமஸ்கிருத இயற்கைக் கவிதையிலிருந்து பெருமளவு வேறுபடுகிறது; தமிழ்க் கவிதையின் கருத்தாக்கங்களும் மானிடப்படுத்தலை உள்ளடக்கியதெனினும், ஆரியக் கடவுளர் தோற்றத்தையும் பிரபஞ்சத் தோற்றத் தையும் உள்ளடக்கிய தாறு மாறான படிமத்தன்மையையும் மானிடப்படுத்தலையும் கொண்டவை அல்ல. சங்க காலம் பூக்கள், மாலைகள் ஆகியவற்றிற்கும் வழங்கிய முக்கியத்துவம், மற்றும் குறியீட்டுத் தன்மை ஆகியவற்றை உட்கொண்டது. இது தொடர்பாக சமஸ்கிருதக்கவிதை தரும் விஷயங்களை ஒப்பிடவே இயலாது;தன் சமகாலக் கிரேக்கத்திலோ , இலத்தீனிலோ, சமஸ்கிருதத்திலோ சமயம் நுழைந்த அளவுக்குச் சங்கக்கவிதைகளில் சமயம் இடம் பெறவில்லை. தமிழ்க்கவிதையின் இயற்கை என்பது மீயுயர்க் கடவுள் ஒன்றுடன் சேர்ந்த இயற்கை. ஆனால், கிரேக்க, உரோமானிய, சமஸ்கிருதக் கவிதைகள் மனிதன் தெய்விகப் படுத்திய இறையியலில் மூழ்கிய கவிதைகள். இயற்கையைப் பரிவுடைய பின்னணியாகக் கொண்ட சங்கக்கவிதைகள், சமஸ்கிருதத்தின் செவ்வியல் இயற்கைக் கவிதைகளை விட அளவில் மிகுந்தவை.

சங்க கவிதையுடன் மிகுந்த ஒப்புமைகொண்ட காளிதாசனுடைய இயற்கை பற்றிய கவிதைகளை உற்றுநோக்கினால் அவன் தமிழ் இலக்கியத்தைக் கற்றிருக்கவேண்டும் என்பதையே காட்டுகின்றன. தமிழ் நாட்டின் தட்ப வெப்பமும் மத்திய இந்தியாவின் தட்ப வெப்பச் சூழலும் சில விதங்களில் ஒன்று போலிருப்பதால், காளி தாசனுடைய சில நிலத்தோற்ற வருணனைகள் தமிழ்க் கவிஞர்களின் நிலத்தோற்ற வருணனைகளை ஒத்திருக்கின்றன. சங்கக் கவிஞர்களை விட மூத்த கவிஞர்களாகிய ஹோமர், ஹீசியாட், தியோக்ரிடஸ் ஆகியோர் இயற்கையை அன்போடு கூர்ந்து நோக்கு கிறார்கள் என்றாலும், அவர்களின் இயற்கை விளக்கம் சங்கக் கவிஞர்களுடையது போல, முன்னேறியதும், ஒத்த நடைப் பாங்குடையதாகவும் இல்லை; ஹோமருடைய நிலக்காட்சியின் கடுமையான எளிமைக்கும், சங்கக் கவிதைகளின் நிலக்காட்சி வளத்திற்கும் உள்ள வேற்றுமையை ஏதென்ஸ் மீது காணப்படும் மேகமற்ற நீல வானக்காட்சிக்கும், நிலநடுப்பகுதியின் சூரிய அஸ்தமனக் காட்சிக்கும் ஒப்பிடலாம்; ஓடைகள், நீருற்றுகள் மீது கிரேக்கக் கவிதைக்கு ஒரு மென்மையான ஈடுபாடு காணப்படுகிறது. இதனைச் சங்கக் கவிதைகளில் அவ்வளவாகக் காண இயலாது. கிரேக்க, இலத்தீன் கவிதைகளில் இயற்கைக்குப் புராண வண்ணம் பூசப்படுகிறது. இதையும் சங்கக் கவிதைகளில் காணமுடியாது. மலைபடுகடாத்தில் வரும் நிலப்பகுதி வருணனை கொண்ட நீண்ட பகுதிகளை ஜியார்ஜிக் பாடல்களில் ஒன்றிரண்டுடன் நன்றாகவே ஒப்பிடலாம். சங்க காலக் கவிதையியல் உலகிற்கு மிகச்சிறந்த, தனித்த இயற்கைக் கவிதைகளைத் தந்துள்ளது. ஆனால் குறிப்பிட்ட அளவு கவிஞரின் அகத்தெழுச்சியைக் கட்டுப்படுத்தி விட்டது போலவும் உள்ளது. தமிழ்க்கவிதைகளை ஐந்நிலப் பகுதிகளை வைத்துத் தொகைகளாக்க முடியும் என்பது போல, ஐரோப்பியக் கவிதைகளை வசந்தம், கோடை, இலையுதிர்காலம், குளிர்காலம் என்று கால அடிப்படையில் தொகைகளாக ஆக்கலாம். இயற்கையின் அடிப்படையில் கவிதை வரவேற்கக்கூடிய பன்முகத் தன்மையையும் மாற்றமும் தமிழ் நாட்டின் பெரும் பருவங்களின் அடிப்படையில் அமைய வாய்ப்பில்லை. தாம்சன் பருவங்கள் பற்றிய பாடல்கள் சில பட்டியலாக அமைந்துள்ளன. தமிழ்க்கவிதைகளில் உள்ளது போல இயற்கை அவரது கவிதைகளில் மனித வாழ்க்கையுடன் தொடர்புறுத்தப்படவில்லை. பர்ன்ஸ் மனிதனுக்கு முதலிடம்

தருவதாலும், இயற்கைக்கு இரண்டாம் இடம் தருவதாலும் இயற்கையையும் காதலர்களையும் ஒருங்கிசைத்து நோக்கிய பாடல்களினாலும் அவர் நமக்கு முக்கியத்துவம் உடையவராகிறார் என்று அந்நூல் விளக்கமாக எடுத்துரைக்கிறது.

சங்க அகப்பாடல்களைப் பற்றிய ஒப்பீடு வ.சுப. மாணிக்கனாரின் ஆய்வு நூலான **தமிழ்க்காதல்** என்னும் நூலில் ஒருபகுதியாக இடம்பெற்றுள்ளது. அகத்திணை மாந்தரின் உணர்வுச்சூழலைக் கிரேக்க இலக்கியக் கருத்துகளோடு மிகச்சுருங்கிய அளவில் ஒப்பிட்டுக் காட்டுகிறது இந்நூல். மு.வரதராசனாரின் **முல்லைத்திணை** என்னும் நூலில் ஆங்காங்கே சிற்சில பகுதிகள் சங்க இலக்கியத்தோடு ஒப்புமைப்படுத்திப் பார்க்கப் பட்டுள்ளன. ஆயின் வ.சுப, மு,வ ஆகிய இருவரின் நூல்கள் முழுமையான ஒப்பீடு நூல்கள் ஆகா.

கலாநிதி கைலாசபதியின் **ஒப்பிலக்கியம்** என்ற நூல் ஒப்பியல் துறையில் ஒரு மைல்கல். ஒப்பிலக்கியக் கோட்பாட்டை உள்ளடக்கிய ஆய்வாக இந்நூல் திகழ்கிறது. மார்க்சிய நோக்கில் சில பார்வைகள் பொருத்திப்பார்க்கப்பட்ட ஆய்வாகவும் உள்ளது. சங்கப் புறத்திணைப் பாடல்களை வீரயுகமரபில் ஒப்பிட்டுள்ளமை ஆழமானது. ஒப்பிலக்கியத்தின் இயல்புகளையும், அது தமிழில் தோன்றிய வரலாறும் வளர்ச்சியும் பற்றி முதலிரு கட்டுரைகள் விவரிக்கின்றன. ஓரே தன்மையான சூழ்நிலைகள் ஒரே மாதிரியான இலக்கிய வகையைத் தோற்றுவிப்பதன் வழி இலக்கியத்திற்கு ஓர் உலகப் பொதுமை ஏற்படுகிறது, இதன் அடிப்படையில், ஒப்பியல் இலக்கியம் உலகப்பொதுவான இலக்கியத்தோடு ஒன்றுபடுகிறதுஎன்று கருத்துரைக்கிறார். இதன் அடிப்படையில், உண்மையான உலகப் பொதுமையைப் பெறுதல் முடியும். மற்றைய நூல்களிலும்சிறந்தது என்பதனால் குறளுக்கு உலகப் பொதுமை வராது. மற்றைய அறநூல்களிற் காணப்படும் பண்புகளே திருந்திய வடிவத்திற் காணப்படுகின்றன என்பதனாலேயே அதற்குப் பொது மதிப்பு ஏற்படும். அப்போதுதான் குறளின் பொதுப் பண்பும் தனிச்சிறப்பும் எவராலும் ஏற்றுக்கொள்ளப்படும் எனக்கருத்துரைப்பர்.

தமிழில் ஒப்பியல் ஆய்வு என்ற கட்டுரையில், ஒப்பிலக்கிய முன்னோடிகளான ஜி.யூ போப், வ.வே.சு ஐயர், கிருஷ்ணசாமி ஐயங்கார், என்.கே. சித்தாந்தா, வையாபுரிபிள்ளை, தனிநாயக அடிகள், எஸ். சிங்காரவேலு வி.ஐ. சுப்பிரமணியம் முதலியோரின்

ஒப்பியல் இலக்கியப் பணிகள் பற்றிப் பேசுகிறார். தமிழ் வீரயுகப்பாடல் பற்றிய கட்டுரையில் கிரேக்க இலக்கியத்திற்கும், தமிழ் இலக்கியத்திற்கும் இடையே நிலவிய வீரயுகப்பண்பினை வாய்மொழி, மரபுத்தொடர், அடை புணர்ந்துரைத்தல், சொற்கள் திரும்பத் திரும்பப் பயின்றுவருதல், உவமை, உருவகம் இடம்பெறல், அடிக்கருத்து, யாப்புமுதலியவற்றின் அடிப்படையில் வீரயுகப்பண்புகளைத் தமிழுக்கும் கிரேக்கத்திற்கும் இடையே உள்ள உறவினைக் குறிக்கிறார். இருகோட்பாடுகள் என்ற கட்டுரையில் நாண், பழி இவ்விரண்டின் பண்புகள் பற்றி ஒப்புநோக்கி அவை தமிழிலும் மேற்கத்திய உலகிலும் இயைபுடையதாக இருப்பதை ஆராய்கிறார். பெரும்பெயர் உலகம் என்ற கட்டுரை, வீர சுவர்க்கம் பற்றிய நம்பிக்கையை ஒப்பியல் நோக்கில் எடுத்துரைக்கிறது. ஜெர்மனியில் வல்ஹல்லா என்றழைக்கப்படும் வீரசுவர்க்கம் சங்க இலக்கியக் கையறு நிலைப்பாடல்களோடு ஒப்பிடப்படுகிறது. வீரமரணம் பற்றிய ஆழ்ந்த நம்பிக்கை வீரயுக மரபின் பிரதிபலிப்பு என்கிறார். பொற்காலமும் புதுஉலகமும் என்ற கட்டுரை, பழைமை பாராட்டுவதிலேயே புலவர்களும் சான்றோர்களும் காலம் கழித்தனர். புத்துலகம் காண விழையும் நாட்டம் அவர்கள்பால் பெரும்பாலும் இல்லாதிருக்கிறது. இது உலக மரபாகவும் இருந்துள்ளது. தமிழகத்தில் பாரதி போன்ற படைப்பாளர்களிடையேதான் புதுஉலகம் பற்றிய எண்ணங்கள் புத்தாக்கம் பெற்றது என்று கருத்துரைப்பர். கலியுகம் பழைமையானது; கிருதயுகம் புதுமைக்கு வித்திடுவது என்ற நோக்கில் பாரதி பாடியதை எடுத்துரைப்பர். சித்தர் தத்துவம் பற்றிய கட்டுரையில், சீன தாவோயியக் கருத்துகளைத் தமிழ்ச் சித்தர் கருத்துகளோடு ஒப்பிடுகிறார். தமிழ்ச் சித்தர்களுக்கும், சீனத்துச் சித்தர்களுக்கும் நெருங்கிய உறவு இருந்திருப்பதைக் குறிப்பிடுகிறார். பாரதியும் சுந்தரம் பிள்ளையும் என்ற கட்டுரையில் சுந்தரம் பிள்ளையின் தாக்கம் பாரதியிடம் இருந்திருப்பதைச்சுட்டுகிறார். இருவரின் கல்விப் பின்புலமும், ஆங்கில ஆட்சியைப் பற்றிய கண்ணோட்டமும் இருவரையும் வேறுபடுத்தும்; புலமைசான்ற அறிஞர்க்கே சுந்தரம் பிள்ளையின் நடையும், பாமரர் புரிந்து கொள்ளக் கூடிய எளிமை நடையும் இவர்களை வேறுபடுத்திக் காட்டும். சுந்தரம் பிள்ளையின் தமிழ்த்தெய்வ வணக்கம் குறிப்பாக, பாரதியிடத்தும், பாவேந்தரிடத்தும் ஓர் உந்துசக்தியை ஏற்படுத்தியது. சுந்தரம் பிள்ளையின் தமிழ்த் தெய்வ வணக்கமும், பாரதியின்

தமிழ்த்தாய் வாழ்த்தும் ஒப்பிடக் கூடியன. சுந்தரம் பிள்ளை போன்றோர் முன்னர் இருந்த சிறப்பைக் காண விழைந்தனர். முந்திய பொற்காலம் வரவேண்டும் என்று விரும்பினர். பாரதியின் பார்வையோ உலகை முன்னோக்கிச் செல்லும் பாதையாகப் புதுமை விரும்பியாகப் புதியதோர் உலகம் செய்வோம் என்ற பாணியில் ஆனது.

பாரதியும் மேல் நாட்டுக் கவிஞர்களும் என்ற இறுதிக் கட்டுரையில் பாரதியை வால்ட் விட்மன், பெண்பாற் புலவர் மிஸ் ரீஸ், ஆங்கிலக் கவிஞர்களான ஷெல்லி, பைரன், கீட்ஸ், வேர்ட்ஸ் வொர்த், பெல்ஜியக் கவிஞரான எமில் வெர்ஹரேன் ஆகியோரோடு ஒப்பிட்டுரைப்பர். பாரததேசம், தாயின் மணிக்கொடி ஆகியவை விட்மனின் தாக்கம் பெற்றவை. விட்மன் பாடிய தொழில்களுக்கு ஒரு பாட்டு, என்னைப் பற்றிய பாட்டு, வசன கவிதை ஆகியவற்றில் பாரதி மிகுந்த ஈடுபாடு கொண்டவர் என்பதைச் சான்று தந்து விளக்குவர். தொழில் புரட்சியையும், நகர நாகரித்தையும் முன்வைத்துப் பாடிய எமில் கவிதைகள் பிடித்துப் போயின. அதனால் தொழில் கருவிகள் குறித்துப் பாடிய கவிதையைப் பாரதியிடம் காணலாம். ஷெல்லியின் வாக்கியங்களை உள்வாங்கித் தனதாக்கிப் பாடியவர் பாரதி என்கிறார். இராணி மாப் என்னும் நீள்கவிதையில் காணப்படும் பல பகுதிகள் பாரதியை நினவு கொள்ளச் செய்யும். அது போல் பாரதி பாடிய காதற்பாடல்கள் ஷெல்லியின் சாயல் படிந்தவை. எங்கள் தாய், பாரத மாதா, பாரத மாதா பள்ளியெழுச்சி ஆகிய பாடல்களில் பைரனின் குரல் எதிரொலிக்கக் காணலாம். கீட்ஸ் கவிதையிலும் பாரதி மனத்தைப் பறி கொடுத்தவர் பாரதி , எண்டிமியான், இராக்குயில் ஆகியவை குயில் பாட்டில் எதிரொலிக்கிறது. டென்னிஸன் பாடிய நாட்டுப் பற்றுக் குறித்த பாடல் பாரதியிடமும் மிளிரக்காணலாம் என்பர்.

மதுரைக் காமராசர் பல்கலைக்கழகம் ஒப்பிலக்கியத்துறையை முதன் முதலாகத் தொடங்கி வைத்த பெருமைக்குரியது. முது கலைப் பாடத் திட்டத்தில் சேர்க்கப்பட்ட பின்னர் ஏனைய பல்கலைக் கழகங்களில் ஒப்பிலக்கியத்துறை விரிவானது. மதுரைப் பல்கலைக்கழகத்தில்பணியாற்றிய தமிழண்ணல் ஒப்பிலக்கியத் துறை அங்குத் தொடங்கிய போது, அவர் வெளியிட்ட **ஒப்பியல் அறிமுகம், சங்க இலக்கிய ஒப்பீடு, (1–2)** இலக்கிய வகைகள் முதலிய நூல்கள் ஒப்பியல் கல்வியை விரிவடையச் செய்தன.

ஒப்பிலக்கியம் குறித்த வரையறை, மேலை நாட்டில் வளர்ந்த வரலாறு, தமிழரின் ஒப்பியல் அறிவு, பிறமொழிகளோடு ஒப்பிடுதல் முதலிய நிலைகளில் ஆழ, அகலங்களைக் கொண்ட நூல்கள் பல வெளிவந்தன. ஒப்பிலக்கியக் கோட்பாடுகளைப் பற்றிய அறிமுகத்தையும், வடமொழியில் கவிதையியல் கொள்கைகளைத் தொல்காப்பியத்தோடு ஒப்பிட்டுக்காட்டும் ஆய்வுகளும், கிரேக்க, இலத்தீன், உரோமானிய இலக்கியங்களையும், அங்கெல்லாம் இலக்கிய வரலாறு எவ்வாறிருக்கின்றன என்ற சிந்தனையையும் தமிழில் விரிந்த அளவிற்கு முதன்முதலாக அறிமுகப்படுத்தியவர் தமிழண்ணல்.

கதிர்.மகாதேவன் இயற்றிய **ஒப்பியல் நோக்கில் சங்க இலக்கியம், பழந்தமிழர் வீரப்பண்பாடு, தொன்மம்** ஆகிய நூல்கள் குறிப்பிடத்தக்கவை. கதிர்.மகாதேவன் எழுதிய ஒப்பியல் நோக்கில் சங்க இலக்கியம் என்ற நூல், வீரயுகப் பண்பாட்டு அடிப்படையில் அமைந்த நூலாகும். அதில் இயற்கைப்புனைவு, மலர்களை முன்வைத்துப் பாடியமை ஆகிய சூழல்களை மேலைநாட்டு இயற்கைப் பாடல்களோடு ஒப்பிடுகிறது. வடமொழியில் எழுந்த இயற்கைப் புனைவுப் பாடல்கள், வெர்ஜில் கவிதையில் குறிப்பிடப்படும் மலர்ப்பட்டியல், வேர்ட்ஸ்வொர்த் கவிதைகள், ஸ்பென்சர், டென்னிசன், ஜேம்ஸ் தாம்சன், பர்ன்ஸ்,மற்றும் கிரேக்கக் கவிஞர்களோடு ஒப்பிடுகிறார் நூலாசிரியர். வடமொழியில் அமைந்துள்ள இயற்கைப் புனைவு பற்றிய பாடல்களில், தமிழ் ஐந்திணைப் பாகுபாட்டினைக் காண வியலாது. பழந்தமிழ்க்கவிதைகளில் திணை வருணனை தவிர்க்க இயலாதது; வடமொழி இலக்கிய இயற்கைப் புனைவிற்கும், சங்கக் கவிதைக்கும் ஒற்றுமை இருப்பது போலத் தோன்றினும், அடிக்கருத்து, இயற்கைப்படைப்பு ஆகியவற்றில் குறிக்கத்தக்க வேறுபாடு உள்ளது. சங்கக் கவிதையைப் போல, அடைமொழிப் புணர்த்துக் கூறும் வருணனைகளைக் கிரேக்கக் கவிதையிலும் காண முடிகிறது. டென்னிசனின் இயற்கை பற்றிய பாடல்களில் அகத்துணர்வையும் புறக்காட்சிகளையும் பிரிக்க இயலாதது போலச் சங்க கவிதைகளிலும் இவ்விரண்டையும் பிரிக்க இயலாது. ஜேம்ஸ் தாம்சனின் பாடல்களில் இயற்கை வருணனைகள் விரிவாய் அமைந்திருப்பினும், அவை சங்கக் கவிதையைப் போல, இயற்கையோடு பிணிப்புறஅமையவில்லை; பர்ன்ஸ் இயற்கைக்கும் மனிதவாழ்விற்கும்

இடம் தந்து பாடியவர். இந்நூலில் வீரநிலைக் காலப் பாடல்கள் என்னும் பகுதி விரிவாக எடுத்துரைக்கப் படுகிறது. உலகில் வீரநிலைக் காலத்தின் தோற்றத்தை ஆராய்கிறது; தமிழர்களின் வீரநிலைக்காலம் சுமேரியர், கிரேக்கர், தூதோனியர் முதலியோரின் வீரநிலைக் காலத்தோடு ஒப்ப எண்ணக்கூடியது. சங்க காலத்திய வீரநிலைப் பண்பாட்டுச்செய்திகளைக் கிரேக்கம் முதலான இலக்கியங்களோடு ஆராய்கிறார். கவிதையில் குறிப்புப்பொருள் என்ற கட்டுரையில் வடமொழி இலக்கியக் கோட்பாடுகளான தொனி, ரீதி ஆகியவற்றை விரிவாக ஆராய்ந்து அவற்றை உள்ளுறை, இறைச்சி ஆகியவற்றோடு ஒப்பு நோக்குகிறார். நடையில் தமிழும் வடமொழியும் என்ற கட்டுரையில் தண்டியலங்காரம் குறிப்பிடும் நடைப் பாகு பாட்டினை விவரிக்கிறார். இக்கட்டுரையில் தொல்காப்பியர் உணர்த்திய வண்ணம், வனப்புப் பற்றி விளக்குவர். போற்றிப் பாடல்களும் தன்னுணர்ச்சிப் பாடல்களும் என்ற கட்டுரை மேலைநாட்டு ஓட்ஸ் பற்றியும், தமிழில் எழுந்த தன்னுணர்ச்சி பற்றியுமான கட்டுரை. சங்க இலக்கியக் கையறுநிலைப் பாடல்கள் பற்றிய கட்டுரையில் மேலைநாட்டு முல்லைத் திணைக் கையறு நிலைப் பாடல்களைப் பற்றிய விளக்கத்தை எடுத்துரைக்கிறது. காதற்கவிதைகள் என்ற கட்டுரை, கிரேக்கப் பாடல்களை ஒப்பிட்டு, அங்குப்பாலியல் உணர்வு முதலிடம் பெறுகிறது எனவும், தமிழ்க்காதல் பாடல்களில் நுட்பமான மன உணர்வு, அளவான வரம்பு மீறாத பாலுணர்வு இரண்டும் ஒட்டி உறவாடிச் செல்லும் பாங்கினை அறியமுடிகிறது எனவும் சுட்டியுள்ளார். மேலை நாட்டாரின் காதற்பாடல்களில் சொந்த அனுபவங்களே பாடப் பெறத் தமிழ்க் காதல் பாடல்களில் சுட்டிக்கூறாப் பொதுமை உணர்வு முன் வைக்கப்பட்டுள்ளது என்கிறார்.

இவர் எழுதிய தொன்மம் என்னும் நூல், அறிமுக நூலாக இருப்பினும் அதன்கண் தொன்ம அமைப்புகள், வகைகள் முதலியவற்றை ஆராய்ந்துள்ளார், அவரது ஆங்கில நூலான **Theory of Refraction** (ஒளிவிலகல் கொள்கை) என்பது ஓரளவு ஒப்புமை காட்டும் சிறுநூலாகும். ஒளிவிலகல் கோட்பாட்டைத் தமிழுக்கு அறிமுகமாக்கிய முன்னோடி நூலாக இதனைக் கருதலாம். இதில், புறப்பாடல்கள் அகத்திலிருந்து விலகல் அடிப்படையில் இயங்குவதை விளக்குகிறார். தமிழ்கிரேக்கக் காதல் பாடல்கள்

பற்றியும், சந்தப்பா அமைப்பில் உள்ள வேறுபாடுகளையும், பாவைப் பாடல்களில் காணும் ஒற்றுமைக் கூறுகளையும் விளக்குகிறது அந்நூல்.

கி. இராசா ஒப்பிலக்கியம் தொடர்பாக எழுதியுள்ள **ஒப்பிலக்கிய நோக்கு, இலக்கிய வகைமை ஒப்பாய்வு, அறிவியல் நோக்கில் இலக்கிய வகை வளர்ச்சி** முதலிய நூல்கள் குறிப்பிடத் தகுந்தன. இலக்கிய வகைமை மற்றும் வகை பற்றிய சிந்தனைகளைப் பெரிதுமாகத் தம் ஆய்வு நூல்களில் ஒப்பிட்டுக் காட்டியிருப்பது தனித்த பார்வை உடையது. வகைமை இலக்கியத்தை விரிவாக ஆய்ந்துள்ள அவர், வீரநிலைக் காலப் பாடல்கள், அறநெறிப்பாடல்கள், தன்னுணர்ச்சிப் பாடல்கள், முல்லைப் பாடல்கள்,தத்துவம் முதலியகோணங்களில் சங்கஇலக்கியத்தையும், கிரேக்க இலக்கியத்தையும் ஒப்பிடுகிறார்.

ஒப்பிலக்கியம் என்ற தலைப்பில் இவர் எழுதிய நூல், ஒப்பிலக்கிய வரன்முறை, வளர்ச்சி முதலிய அடிப்படைச் செய்திகளை விரிவாக ஆராய்வதோடு, இலக்கிய ஒப்பீட்டில் எழுதப்பட்ட சில தமிழ் நூல்களையும் தொகுத்துத் தந்துள்ளது. அந்நூலில், தொல்காப்பியமும் வடமொழி இலக்கியக் கொள்கைகளும், தமிழ் கிரேக்க வீர நிலைக் காலப்பாடல்கள், திருக்குறளும பிறமொழி அற இலக்கியங்களும் ஆகிய கட்டுரைகளும், ஒப்பியல் நோக்கு என்ற பகுதியில் கம்பனும் வால்மீகியும், பாரதியும் விட்மனும், இளங்கோவும் சேக்ஸ்பியரும் ஆகிய ஒப்பீட்டாய்வுகளை எடுத்துரைத்துள்ளார். மெய்ப்பாட்டை ரசக்கோட்பாட்டோடும், குறிப்புப் பொருளைத் தொனியோடும், நோக்கை ஔசித்தியத்தோடும், நடையை ரீதியோடும் தொடர்புபடுத்திக் காட்டுகிறார்.

கலாநிதி கைலாசபதியின் வீரநிலைக் காலம் பற்றிய ஆய்வினைச் சுருக்கித்தமிழ் கிரேக்க வீரநிலைக் காலப்படல்கள் என்ற கட்டுரையில் தருகிறார். திருக்குறளை ஹீசியட்டுடனும். கன்பூசியஸூடனும். பருத்ருஹரியோடும் ஒப்பிட்டு, அக்கட்டுரையின் இறுதியில் ஆல்பர்ட் சுவைட்சர் எழுதிய இந்தியச் சிந்தனையும் அதன் வளர்ச்சியும் என்ற நூலின் கருத்துகளின் பிழிவினை எடுத்துரைப்பர். கி.இராசா எழுதிய இந்நூலில், தமிழ் கிரேக்க வீரநிலைக்காலப்பாடல்கள், திருக்குறளும் பிறமொழி அற இலக்கியங்களும் , கம்பனும் வால்மீகியும், பாரதியும் விட்மனும், இளங்கோவும் சேக்ஸ்பியரும் ஆகிய ஒப்பியல் கட்டுரைகள் இடம்பெற்றுள்ளன. வீரயுகப்

பாடலின் இயல்புகள் எவ்வாறு தமிழிலும் கிரேக்கத்திலும் உள்ளன என்பது பற்றி ஆயும் நூலாசிரியர் வீரநிலைக்காலப் பண்புகளைக் கலாநிதிகைலாசபதி கூறிச்சென்ற வழியில் ஆய்கிறார். கம்பனும் வால்மீகியும் என்ற கட்டுரையில், கம்பரின் தனித்தன்மையை வால்மீகியிலிருந்து வேறுபடுத்திக் காட்டுகிறார். கைகேயி, சடாயு, கும்பகருணன் பாத்திரப்படைப்பு ஆகியவற்றில் கம்பர், வால்மீகி யிலிருந்து வேறுபடுமாற்றைச் சுருக்கமாக எடுத்துரைக்கிறார். தமிழகத்தில் நிலவிய சமய, சமுதாயப் பண்பாட்டுச்சூழலுக்கு ஏற்பக் கம்பர் தம்நூலில் படைத்துக் காட்டியிருப்பதை உணர்த்துகிறார். பாரதியும் விட்மனும் என்ற கட்டுரையில் இக்கவிஞர்கள் இருவரும் வேதாந்தக் கருத்துகளில் ஒத்த உணர்வினராக இருந்துள்ளதை எடுத்துக்காட்டுகிறார்.

தேசியப் பார்வை, விடுதலை உணர்வு, மரணம் பற்றிய சிந்தனை, ஆன்மத்தேடல் போன்றவற்றில் இவர்களுக்கிடையே காணப்படும் ஒற்றுமைகளைத் தக்க சான்றுகளோடு தருகிறார். இளங்கோவும் சேக்ஸ்பியரும் என்ற கட்டுரை பெரும்பாலும் முனைவர் கா. செல்லப்பன் சொல்லியுள்ள வழித்தடத்தைப் பின்பற்றி எழுதப்பட்டுள்ளது. சமுதாயச்சூழல், விதியின் வலிமை, நிகழ்ச்சிகளின் வேகம், வளமையின் குறியீடுகளாக மாதவியையும், கிளியோபாத்ராவையும் உணர்த்தும் கா.செல்லப்பனின் கருத்தைத் தமது கட்டுரையில் பதிவு செய்துள்ளார். கதிர் .மகாதேவன், மா.செண்பகம் ஆகியோரின் வழித்தடத்தில் கிரேக்கக் கவிதைகளைச் சங்க இலக்கியத்தோடு இணைத்துக்காட்டும் போக்கில் வளர்ச்சி தொடர்வதைக் காணலாம். இந்த வகையில் இவர்களுக்கு முன்னோடி நூல்களாக பெ.சு மணி, கைலாசபதி ஆகியோருடைய ஒப்பீட்டு நூல்களையும் குறிப்பிடலாம்.

முல்லைத் திணை பற்றிய ஒப்பீட்டில் நா. ஆறுமுகத்தின் நூலான ஐரோப்பிய முல்லைப் பாடல்கள் சுட்டிக் காட்டத் தக்கது. அகத்திணைக் கோட்பாடு முல்லைத்திணையில் அமைந்துள்ளஇயற்கை மற்றும் உரிப்பொருள் செய்திகள் இந்நூலில் ஒப்புமை என்றளவில் காட்டப்பட்டுள்ளன.

சங்க இலக்கிய ஒப்பீட்டு ஆய்வில் குறிப்பிடத்தகுந்த நூல், மா.செண்பகத்தின் **கிரேக்க லிரிக் கவிதைகளும், சங்க இலக்கியக் கவிதைகளும்** என்னும் நூலாகும். போற்றிப்பாடல்கள், தன்னுணர்வுப்

பாடல்கள், பொதுவுணர்வுப் பாடல்கள், ஏளனப்பாடல்கள் முதலான பகுப்புகளில் அமைந்துள்ளது இந்நூல். நூலாசிரியர் கிரேக்க மொழியைக் கற்றிருக்கிறார் என்பது அவரது குறிப்பி னின்றும் தெரிய வருகிறது. கிரேக்கத் தனிநிலைக் கவிதைகள் சங்க இலக்கியக் கவிதைகளோடு பொருந்துமாற்றை விளக்கும் இந்நூல், கிரேக்க இலக்கிய வரலாற்றை நான்காகப் பகுத்திருப்பதை எடுத்தாண்டு அவற்றில், அலெக்சாண்டர் ஆட்சிக்குப் பின்னர் கி.மு 1500 வரையிலான கால கட்டத்தில் எழுந்த கிரேக்க கவிதைகள் சங்க இலக்கியத்தோடு ஒப்பிடத்தகுந்தவை என்ற கருத்தினை விரித்துரைப்பர். கிரேக்க இலக்கியங்களை ஒப்பிட்டுரைப்பதோடு அங்கிருந்த சில பண்பாட்டுத் தொடர்பானவற்றையும் ஒப்பு நோக்குகிறார். பாணர் மரபு அங்குப் பரவலாக இருந்ததனைச் சுட்டிக்காட்டி, அந்த மரபு, பெண்பாற் புலவர்களான சாபோ, கொரின்னா, ப்ராக்சில்லா, நாசிஸ், அனய்டி போன்றோரை வளர்த்தெடுத்ததனை விளக்குகிறார். இத்தகவலை ஒட்டி, சங்க இலக்கியம் வாய்மொழி இலக்கியம், சங்க இலக்கியம் ஆகியவை பாண் மரபே என்றும் , புலவர் மரபு இருந்திருக்க முடியாது என்றும் நிறுவுகிறார். ஆயின் சங்க காலத்தில் புலவர்பாணர் மரபு இருந்துள்ளதையும் ஏற்றுச் சான்றுகளுடன் காட்டுகிறார். புலவர்பாணர் மரபு இவர்களின் உறவு நெருக்கமான உறவு இருந்திருப்பதனை இருமொழி இலக்கிய உறவோடு ஒப்பிட்டுள்ளார். தாம் பகுத்துக் கொண்டதற்கு ஏற்ப, பொதுணர்வுக் கவிதைகள் சங்க இலக்கியத்தோடு ஒப்பிடப்படுகின்றன. தமிழில் கூத்தர், விறலியர், கோடியர், வயிரியர், கண்ணுளர் என வரும் குழுக்கூத்து மரபினரை இருமொழி இலக்கியச் சான்றுகளோடு ஒப்பிட்டுரைப்பர் சங்க காலத்தில் கள்ளருந்துதல் தீங்காகக் கருதப்படவில்லை. கிரேக்கத்திலும் அவ்வாறே என்று கருத்துரைக்கும் நூலாசிரியர்கள் இருமொழி இலக்கியத்தில் பரவலாக இடம் பெற்றிருப்பதை எடுத்துரைப்பர். இலக்கியம் கடந்து இருநாடுகளுக்கும் சமூக பண்பாட்டு அடிப்படையிலான உறவு ஒப்புமை கொண்டதாக இருப்பதை இந்நூல் விளக்குகிறது.

சங்கச் செவ்வியல் என்ற செ.சாரதாம்பாள் நூலும் சுட்டிக் காட்டப்பட வேண்டிய நூலாகும். கிரேக்க இலக்கியத்தில் காணப்பெறும் தன்னுணர்ச்சிக் கவிதைகளையும், சங்க

இலக்கியத்தையும் ஒப்பிடும் மா,செண்பகம் கையறு நிலைப் பாடல் பற்றிய ஒப்பீட்டை விரிவாக ஆராய்கிறார். சாரதாம்பாளின் ஆய்வு செவ்வியல் பற்றிய வரையறை, அது குறித்த கோட்பாடுகள், அதன் வளர்ச்சி முதலியவற்றை விரிவாக ஆய்கிறது. செவ்வியலின் திருந்திய வடிவமே சங்க இலக்கியம் எனச் சான்று காட்டி நிறுவி இருப்பதைக் காணலாம்.

ஔவையாரும் உலகப் பெண்பாற் புலவர்களும் என்ற ஒப்புமை நூலில் உலகப் பெண்பாற்கவிஞர் பலரையும் பற்றிய சில தகவல்களை விவரித்துரைக்கிறார் பெ.சு.மணி. வேதகாலப் பெண்புலவர்கள், பிராகிருதம், ஈப்ரூ, கிரேக்கம், சீனம் ஆகிய மொழிகளில் கவிதை எழுதிய பெண் கவிஞர்களை, ஔவையாரோடும், பிற சங்கப் பெண்பாற்புலவர்களோடும் சிற்சில சூழல்களில் - குறிப்பாகக் காதலை மையமாகக் கொண்டு எழுதப்பட்ட கவிதைகளை ஒப்பிட்டாராய்கிறார். பிராகிருதத்தில் எழுதப்பட்ட காதா ஸப்தசதீ என்னும் நூலில் காணப்படும் காதல் பாடல்கள் சிலவற்றைச் சங்க அகப்பாடல்களோடு ஒப்புமைப்படுத்துகிறார். சங்க இலக்கியத்தில் முதல், கரு,உரி என்பன போலல்லாமல், காதாவில் உரிப்பொருள் மட்டுமே அமைந்துள்ளன என்றுரைப்பர். ஔவையார் குறுந்தொகைப் பாடல் ஒன்றில்(200), வந்தது கார் அன்று என்ற தோழி கூற்றை, காதா பாடலோடு ஒப்புமைப்படுத்துகிறார். "என்கைக்கொண்டு தன்கண் ஒற்றியும்," என்ற நற்றிணைப் பாடல் (28)போன்று காதாவில் தலைவனைத் தன் வசப்படுத்தும் தலைவியைக் காண்கிறோம் ''தமிழில் அகத்திணை இயல், பெருந்திணையை ஒதுக்கி வைத்துள்ளது. ஆனால் காதா ஸ்ப்தசதீயில் பெருந்திணை பெருமளவு ஆக்ரமித்துள்ளது'' என்கிறார். ஈப்ரூ பெண்கவிஞர் தெபொராவின் பாடல் ஒன்றில் வரும் போர்க்கள வருணனையைப் புறப்பாடலோடு (97) ஒப்புமைப் படுத்துகிறார். கிரேக்க கவிஞர் சாபோவையும் ஔவையாரையும் ஒப்புமைப் படுத்தி, ஔவையாரைத் ''திராவிட சாப்போ'', என்று இவருக்கு முன்பே அறிஞர் சிலர் எடுத்துக்காட்டியுள்ளதை நினைவுபடுத்தும் இந்நூலாசிரியர், சாப்போவின் காதல் கவிதைகள் சங்க அகத்திணைப் பாடல்களோடு ஒத்து விளங்குவதைச் சுட்டுவர். ஔவையார் குறுந்தொகையில், "அகவன் மகளே", எனத் தொடங்கும் பாடலை(பா. எண்.23) சாப்போ பாடலோடு ஒப்பிடுகிறார். ஔவை பாடிய 'முட்டுவேன்கொல்?

தாக்குவேன் கொல்', எனத்தொடங்கும் (குறுந் 28) பாடல், காதலின் மூர்க்கத்தைக் காட்டும். சாப்போவும் காதலின் மோக வெறி யினை," கீழே பாய்ச்சலுடன் வரும் சூறாவளி, ஓக் மரத்தின் மீது விழுவது போலக் காதலானது என் உள்ளத்தை உலுக்குகிறது" என்ற கருத்தமைந்த பாடலொன்றை ஒட்டி அமைந்த ஔவைபாடிய (நற் 381) பாடலை ஒப்புநோக்கித் தம் கருத்தை உணர்த்துகையில், சாப்போவின் பாடல் ஓக் மரம் பட்ட பாட்டை ஔவையின் ஆற்றங்கரை மரமும் பட்டது. முன்னதில் சூறாவளிக் காற்றின் பாய்ச்சல்; பின்னதில் காட்டாற்று வெள்ளம்" என்று கருத்துரைப்பர். இலத்தீன் மொழிக் கவிஞரான சல்பிசியா என்பவர், காதல் நோயில் கட்டுண்டு கிடந்து தன் இளமையும் அழகும் வீணே கழிவதை வெள்ளிவீதியார் பாடிய (குறுந்27) பாடலான, 'கன்றும் உண்ணாது கலத்தினும் படாது', எனத்தொடங்கும் பாடலோடு ஒப்பிடுவர். சீனப்பெண்கவிஞர்களில் குறிப்பிட வேண்டியவர்களில் ஒருவர் லிகிங்சாவ் ஆவார். அவரது பாடல்கள் சில, சங்க அகத்துறையோடு ஒப்பிடுதற்குரியன. இணைவரை ஆய்வாக நோக்கியிருப்பதைக் குறிப்பிடவேண்டும். 'டியூகோ' என்று சீனமொழியில் வழங்கப்படும் அகத்துறைக் கண்ணிகள் தமிழின் அகத்துறையைப் பாடல்களோடு ஒத்துள்ளதாகச் சுட்டிக்காட்டுவர். "குக்கூ என்றது கோழி" எனத்தொடங்கும் குறுந்தொகைப் பாடல் (157) டியூகோவில் உள்ள பாடல் ஒன்றின் சாயல் ஒப்பிடத்தகுந்தது என்கிறார்.பான் சியூ என்ற சீனப் பெண்கவிஞர்(கி.மு முதல் நூற்) எழுதிய இலையுதிர் கால விசிறி என்னும் கவிதையை அள்ளூர் நன்முல்லையார் பாடிய குறுந்தொகை (202) பாடலோடு பொருந்தி வருவதாக உரைப்பர். மற்றுமொரு பாடலை ஔவையார் பாடிய குறுந்தொகை (158) பாடலோடு ஒப்பிடுவர். அப்பாடல் பருவ மாற்றம் கண்டு காதலில் கட்டுண்ட தலைவி இயற்கையைப் பார்த்து இரக்கம் இல்லையா; வருத்துகிறாயே என்ற கருத்தை அடியொற்றியது.

சங்க காலப் புலவரான நக்கீரரையும், ஆங்கிலக் கவிஞரான கீட்ஸையும் பன்முக ஆய்வாக ஒப்பீடு செய்துள்ளார் இராம.குருநாதன். அந்நூல் **நெடுநல்வாடை, செயின்ட் ஆஃப் ஆக்னீஸ்** ஆகிய இரு நூல்களில் அமையும் ஒப்பீடு, இணைவரை, அழகியல், அடிக் கருத்தியல் முதலிய வகைகளில் இரு கவிஞர்களையும் ஒப்பிட்டு நோக்குகிறது. நெடுநல் வாடையின் தலைவி கோப்பெருந்தேவியையும், கீட்சில் வரும் மேடலினையும் ஒப்பிடுகிறது. கணவனுக்காகக்

காத்திருத்தல் என்பது இரு பாவியத்திலும் காணப்பெறும் அடிக்கருத்தாகும். தலைவியர் இருவரும் பள்ளியறையில் இருக்கும் காட்சியை அழகிய ஓவியமாகத் தீட்டியுள்ளனர். புனையா ஓவியம் போல, தேவி இருப்பதும், நீரணங்கு போல மேடலின் இருப்பதும் மிகுந்த ஒப்புமைக்குரியன.

ஆரந்தாங்கிய அலர்முலை ஆகத்துப்
பின்னமை நெடுவீழ் தாழத் துணைதுறந்து
நன்னுதல் உலறிய சின்மெல் லோதி
நெடுநீர் வார்குழை களைந்தெனக் குறுங்கண்
வாயுறை அழுத்திய வறிதுவீழ் காதின்
செவ்விரல் கொளீஇய செங்கேழ் விளக்கத்துப்
பூந்துகில் மரீஇய ஏந்துகோட் டல்குல்
அம்மா சூர்ந்த அவிர்நூற் கலிங்கமொடு
புனையா ஓவியம் கடுப்ப..

எனத் தலைவியின் புறத்தோற்றத்தை அழகிய கோட்டோவியமாகத் தீட்டிக் காட்டுகிறார் நக்கீரர். இதனை ஒத்த காட்சியைக் கீட்சு காட்டுகிறார். கதைத்தலைவி மேடலின் பள்ளியறையில் படுத்திருக்கும் காட்சி

அணிசெய் முடியின் ஆரம் கழற்றினள்
அணிவட மார்பின் வெம்மைச் சூட்டினை
அணிகலன் வாங்கிட அதனை நீத்தனள்
மேனியில் மணங்கமழ் மேலாடை தளர்த்தினள்
மெல்லாடை நழுவி மென்பாதம் தழுவிட
நெடுங்கடல் பாசியிடை நீரணங் கொத்தனள்

என கீட்ஸ் புனைந்துரைக்கும் போது கீரர் காட்டும் சூழ்நிலையை நினைவு படுத்தும்.

சங்கத் தமிழ் இலக்கியத்தை ஜப்பானிய இலக்கியத்தோடு ஒப்பிட்டுக் காணும் நோக்கில் இராம. குருநாதன் எழுதிய **சங்கப்பாட்டும் ஜப்பானியக் கவிதையும்** என்ற நூல் இவ்விரு மொழி இலக்கியங்கள் பற்றிய ஒப்பீட்டில் முன்னோடியானது. ஜப்பானில் கி.பி ஐந்து முதல் எட்டாம் நூற்றாண்டளவு வரை மன்யோசி தொகைநூல் தோன்றிய காலம். மன்யோசி இலக்கியத்தைச் சங்க இலக்கியப் பாடல்களோடு ஒப்புமைப்படுத்திக் காணுவதற்கு வாய்ப்புகள் மிகுதி. மன்யோசி என்ற சொல் பத்தாயிரம் இலைத் தொகுப்பு என்ற பொருளைத் தரும். மன்யோசி மொத்தம் இருபது

தொகுதிகளாக நூல் வடிவம் பெற்றுள்ளது. இராம. குருநாதனின் இந்த நூல் இருமொழி இலக்கியங்களுக்கிடையே இயற்கை, காதல், கையறு நிலை, பண்பாட்டுச் செய்திகள் ஆகியவற்றை இணைவரைக் கோட்பாட்டு அடிப்படையில் ஆராய்கிறது. சங்ககாலத்தில் ஆசிரியப்பா கோலோச்சியதைப் போல, மன்யோசி இலக்கிய காலத்தில் தாங்கா என்ற பா வடிவம் கோலோச்சியது. அகத்திணைப் பாடல்களில் உள்ளுறை, இறைச்சி போன்ற உத்தியைப் போல, ஜப்பானியக் காதல் பாடல்களில் தலையணைச் சொல் இடம் பெற்றுள்ளது என்கிறார்.

ஈழத்தமிழறிஞர் மனோன்மணி சண்முகதாசு ஜப்பானில் தங்கியிருந்து அந்த மொழியினைக் கற்றுச் சங்க இலக்கியத்திற்கும் மன்யோசி இலக்கியத்திற்கும் உள்ள ஒப்பீட்டினை முழுமையான ஆய்வாகச் செய்துள்ளார். மூலமொழி அறிந்து ஒப்பீட்டிற்குப் பயன்படுத்துவது சிறப்பானது. அந்த வகையில் மனோன்மணி சண்முகதாசு செயற்பட்டு இரு மொழி இலக்கிய உறவுகளை மிகச் சிறப்பாகச் செய்துள்ளார். மன்யோசு காதற்பாடல்கள், சங்க ஜப்பானிய இலக்கிய ஒப்புமை ஆகிய இருநூல்களும் ஒப்பிலக்கியத்திற்கு அரியதோர் பங்கினை ஆற்றியுள்ளன.

ஒரு குறுந்தொகைப் பாடலை அவர் எவ்வாறு மன்யோசி காதல் பாடலோடு ஒப்பிடுகிறார் என்பதை அறிய ஒரு சான்று.

அம்ம வாழி தோழி காதலர்
நூலறு முத்தின் தண்சிதர் உறைப்பத்
தாளித் தண்பதம் நாளா மேயும்
பனிபடு நாளில் பிரிந்தனர்
பிரிதும் நாளும் பலவா குவவே

என்ற பாடலை ஜப்பானியக் கவிதையான

மணி ஆரமாய்
என மலைமீதிலே
தவழும் புகார்
தவழ்வதும் தங்கலும்
நீ விரும்பும் வண்ணமே

இங்கு புகார் என்பது மேகத்தைக்குறிக்கும். கருமையான மலை யிலே வெண்ணிறமான மேகங்கள் சூழ்ந்துள்ள ஒரு மாலைக்காட்சி

காட்டப்படுகிறது. மலையைச் சுற்றிப் படிந்திருக்கும் அக்காட்சி ஒரு மணி ஆரத்தைப் போல உள்ளது. அது நூலிலே கோத்த மணி ஆரமாக மலைமகளின் கழுத்துக்கு அழகு சேர்ப்பதுபோல இருக்கிறது என்பது பாடற்பொருளாகும். தலைவி ஒருத்தியின் பார்வையில் இக்காட்சி நோக்கப்படுகிறது. மேகத்தைக் கண்டு மாலைக்கால வரவினைத் தலைவி உணர்கிறாள். தன்னைப் பிரிந்த தலைவன் வரும் காலம் அது. வாசலில் வந்து பார்க்கிறாள். அவள் கண்ணுக்கு இம்மலைக் காட்சியே தெரிகிறது. அவன் வரக்காணோம். வேனிற் காலத்தையும், தலைவியின் பிரிவையும் ஒன்றாகப் பதிவு செய்திருக்கும் இப்பாடலில், மேகம் கருமலையில் படர்ந்து பொலிவு தருவது போல, தலைவன் தன்னை வந்து தழுவ வேண்டும் என நினைக்கிறாள். அந்த மேகம் மலையில் தவழ்ந்தாலும், தங்கினாலும் அது மலைக்கு அழகு தரும். அதுபோல் அவளும் அவன் மீது படர்ந்தாலும் அவனுடன் கலந்தாலும் இன்பந்தான். அவள் விரும்புவது இதுவே. நீ திரும்பி வந்துவிட்டால் போதும், அதன் பின்னர் நீ விரும்பிய வண்ணம் உன்னை மகிழ்விப்பேன். எனக்கென்று நீ செய்ய வேண்டியது! மலையில் சில நேரம் தவழ்ந்திருக்க ஆசைப்படுகிறது மேகம் என்று எண்ணிய அவள், தானும் அப்படியே என்ற மனப்பதிவினை வெளியிடுகிறாள். அவளை ஒருமுறையாவது தலைவன் வந்து தழுவிக் கொள்ளவேண்டும் என்பது அவளது எதிர்பார்ப்பு. ஒருமுறையாவது தன்னைத் தழுவிச் செல்லமாட்டானா என்ற ஏக்கம். என் மலைமீது தவழும் புகார் என்ற தொடர், இரு பொருள் தந்து நிற்பதை அறியலாம். ஒன்று அவள் வாழும் ஊரிலுள்ள மலை என்பது. இன்னொன்று, அவளுடைய கணவனைக் குறித்து நிற்கிறது. தனக்கே உரிய மலை என்ற பொருள், அவனை அவள் என்ன செய்யமுடியும் என்றாலும், நீ விரும்பும் வண்ணமே என்று கூறியது, அவளது பணிவான பண்பைக் காட்டுகிறது. வெளியே தெரியும் மலைக் காட்சி போலத்தான் அவளது வாழ்வும் நிலையும். மலை விரும்பியபடிதானே புகார் படிகிறது. அதன் மீது தவழ்கிறது. மணி ஆரம் போல மலையைத் தழுவி நிற்கிறது. மணி ஆரம் என்ற சொல் தலையணைச் சொல்லாக வந்துள்ளது. அழகிய மணி ஆரம் போல மேகமானது (புகார்) மலையிலே படியும் காட்சியின் உள்ளுறைப்பொருளாக அவனும் அவளும் தழுவும் காட்சி அமைகிறது. பாடலின்பொருளாழம் புலப்படுவதாக அமைகிறது.

வெண்மேகம் அழகான மணியாரத்திற்கு உவமையாக்கப் பட்டுள்ளது. இயற்கைக் காட்சியையும், அவளது அக வுணர்வையும் இணைத்துக் காட்டும் சொற்றொடராக அமைந்திருப்பதால் தலையணைச் சொல் என வழங்கப்படுகிறது. இவ்வாறு விரிவான விளக்கத்தைத் தந்து ஒப்புமைப்படுத்தி இருப்பது போற்றத்தக்கது.

பி.எஸ். ஹபீப் முகமது என்பவர் சீனஜப்பானியக் கவிதைகளைத் தமிழ்க் கவிதையோடு ஒப்புமைப்படுத்தியுள்ளார் என்ற தகவலும் நினைத்தற்குரியது.

ஒப்பீடு என்பது அறிவியல் கலை. அது பரவலான துறைகளோடு உறவுடையது. சங்க இலக்கியத்தை உளவியல் நுட்பத்தோடு ஒப்பிட முடியும். அந்த வகையில் பிற துறைகளோடு ஒப்பிட வாய்ப்பு உண்டு என்பதை து. சிவராஜ் எழுதிய **சங்க இலக்கியத்தில் உளவியல்**, கவிதா ரூபலெட் சாருலதா எழுதிய **கபிலர் பாடல்களில் அவலம்** ஆகிய இரு நூல்களும் உளவியல் நுட்பத்தைத் தொடர்புபடுத்திய ஒப்பீட்டாய்வாகும். சங்க இலக்கியப் பாடல்களை உளவியல் நுட்பத்தின் வரையறைகளோடு ஆய்ந்துள்ள இவ்விரு நூல்களும் ஒருவகையில் முன்னோடியான ஆய்வுகள் எனலாம். இலக்கியத்தை உளநுட்வியல் அணுகுமுறையோடு காணும் சிவராஜ் தம் நூலில், தற்காப்பு இயங்குமுறை (Mental Mechanism) என்ற உளவியல் சார்ந்த கூறுகளுக்கு ஏற்ற சான்றுகளைச் சங்க இலக்கியத்தினின்றும் பல வகைகளில் விளக்குகிறார். சங்க கால மாந்தரின் உணர்ச்சிகளை இருபது வகைகளில் உளவியல் நுட்பத்தோடு சான்றுகளுடன் விரிவுபடுத்திக் கூறியுள்ளார்.

பிற அறிவுத்துறைகளின் அடிப்படையில் இலக்கியத்தை அணுகிக்கற்றல் அறிவுலகத் தேவையாகவும், இலக்கியக் கல்வியின் பொருண்மையை ஆழப்படுத்துவதாகவும் உள்ளது.

அவ்வாறு அணுகிக் கற்கும் ஆர்வத்தின் அடிப்படையில் உளவியல் துறையின் ஒரு கொள்கையையும் சங்க இலக்கியத்தையும் இணைத்துக் காணலாம் என்ற அவரது கருத்து ஏற்புடையது. இந்நூலில் உளப்போராட்டம், ஒடுக்கம், பகற்கனவு, ஈடு செய்தல், தன்முகத் திருப்பம், இடம்பெயர்தல் முதலான உளநுட்பச் செய்திகளைச் சங்க இலக்கியத்தோடு பொருத்திப் பார்க்கும் முயற்சி சிறப்புடையது.

லதா ரூபலெட் சாருலதா தம் ஆய்வான **கபிலர் பாடல்களில் அவலம்** என்ற ஆய்வில் உளவியல் நுட்பத்தோடு ஆய்ந்துள்ளார்.

உளவியல் நோக்கில் பாரி, பறம்பு, பாரிமகளிர் ஆகிய நிலைகளில் கபிலரின் மன உணர்ச்சி எவ்வகையில் அமைந்திருந்தது என்பதை விரிவாக ஆராய்கிறார். இது அவரது இளம் ஆய்வியல் பட்டத்திற்காக அளிக்கப்பட்ட ஆய்வேடாகும். உளவியல் பார்வையில் பிராய்டு, யுங், ஆட்லர் முதலான மேலை நாட்டு உளவியல் சிந்தனையாளர்களின் கருத்தியல் வழித் தமிழில் ஒப்பீட்டு ஆய்வுகள் தொடர்ந்தன; தொடர்கின்றன.

சங்க இலக்கியத்தைப் பிறதுறைகளோடு ஒப்பிட்டு ஆயும் போக்கு வளர்ச்சியடைந்தது. மானிடவியல், தொன்மவியல், இனவரைவியல் முதலான போக்குகளிலும், தலித்பார்வையிலும், பெண்ணியப் பார்வையிலுமாக ஒப்பிட்டாய்வது அத்துறையின் வளர்ச்சியைக் குறிக்கும். அமைப்பியல், பின் அமைப்பியல், திணைக்கோட்பாடு முதலிய நிலைகளில் மேலும் ஆய்வுகள் செய்யப்பட்டன. செய்யப்பட்டும் வருகின்றன.

சங்க இலக்கியம் பற்றிய உலகத் தமிழாராய்ச்சி நிறுவனம் ஒரு நூலினை வெளிக்கொணர்ந்தது. அதில் கவிதையியல் நோக்கு, சிந்தனைப் பின்புல மதிப்பீடு, அழகியல் கோட்பாடு, சொரோக்கின் சமூகவியல் கோட்பாடு, அகப் பொருளும் சிருங்காரரசமும், சங்க கிரேக்க வீரயுகப் பாடல்களில் வஞ்சினம் முதலிய கட்டுரைகள் ஒப்பியல் நோக்கில் அமைந்தவை.

ஒரு நூலைப் பன்முக ஆய்வுக்கு எடுத்துக்கொள்வதும் ஒப்பியல் துறை சார்ந்ததே என்பதைத் தமிழில் எழுந்த சில நூல்கள் வழி அறியலாம். அந்த வகையில், **புதுப்பார்வையில் புறநூனூறு** என்னும் ப.மருதநாயகம் எழுதிய நூல் குறிப்பிடத்தக்கது. திறனாய்வு நோக்கில் எழுதப்பட்டிருந்தாலும் அதில் கூறப்படும் செய்திகள் ஒப்பிலக்கியச் சார்புடையவை. சிகாகோ குழுத் திறனாய்வு, தொன்மம், பெண்ணியம், இடைப் பனுவலியம், நடையியல், புதுவரலாற்றியம் முதலிய கட்டுரைகள் திறனாய்வு நோக்கோடும், ஒப்பீட்டு நோக்கோடும் எழுதப் பட்டுள்ளன.

மருதநாயகம் எழுதிய **கிழக்கும் மேற்கும்** என்ற நூலில் ஒப்பியல் கட்டுரைகள் சிலவற்றைக் காணமுடிகிறது. அதில் அமைந்துள்ள கட்டுரைகள் அவரது ஆங்கில நூலிலும் இடம் பெற்றுள்ளன. தொல்காப்பியமும் மேலைநாட்டுக் கவிதையியலும், தமிழ்,

மலையாள இலக்கியங்களில் இரங்கற்பாக்கள், இருபெரும் நாட்குறிப்பாளர்கள், பாரதியாரும் ஆங்கில உரைநடையாசிரியர்களும், திரு.வி.க கருத்தியலில் இயற்கை, ஜேம்ஸ் ஜாய்சும் புதுமைப்பித்தனும் ஆகிய கட்டுரைகள் குறிப்பிடத்தக்கன.

மேலைநாட்டாரின் கவிதைக் கோட்பாட்டைத் தொல்காப்பியத்தோடு ஒப்பிடும் கட்டுரையில், தொல்காப்பியப் பொருளதிகாரச் செய்திகளை அறிமுகமாக உணர்த்தி அது மேலைநாட்டுக் கவிதை நெறியோடு ஒத்துள்ளதை விவரிக்கின்றார். இரங்கற்பா பற்றிய ஒப்பீட்டில் புறப்பாட்டில் அமைந்துள்ள கையறு நிலைப்பாடல்கள் சிலவற்றின்மேற்கோளாகச் சுட்டிக்காட்டிவிட்டு மலையாளத்தில் இரங்கற்பா இருபதாம் நூற்றாண்டில்தான் உருப்பெற்றதுஎன்றும், ஆங்கில இலக்கியத்தின் தாக்கம் காரணமாக மலையாளத்தில் இரங்கற்பா தோற்றம் பெற்றது என்றும் கருத்துரைக்கிறார். மலையாளத்தில் கையறு நிலைப்பாடல் விலாபம் என்று அழைக்கப் பெறும். சில முக்கியமான இரங்கற்பாக்களான வி.சிபாலகிருஷ்ண பணிக்கர், குமாரன் ஆசான், நாலப்பாடு நாராயண மேனன் ஆகியோர் எழுதிய இரங்கற்பாக்களின் கருத்துகளைத் தொகுத்துரைக்கிறார். இருபெரும் நாட்குறிப்பாளர்களாக விளங்கிய ஆனந்தரங்கம் பிள்ளை, சாமுவேல் பீப்ஸ் ஆகிய இருவரின் நாட்குறிப்புச் செய்திகள் வரலாற்று நிகழ்வுகளை எடுத்துரைப்பன. இரண்டு நாட்குறிப்புகளுமே தனிவாழ்க்கை, பொது நிகழ்ச்சிகள் ஆகிய இரண்டையும் உண்மை வழுவாமல் உள்ளதை உள்ளவாறு தரும் விலைமதிக்க இயலாத பெட்டகங்கள். இலக்கியப் படைப்புகளாக ஏற்கப்பட வேண்டியவை என்று கருதியுள்ளார்.

பாரதியாரும் உரை நடையாசிரியர்களும் என்ற கட்டுரை பாரதியாருக்குத் தாக்கத்தை ஏற்படுத்திய அடிசன், ஸ்டீல் ஆகியோரின் கட்டுரைகள் வழிகாட்டிகளாய் அமைந்திருக்கவேண்டும் என்று இந்நூலாசிரியர் கருதுகிறார். எமர்சன், தோரு ஆகியோர் கருத்துகளை பாரதியார் பொன்னே போல் போற்றியவர் என்கிறார். ஆங்கில உரைநடையின் வல்லுநராக விளங்கிய கார்லைல், ரஸ்கின் போன்றோரின் நூல்களை பாரதி படித்திருக்கவேண்டும் என்றும், இந்தியப் படைப்பாளர்களில் தாகூர், அரவிந்தர், விவேகானந்தர் முதலியோரின் கட்டுரைகளும் சொற்பொழிவுகளும் பாரதியாரை மிகவும் கவர்ந்திருக்க வேண்டும் என்று கருத்துரைப்பர். திரு.வி.க

கருத்தியலில் இயற்கை என்னும் கட்டுரையில் இயற்கையோடு இயைந்து வாழ்ந்த ஹென்ரி தோரோவோடு ஒப்பிடுகிறார்.

ஜேம்ஸ் ஜாய்சையும் புதுமைப்பித்தனையும் ஒப்பிடும் கட்டுரையில் இருவரும் மானிட வாழ்க்கையின் பல்வேறு பரிமாணங்களைச் சிறுகதையாக்கியிருப்பதை விதந்தோதுவர். டப்ளின் நகர மக்களின் வாழ்க்கையைச் சித்தரிக்கும் ஜாய்சைப் போல, புதுமைப்பித்தன் திருநெல்வேலி, சென்னை வாழ்க்கைகளைத் தம்படைப்பில் எடுத்துக் காட்டியவர்; இருவரும் கலையை வாழ்க்கைக்காகஉருவாக்கிக் கொண்டவர்கள்; கலையை விலை பேசாதவர்கள்; மக்களின் அகவாழ்கையையும், புற வாழ்க்கையையும் படம் பிடித்துக் காட்டிய வர்கள்; மனித வாழ்வின் உயர்வைக் காட்டிலும் அதன் அவலத்தைக் காட்டுவதில் பெரிதும் ஈடுபாடு காட்டியவர்கள்; அவர்கள் கைவண்ணத்தால் புராணங்களும், பழங்கதைகளும், தொன்மங்களும் புதுப்பொருளும் புதுப்பொலிவும் பெற்றன. இருவரும் வாழ்க்கையை மலர் மஞ்சமாகக் காணவில்லை; முட்படுக்கையாகவே கண்டார்கள் என்று இருவரின் கலைப் படைப்புகளிலிருந்து எடுத்துக்காட்டுகள் மூலம் நூலாசிரியர் ஒப்பிட்டுரைப்பர். தெ.பொ.மீயின் ஒப்பிலக்கிய ஆய்வு பற்றிய கட்டுரையில், ஒப்பிலக்கியவாதிகளுக்கு அவர் முன்னோடியாக இருந்த இயல்பினைப் புலப்படுத்துவர். தமிழின் மேன்மையை மேனாட்டார்க்கு எடுத்துரைத்த அவர். மேனாட்டு இலக்கிய மரபுகளையும், திறனாய்வுகளையும் தமிழில் தந்தவர் என்று அவரது நூல்கள் வழி ஆராய்ந்துரைப்பர்.

இவ்வாறு சங்க இலக்கிய ஆய்வுகள் பல கோணங்களில் புதிய புதிய ஆய்வுகள் வெளி வருவது ஒப்பியல் சிந்தனையைக் கொண்டு பரந்துபட்ட தளத்திற்குத் தமிழ் இலக்கியத்தை மேலும் வளர்த்தெடுக்க உதவும், உழுதசால் உழாது புதிய களத்தை நோக்கி நடையிடுவதாக இருப்பின் மொழி இலக்கிய வளர்ச்சிக்குத் துணை புரியும் அல்லவா !

அறநூல்கள் ஒப்பீடு

அறநூல்கள் ஒப்பீடு தமிழில் குறைவாகவே உள்ளது. ஆயின் திருக்குறள் தொடர்பான ஒப்பீட்டுப் பார்வை ஓரளவு வளர்ச்சி அடைந்துள்ளது. மேலைநாட்டு அறக்கருத்துகளுடன் திருக்குறள் **நீதி இலக்கியம்** என்ற நூல் குறிப்பிடத்தக்கது. அதன் ஆசிரியர் க.த. திருநாவுக்கரசு உலக இலக்கியங்களோடு திருக்குறள் கருத்துகளை

ஒப்பிட்டுரைத்துள்ளார். கு.மோகனராசு குறளை கன்பூசியக் கருத்துகளோடு ஒப்பிட்டு ஆராய்ந்திருப்பதும் சுட்டிக்காட்டத்தக்கது. திருக்குறள் கருத்துகளை ஒப்பீடு அடிப்படையில் தி. சிவசங்கரன், திருவள்ளுவரையும், பிரான்சிஸ் பேகனையும் ஒப்பிட்டுள்ளார். அவ்விருவரின் கருத்தாக்கங்களை வாழ்வியல் நெறி, பண்பாட்டு உணர்வு, அரசியல் எண்ணம், அறச்சிந்தனை, சமுதாய ஒழுக்கம் முதலியநோக்குகளில் ஆராய்ந்துள்ளார். திருவள்ளுவரை அறச்சிந்தனையாளராகவும், பேகனைப் பண்பாட்டு வாதியாகவும் ஒப்பியல் நெறிவழியே ஆராய்கிறார். தர்மா ரெட்டி, திருக்குறளை வேமன நீதி சதகத்தோடு ஒப்பிட்டுள்ளார்.

திருவள்ளுவரின் கருத்துகளை விவிலியத்தோடு ஆராய்ந்துள்ளார் அண்டனி அழகய்யா. இணைவரை அடிப்படையில் அமைந்துள்ளது அவரது ஆய்வு. சாங்க் ஆப் சாங்க் , ப்ராவர்ப் முதலிய விவிலியப் பகுதிகள் ஒப்புமைக்கண்ணோட்டம் நிறைந்தனவாய் உள்ளன. திருவள்ளுவரை மார்க்க அரேலியருடன் ஒப்பிட்டும், சாலமோனோடும் ஒப்பிட்டும் சிறுசிறு நூல்கள் வெளிவந்தன. கபீர்தாஸூடன் திருவள்ளுவரை ஒப்பிட்டுள்ளார் சே.இரவிந்திரகுமார்.

வடமொழியில் உள்ள அர்த்த சாத்திரம், மனு நீதி முதலியவற்றோடு திருக்குறளை ஒப்பிட்டு ஆய்வு நூல்கள் சில வெளிவந்தன. மதக் கருத்துக்களோடு குறிப்பாக, தம்மபதத்தோடு ஒப்பிட்டு ஒரு நூல் வெளியிடப்பட்டது. கே.ஆர் நஞ்சுண்டன் , திருமூலரையும், கோரக்நாத்தையும் ஒப்பிட்டுள்ளார்.

பக்தி இலக்கிய ஒப்பீடு

பத்திமை இலக்கிய ஒப்பீட்டு நூல்களும் குறைவே. ஆழ்வார்கள், ஆண்டாள், கபீர்போன்றோரின்கருத்தியல்கள் ஒப்பீட்டுமுறையில் நூல்களாக வெளிவந்துள்ளன.எம்.எஸ்.சாந்தா என்பவர் காரைக்காலம்மையாரை, தெலுங்குக் கவிஞரான அக்கம்மா தேவியோடு ஒப்பிட்டு ஆராய்ந்துள்ளார். என்.சுந்தரம் ஆண்டாளையும் மீராவையும் ஒப்பாய்ந்துள்ளார். ஆண்டாள் பாடல்களை, மீராவின் பத்திப்பாடல்களோடு மீனா என்பவர் ஒப்புநோக்கியுள்ளார்.பி.ஆர்.ஜெகந்தாதன் பெரியாழ்வார், சூர்தாஸ் ஆகிய இருவரையும் ஒப்பிட்டுள்ளார்.

பாரதி பற்றிய ஒப்பீடு

தமிழில் இருபதாம் நூற்றாண்டு இலக்கியம் ஒப்பீட்டில் பரவலான பார்வையைப் பெற்றுள்ளது. மேலை நாட்டு ஆய்வுகள் பெருகிவருவதும், அதன் அகல வாசிப்பும் விரிந்ததொரு கண்ணோட்டத்தில் வளர்ச்சிபெற்றுள்ளன. எனலாம். சங்க இலக்கியம், காப்பியம் இவற்றிற்கு அடுத்து ஒப்பீட்டு நூல்களில் பாரதியாரே மிகுதியாக இடம் பெற்றுள்ளார். இந்தியக் கவிஞர்களுடனும், மேலை நாட்டுக் கவிஞர்களுடனும் அவர் படைப்புகள் விரிந்த அளவில் ஒப்பிடப் பட்டுள்ளன. பாரதிதாசனைப் பற்றியும் சில ஒப்பீட்டு நூல்கள் வெளிவந்துள்ளன. ஒப்பீட்டு ஆய்வில் பாரதி கவிதைகள் முதன்மை வகிக்கின்றன.

பாரதி ஆய்வுகள் அறுபதுகளிலும், எழுபதுகளிலும் ஒப்புமை நோக்கில் இடம் பெறலாயின. குறிப்பாக, மேலைநாட்டுப் புனைவியல் கவிஞர்களோடு ஒப்புமைப்படுத்திச் செய்யப்பட்ட ஆய்வாக, கலாநிதி கைலாசபதியின் நூல் முன்னோடியானது. பாரதியின் கவிதைகளில் மேலை நாட்டுக்கவிஞர்கள் தாக்கம் இடம் பெற்றிருப்பதை அவர் எழுதிய The influence of Western poets on Bharathi என்ற நூலில் காணலாம். கீட்ஸ், ஷெல்லி, வால்ட்விட்மன், சேக்ஸ்பியர், பைரன், வேர்ட்ஸ்வொர்த், டென்னிசன் மற்றும் பிரெஞ்சு சிந்தனை வாதிகளுடன் பாரதி ஒப்பிடப்படுவதை அந்நூலில் காண முடிகிறது, ஆழகை ஆராதிப்பதில், கீட்ஸையும், புரட்சி, புதுமைகளில் ஷெல்லியையும், விடுதலை வேட்கை, பெண்மைப் புரட்சி, எளிய யாப்பு வடிவம் முதலியற்றில் வால்ட் விட்மனையும், பன்முக நோக்கில் சேக்ஸ்பியரையும், ஆதிக்க அரசியலை எதிர்த்த பைரனையும், இயற்கைப் புனைவில் வேர்ட்ஸ்வொர்த்தையும், இயற்கை, ஆன்ம இயைபில் டென்னிஸனையும், கொடுங்கோலுக்கு எதிரான பிரெஞ்சு புரட்சி, குழந்தைக் கல்வி பற்றிய சிந்தனையில் ரூசோவையும், பாரதியோடு ஒப்பிட்டிருப்பது பாராட்டத்தக்கது. ஒப்பீட்டு நோக்கில் பாரதி பற்றி ஆய்வு மேற்கொள்வோர்க்கு இந்நூல் ஒரு வழிகாட்டியாகும்.

ஆங்கிலப் பேராசிரியர்கள் ஒப்பிலக்கியம் தொடர்பாகச் செய்யும் பணி தனித்த பார்வைக்கு உரியதாகும். அந்த வகையில், வை. சச்சிதானந்தத்தின் முனைவர் பட்ட ஆய்வான விட்மன்

பாரதி பற்றிய ஒப்பீட்டாய்வு அவ்விரு கவிஞர்களின் சமயக் கோட்பாட்டுணர்வு அடிப்படையில் அமைந்ததாகும். இணைவரை முறையிலான இவ்வாய்வு வேதாந்த இறையியலை (**Vedic Mysticism**) மையமாக வைத்து எழுதப்பட்டதாகும். உலக உடன்பிறப்பியம் குறித்து இரு கவிஞர்களும் கொண்டிருந்த கருத்துகளை விரிவாக ஆராய்கிறது. நாடு பற்றிய நாட்டத்தில் இருவரும் உயர்கனவு கொண்டிருந்ததையும் விவரிக்கிறது. இவர் எழுதிய மற்றொரு நூலான **ஒப்பிலக்கியம் ஓர் அறிமுகம்** என்னும் நூல் விரிவும் விளக்கமும் கொண்ட நூல். ஒப்பிலக்கியத் துறையில் குறிப்பிட்டுச் சொல்லக் கூடிய இந்நூல் ஒப்பிலக்கிய அணுகுமுறையை விரிவாக அலசுகிறது.

ஆங்கிலப் பேராசிரியர்களில் சிலர் தமிழ் இலக்கியத்தையும்ஆங்கில இலக்கியத்தையும் ஒப்பிட்டு ஆய்வு மேற்கொண்டும், கட்டுரை எழுதியும் ஒப்பியல் இலக்கியத்தை வளர்த்துள்ளனர். இந்தவகையில் கா.செல்லப்பன், ப.மருதநாயகம், பாலா, து,திருஞானசம்பந்தம், வி.முருகன், சுப.இரவீந்திரநாதன், திருமாவளவன், பா,பரமேஸ்வரன், நாராயணசாமி (வான்முகில்), இரா. இராசகோபால், ராஜ்ஜா முதலியோர் இத்துறையில் குறிப்பிடத்தக்கவர்களாவர்.

பாரதி பற்றிய ஒப்பியல் ஆய்வில் கைலாசபதி எழுதிய **இருமகா கவிகள், பாரதியும் மேலைநாட்டுப் புலவர்களும்** ஆகிய இரு நூல்களும் குறிக்கத்தக்கன. தாகூரையும்,பாரதியையும் ஒப்பிடுகிறது இருமகாகவிகள் என்னும் நூல். பாரதியிடம் மேனாட்டுத் தாக்கம் இருந்துள்ளதை சச்சிதானந்தம், கைலாசபதி ஆகியோர் உணர்த்தியது போல, பாரதியின் தாக்கம், தமிழகக் கவிஞர்களிடம் இருந்திருப்பதை க.த திருநாவுக்கரசு தம் நூலான **தமிழ்க்கவிதையில் பாரதி தாக்கம்** என்ற நூலில் எந்தெந்த நூல்களில் பாரதியின் தாக்கம் ஊடுருவி இருப்பதை விரிவாகத் தெரிவித்துள்ளார். பாரதி கவிதைகளில் நோக்கும் போக்கும், தேசியம், சமுதாயப் பார்வை, சிந்துக்குத் தந்தை, புதிய முயற்சி, பாட்டிலே புரட்சி, புதுக்கவிதைக்கு வழிகாட்டி, குறுங்காப்பியங்களும் உருவகக் கதைப் பாடலும், குழந்தைப் பாடல்கள், சுயசரிதையும் மொழிபெயர்ப்பும் ஆகிய இயல்களில் பாரதியின் தாக்கமும் செல்வாக்கும் தமிழ்க்கவிதைகளில் படிந்துள்ள விதங்களை ஆராய்கின்றார். பாரதி எவ்வெவ்வகைகளில் புதிய திசைகளைத் தமிழ் இலக்கிய உலகிற்கு அறிமுகப்படுத்தியுள்ளார்

என்பதையும் இந்நூலில் பதிவு செய்துள்ளார்.

"பாரதி என்ற பேராற்றில் இருந்து பல கிளையாறுகள் பிரிந்துள்ளன. பேராற்றில் கட்டுக்கடங்காமல் விரைந்து ஓடும் காட்டாறுகளாகப் பெருவாழ்வு பெற்றுள்ளன. மற்றும் சிலதெளிந்த நீரோடைகளாக நெளிந்தும், சுழித்தும் நடந்தாய் வாழிகாவேரி எனச் சொல்லத் தக்கவகையில், பைய நடந்து கொண்டே உள்ளன. ஆயினும், எல்லாவற்றிற்கும் வற்றாது வளம் தலையூற்றாய் இருந்து வருவது பாரதியின் படைப்புகளே ஆகும்" (பக். 403)

எனமுடிவு சொல்லியிருப்பது பாரதியிடம் தமிழ்க்கவிஞர்கள் கொண்டிருந்த ஈடுபாட்டையும், மதிப்பையும் காட்டும்.

பாரதியை, ஷெல்லி, கீட்ஸ், வேர்ட்ஸ்வொர்த், பைரன், மில்டன், இராபர்ட் பிராஸ்ட், முதலிய மேனாட்டுக் கவிஞர்களோடும், இந்தியக் கவிஞர்களில் கபீர், அரவிந்தர், வள்ளத்தோல், குமாரனாசான், குரஜாட அப்பாராவு முதலிய கவிஞர்களோடும் தனித்தனியே ஆராய்ந்துள்ளனர்.

பாரதியும் ஷெல்லியும் என்ற தொ.மு.சி ரகுநாதனின் நூல் அறுபதுகளின் மத்தியில் வெளிவந்த நூல். இருகவிஞர்களின் தொடக்க காலக்கல்வி நிலை, இளமை வாழ்க்கை, ஏகாத்திபத்தியஎதிர்ப்பை வெளிப்படுத்தியிருக்கும் விதம், பெண்களின் விடுதலைக்கும் முன்னேற்றத்திற் குரியதுமான புரட்சி முதலான பொருண்மைகளில் அவரது ஆய்வு நூல் குறிப்பிடத்தக்கது. து.ஞானசம்பந்தம் தன் முனைவர்பட்ட ஆய்வேடாக ஆங்கிலத்தில் எழுதிய Shelley and Bharathi : Comparitive Study of their Poetic Creeds என்ற நூல் குறிப்பிடத்தக்கது. இவ்விரு கவிஞர்களின் சமூகச் சீர்திருத்தம், புரட்சி, மதம், நாடு. காதல், உருவகம் ஆகியவற்றை விரிவாக ஆராய்ந்துள்ளார்.

இயக்க வழியிலான பாரதி ஒப்பீட்டைச்சிலர் நிகழ்த்தியுள்ளனர். ஜி.ஜான் சாமுவேல், பா. ஆனந்தகுமார் முதலியோர் இவ்வகை ஆய்வினை நூலாக வெளியிட்டுள்ளனர். Aspects of Romanticism with special Reference to Shelley and Bharati என்ற சாமுவேலின் நூலில் ஷெல்லியை பாரதியோடு ஒப்பிடுகிறார். புனைவியலைமையப்படுத்திய அந்த நூல், தமிழில் ஷெல்லியும் பாரதியும் ஒரு புதிய பார்வை என்று தமிழ்வடிவம் பெற்றுள்ளது. வீறுணர்ச்சிபற்றிய வரலாற்றாய்வு, தனிமனித வாதம், வீறுணர்ச்சிக் கற்பனை, இலக்கியக் கோட்பாடுகள்

ஆகிய வகைகளிலும், இலட்சியக் குழந்தை, இயற்கையும் கவிதையும், இலட்சியக்காதல் ஆகிய பொருண்மைகளிலும் அந்நூல் ஒப்பீட்டுப் பார்வையைத் தந்துள்ளது. அவ்விருவரும் வீறுணர்ச்சி இயக்கத்தின் முற்போக்கு அணியைச் சார்ந்தவர்கள் என்பதை முடிவாகக் கூறுகிறார்.

பாரதியார் குமாரனாசான் அப்பாராவு கவிதைகளில் புனைவியல் என்ற தலைப்பில் பா. ஆனந்தகுமார் எழுதிய ஆய்வு நூலில் புனைவியல் கூறுகள் மேலை நாட்டிலும், இந்திய அளவிலும் அமைந்துள்ள பாங்கினை எடுத்துரைக்கிறார். அதன் அடிப்படையில் இம்மூவரையும் ஒப்பிட்டுரைக்கிறார்.

மேலைநாட்டுப் புனைவியல் இந்திய மண்ணுக்குரிய வகையில் இம்மூன்று கவிஞர்களால் உள்வாங்கப்பட்டிருப்பதை ஆழமாக உணர்த்துகிறார் ஆசிரியர். மூவரிலும் காணத்தக்க ஒற்றுமை வேற்றுமைகளை ஆங்காங்கே சுட்டிக்காட்டி அவர்கள் தேசிய வாதத்தின் இணைகோடுகளில் இணைந்து செயற்பட்டிருப்பதனை விளக்குகிறார். மனிதமைய வாதம், புனைவியல் உணர்வு நலன் முதலியவற்றை ஒப்பியல் நோக்கில் ஆராய்ந்திருப்பது, ஆய்வுப்பாதைகளுக்கான புதிய திசையைக் காட்டும். இவரது மற்றொரு நூலான **இந்திய ஒப்பிலக்கியம்** என்ற நூல், தமிழ், மலையாளம், தெலுங்கு இலக்கியங்களில் காணப்பெறும் இந்திய இலக்கியத்திற்கான கூறுகள் எவை என்பதை அடிப்படையாகக் கொண்டு நிகழ்த்தப்பட்ட ஆய்வு நூலாகும். இதில் தமிழ் பிரபந்தங்களைமலையாள ஆட்டக் கதைகளும், சிற்பியும் ஓ.என். வி குறுப்பும், சித்தர்களும் வேமனரும், பாரதிதாசனும் ஜாசுவாவும், பாரதியும் கேசவசுரும் முதலிய கட்டுரைகள் அம்மூன்று மொழிகளிலும் இடம்பெற்ற கவிஞர்களைப் பற்றிய பொதுநிலை ஆய்வை இந்திய இலக்கிய உணர்வை மையப்படுத்திய நூலாக விளங்குகிறது.

பாரதியையும் அரவிந்தரையும் ஒப்பியல் நோக்கில் ஆய்ந்துள்ள ச.சுப்புரத்தினம் இந்திய இலக்கியத் தன்மையில் இணையும் மற்றோர் ஆய்வு நூல், சமுதாயச் சிந்தனை, இறைமைக் கொள்கை, ஆன்மிகச் சிந்தனை, குறியீட்டியல் ஆகிய இயல்களில் அவ்விருவரையும் ஒப்பிடுகிறது. விடுதலை இயக்கத்திற்காகத் தீவிரவாதப்பிரிவில் இருவரும் செயற்பட்டது, வந்தே மாதரம் என்ற முழக்கம்

இருவரிடமும் எழுச்சிக்குரலாக முழங்கியது, கீதை பற்றிய சிந்தனையில் இருவரிடம் காணப்பட்ட ஒருமித்த உணர்வு, இதழியல் துறை வழியே விடுதலை உணர்வை ஊட்டியது, சமுதாயச் சிந்தனையிலும், கல்வி குறித்த பார்வையிலும் ஒருமித்த சிந்தனை, பாரதத்தைச் சக்தியாகக் கண்டமை, மதம், வழிபாடு இவற்றில் கொண்டிருந்த ஒற்றுமை வேற்றுமை, வேதாந்த கருத்துகளில் இருவரிடமும் இருந்த ஒற்றுமை, மனிதப்பிறவியே ஆன்மத் தேட்டத்திற்கு ஏற்றது என்ற கருத்தில் காணப்பெறும் ஒற்றுமை, தீயைக் குறியீடாகக் கண்டதில் இருவருக்கும் உள்ள ஒருமை எண்ணம் முதலான கருத்துகள் அந்நூலில் இடம்பெற்றுள்ளன.

மகாகவிகள் பாரதியும் இக்பாலும் என்ற நூலில் எம்.பி.மணிவேல் என்பவர் பதினான்கு தலைப்புகளில் இவ்விரு கவிஞரையும் ஒப்பிடுகிறார். அவற்றில் நாட்டு வணக்கம், அந்நிய மோகமும் அடிமைச் சிறுமதியும், பாட்டாளிகளுக்குப் புகழாரம் சூட்டிய பாவலர்கள், சாதி, மத, இன பிராந்திய வெறியைச்சாடல்., காதல் முதலிய பகுதிகளில் ஒப்பீட்டினை நிகழ்த்தியுள்ளார். ”பாரதியும் இக்பாலும் ஆன்மிகக் கோட்பாடுகளிலிருந்து முழுவதும் விடுபடாமலிருந்தாலும், தங்கள் காலத்தில் நிலவிய யதார்த்த நிலையையும், மக்களின் மனஉணர்வையும், அவர்களின் செயல் திறனையும் இருந்த சிந்தனை வளத்தையும் அறிவதில் மற்றவர்களைவிட முன்வரிசையில் நின்றார்கள்’ இதனால் தாங்கள் அறிந்த வேதங்களிலிலிருந்தும் இதிகாசங்களிலிலிருந்தும் பைபிள், பகவத் கீதை, குரான் ஆகியவைகளிலிலிருந்தும் கிடைத்த நீதிகளை, நியாயங்களை, கோட்பாடுகளை, உண்மைகளைத் திரட்டி மக்களைப் புதிய திசையில் வழி நடத்தினார்கள். மக்களிடமிருந்தே கற்றுக் கொண்டார்கள், மக்களுக்குக் கற்றுக் கொடுத்தார்கள் என்ற கருத்தை முன் நிறுத்துகிறார் நூலாசிரியர். இருவருமே உருசியப் புரட்சியை ஜார் மன்னனின் கொடுங்கோலாட்சியைப் பாடியுள்ளனர்; பொதுவுடைமைக் கருத்தை இருபெருங் கவிகளும் தம் கவிதைகளில் பதிவு செய்துள்ளனர்; மாயா வாதத்தை எதிர்த்துக் குரல் கொடுத்துள்ளனர்; பெண்மைக்கு உயர்வுகொடுத்துள்ளனர்; தேசத்தின் விடுதலை என்பது திக்கற்ற அபலைகளின் விடுதலை என்று கூறினர்; இருபெருங் கவிஞர்களும் காதலைத் தெய்விக நிலைக்கு உயர்த்தியுள்ளனர்; உண்மையே தெய்வம் என்ற கருத்துடையவர்கள்

முதலிய கோணங்களில் இரு கவிஞர்களிடையே நிலவியிருக்கும் ஒப்புமைகளை விரிவாக அந்நூலில் குறிப்பிட்டுள்ளார்.

கி.நடராசன் என்பவர் எழுதிய **ஒப்பாய்வில் பாரதி** என்ற நூல் குறிப்பிடத்தக்க நூலாகும், இணைவரைக் கோட்பாட்டு அடிப்படையில் பாரதியை மில்டன், சேக்ஸ்பியர், கீட்ஸ், ஷெல்லி, பைரன் ஆகிய ஐந்து கவிஞர்களோடு ஒப்புமைப் படுத்தி யுள்ளார். பாரதியிடம் மேலை நாட்டுக் கவிஞர்களின் தாக்கம் இருந்துள்ளதையும் ஆங்காங்கே சுட்டிக் காட்டியுள்ளார். பாஞ்சாலி சபதம் மில்டனின் சுவர்க்க நீக்கத்தோடு சில சூழலில் ஒப்புமையாக உள்ளது என்கிறார். காலைப்பொழுதில் என்ற தலைப்பில் அமைந்த பாரதியின் பாடல் மில்டனின் மகிழ்ச்சியான மனிதன் என்ற பாடலோடு தொடர்புடையது; பாரதியின் மணப்பெண் என்ற பாடலில் ஒன்றையே எண்ணி ஊசலாடும் மனநிலையை பாரதி விவரிப்பது, மில்டனின் இரு வேறு மன நிலையை விளக்கும் ; பாஞ்சாலி சபதத்தில் பாஞ்சாலி உரைத்த சபதத்தினால், பூமி அதிர்ச்சி உண்டாயிற்று என்றும், விண்ணைப் பூழிப்படுத்தியது சுழற்காற்று என்றும், ஓம் என்று சொல்லிற்று வானம் என்றும், காற்று மண்டலமும், தேவருலகமும் பூமியும் பாஞ்சாலியின் சபதத்தை ஆமோதித்ததாகப் பாடியுள்ளமை, சுவர்க்க நீக்கத்தில் வரும் அறிவுக்கனியை உண்ட ஏவாளின் செய்கையால் பூமி காயப்பட்டுப் போனது. இயற்கை நெட்டுயிர்த்தது; துக்கமும் துயரமும் அண்ட சராசரங்களில் வெளிப்பட்டன. எல்லாம் போ யிற்று என்று கூறும் மில்டனின் சுவர்க்க நீக்க வரிகளோடு ஒப்பு நோக்கலாம். பாரதி படைத்துள்ள கள்ளமனச் சகுனியின் பாத்திரம், மில்டனின் படைத்துக் காட்டும் தீமையின் மொத்த உருவமான சாத்தனின் பாத்திரத்தோடு ஒப்பு நோக்கியும் வேறுபடுத்தியும் பார்க்கவேண்டிய கதா பாத்திரமாகும். துரியோதனனுக்குப் பொறாமைக் குணமும், தான் என்ற அகந்தையும் மில்டனின் சாத்தனிடமும் இருக்கிறது. நல்லோரை ஆசை வார்த்தை காட்டி மயக்குவதும் , வஞ்சனையாகச் சதித்திட்டம் தீட்டி மற்றோரைத் தன் வலையில் வீழச் செய்வதும், தான் நினைத்த வண்ணம் தன் எதிரியைச் சாமர்த்தியமாகப் பேசிச் செயல்படத்தூண்டும் திறமையும் சாத்தனுக்கு இருக்கிறது. சகுனிக்கும் இருக்கிறது. இருவரது கதாபாத்திரமும் வில்லன் கதாபாத்திரங்களாகும்.

பாரதியையும் சேக்ஸ்பியரையும் ஒப்பிடுகிறபோது, சேக்ஸ்பியரின் இளவேனில் காலத்து இரவுக் கனவுகள் என்ற நாடகம் பாரதியின் குயில் பாட்டின் பல நிகழ்வுகள் அந்நாடகத்தின் தாக்கமாக இருந்திருக்கலாம்; சேக்ஸ்பியர் எழுதிய சானட் கவிதைகளில் இடம் பெற்றுள்ள காதல் பாடல்கள் பாரதியின் சில பாடல்களோடு பொருந்துகின்றன.

அத்தகைய பாடல்களில் வாழ்க்கைத் தத்துவத்தையும் சீரிய சிந்தனையையும் ஒரு சேரக் குழைத்துத் தருகின்றனர்; பாஞ்சாலி சபதத்தில் பாஞ்சாலி பட்ட இன்னலை. சேக்ஸ்பியர் எழுதிய கற்பிழந்த லூக்ரீயஸ் என்ற கவிதையில் வரும் லூக்ரீயஸின் நிலையோடு சில சூழலில் பொருத்திக் காட்டலாம். ஒத்தெல்லோ நாடகத்தில் வரும் இயோகோ பாஞ்சாலி சபதத்தில் வரும் துரியோதனனின் பாத்திரத் தோடும் சகுனியின் பண்புகளோடும் ஒப்பிடுமாறு உள்ளது; நீ விரும்பிய வண்ணமே என்ற நாடகத்தில் வரும் டியூக் பிரடெரிக்கைத் துரியோதனின் பொறாமைக் குணத்தோடு ஒப்பிடத்தோன்றுகிறது; லியர் அரசன் என்ற நாடகத்தில் இடம்பெறும் கெண்ட் நல்ல பண்பு கொண்ட பாத்திரம், இவனை பாஞ்சாலி சபதத்தில் வரும் விதுரனோடு ஒப்பிடலாம்: ரோமியோ ஜூலியட் நாடகத்தின் ஒரு பகுதி குயில் பாட்டின் புனைவியல் பாங்கோடு பொருந்திப் போகிறது; பன்னிரண்டாம் இரவு நாடகத்தில் வரும் பெஸ்டே என்ற விதூஷகன் பாரதி கூறும் கண்ணன் என் சேவகன் என்ற கவிதையோடு சில சூழல்களில் ஒப்பிட்டு உணரலாம்; நான்காம் ஹென்ரி நாடகத்தில் வரும் பால்ஸ்டாப்பை, கண்ணன் என் சேவகன் என்ற கவிதையோடு ஒப்பிடலாம்.

அழகை ஆராதித்த கீட்ஸ் புனைவியல் கவிஞர்களிடையே தனித்துவம்மிக்கவர். பாரதியைப் போலக் குறைந்த காலமே வாழ்ந்தாலும் ஆங்கில இலக்கிய உலகில் சேக்ஸ்பியரோடும், மில்டனோடும் இணையாகப் பேசப்பட்ட சிறப்புக்குரியவர். பாரதியை, கீட்ஸூவுடன் ஒப்புமைப்படுத்த சில பொதுமைக் கூறுகளை முன்வைக்கிறார் ஆசிரியர். இயற்கை எழிலைப் பாடுவதில் இருவரும் ஒன்றியிருப்பதைச் சுட்டுகிறார். கீட்ஸின் எண்டிமியான், ஓட் டு எ நைட்டிங்கேல் பாரதியிடம் தாக்கத்தை ஏற்படுத்தியிருக்கிறது. எண்டிமியான் ஞானரதத்தோடு தொடர்புடையது. எண்டிமியானும் குயில்பாட்டும் ஒரு வித ஆன்மிகத் தேடலை விவரிக்கும் சிறந்த

தன்னுணர்ச்சிக் கவிதைகளாகும். அழகே உண்மை உண்மையே அழகு என்ற கீட்ஸின் அழகிய தொடரை பாரதி ஞானரதத்தில் பயன் படுத்துகிறார். குயில்பாட்டு நைட்டிங்கேல் பாடலோடு நெருங்கிய தொடர்பு கொண்டது.

பாரதி ஷெல்லியிடம் மனத்தைப் பறிகொடுத்தவர். தன்புனைபெயராக ஷெல்லிதாசன் என்று வைத்துக் கொண்டது;, ஷெல்லியன் கில்டு என்ற அமைப்பை ஏற்படுத்தியது; அக்கவிஞனின் கவிதைகளை பாரதி மற்றவர்க்குப் படித்துக்காட்டி மகிழ்ந்தது என்பனவற்றைச் சுட்டியுள்ளார். இருவருமே அடக்குமுறைக்கு எதிராகக் குரல் கொடுத்தவர்கள். பெண்கள் அறிவில் மேலோங்கவேண்டும் என்று வற்புறுத்தியவர்கள்; ஜார் மன்னனின் கொடுங்கோல் ஆட்சியை இருவருமே குறிப்பிட்டுப் பாடியுள்ளனர். ஷெல்லியின் ஓட் டு லிபர்ட்டி, தி ரிவோல்டு ஆஃப் இஸ்லாம் ஆகிய கவிதைகளின் தாக்கத்தை பாரதியிடம் காணலாம்; பாஞ்சாலி சபதத்தில் பாஞ் சாலியைப் புதுமைப்பெண்ணாகக் காட்டியிருப்பது போன்று, ஷெல்லியும் தமது **எகிப்புசிசிடியான்** என்ற கவிதையில் எமிலியா என்ற இத்தாலியப் பெண்ணைப் படைத்துக்காட்டியுள்ளார்; ஷெல்லியின் ஓட் டு எ ஸ்கைலார்க், ஓட் டு எ வெஸ்ட் விண்ட் ஆகிய தன்னுணர்ச்சிப் பாடல்களின் தாக்கத்தைப் பாரதியிடம் காணலாம்; ஞானரதத்தின் ஒவ்வொரு வரியிலும் ஷெல்லியின் தாக்கம் தெரிகிறது. க்யூன் மேப் என்ற அவரது கவிதை உருமாறி பாரதி கையில் ஞானரதமாக வெளிப்பட்டுள்ளது; இருவருமே அவ்வப்போது யதார்த்த உலகின் இன்னல்களைத் தவிர்க்க விரும்பிக் கவிதைச் சிறகுகள் கொண்டு கற்பனை உலகில் சஞ்சரிக்கின்றனர்; பாரதியை பைரனோடு ஒப்பிடும் கட்டுரையில், இருவரிடத்தும் நாட்டுப்பற்றும் விடுதலை வேட்கையும் மிக்கிருந்துள்ளதைச் சுட்டிக்காட்டுகிறார். ஒரு சிறிய நாடான பெல்ஜியம், ஜெர்மானிய ஆதிக்கத்தை எதிர்த்துக் கொதித்தெழுந்து பாரதி பாடியதை, பைரன் கிரீஸ் நாட்டை விழித்தெழுமாறு வேண்டிப் பாடிய பாடலோடு ஒப்பிடலாம். சமூக சீர்த்திருத்தத்தை இருவருமே பாடல்களில் பாடியுள்ளதை எடுத்துக்காட்டுகிறார் ஆசிரியர். பைரன் கவிதைகளை அடிக்கடி பாரதி படிப்பார் என்று பாரதி மனைவி குறிப்பிட்டுள்ளதை ஆசிரியர் சொல்லியுள்ளார்.

அழகை ஆராதிக்கும் கவிஞனான கீட்ஸை பாரதியோடு ஒப்பிட்டு, பாலா **பாரதியும்கீட்சும்** என்ற சிறுநூலை எழுதியுள்ளார். சிறுநூலாயினும் இருபெருங் கவிஞர்களின் எண்ணங்களை விரித்துரைக்க ஏதுவாக அமைந்தது இந்நூல். இக்கவிஞர்களின் பண்பு நலன்கள் சிலவற்றைத் தொட்டுக்காட்டும் இந்நூல், பாரதி தம்மைச் செம்மைப் படுத்திக்கொள்ள மேலைநாட்டுக் கவிஞர்களின் படைப்புக் காரணமாக இருந்துள்ளதைத் தெரிவிக்கிறார். அழகின் தத்துவம் இருவரது கவிதைகளிலும் அமைந்துள்ள விதத்தை நன்கு விளக்கியுள்ளார். 'சத்தியை முதலில் தேர்ந்து அதில் தெய்விக அழகை பாரதி பார்க்கின்றார், அழகை முதலில் தேர்ந்து தெய்வ உண்மையைக் கீட்சு காண்கிறான்' என்ற கருத்தை முன்வைக்கிறார்.

பாரதியையும் **இராபர்ட் பிராஸ்டையும்** ஒப்பிட்டு எழுதப் பட்டுள்ள ஆங்கில ஒப்பீட்டாய்வு நூலில் அதன் ஆசிரியர் என். ஏ சுப்பிரமணியன் இயற்கை, மனிதனும் இயற்கையும், இயற்கை குறித்த அமெரிக்க, இந்திய நோக்கு, நுகர்ச்சி கடந்த மெய் யியல் நிலையில் இருகவிஞர்கள், இருவரின் நடையியல் ஆகிய கூறுகளோடு ஒப்பிட்டுள்ளார். இயற்கையைப் பாடியிருப்பதில் பாரதி பிராஸ்டிலிருந்து வேறுபடுகிறார் என்பதையும், பாரதியின் இயற்கை பற்றிய உணர்வில் மதம் நுழைந்திருப்பதையும் விளக்கமாக எடுத்துரைக்கிறார் ஆய்வாளர். பிராஸ்ட் எடுத்துரைக்கும் இயற்கைக் கூறுகள் அறிவு சார்ந்த நிலையில் உலக நோக்கை ஒட்டியுள்ளதை ஒப்பிட்டுக் காட்டுவர். நுகர்ச்சி கடந்த மெய்யியல் அறிவில், பிராஸ்டை விளக்கும் ஆசிரியர், இறையியல் உணர்வோடு கூடிய வேதாந்தியாக பாரதியைக் காண்கிறார்

பாரதியையும் **மில்டனையும்** ஒப்பிட்டு பாரதியும் மில்டனும் என்ற நூலை எம். சோலையப்பன் எழுதியுள்ளார். பாஞ்சாலி சபதத்தை சுவர்க்க நீக்கத் தோடும், குயில் பாட்டை கேமஸோடும் இணைத்துக் காண்கிறார். துரியனைச் சாத்தானோடு ஒப்பிட்டுள்ளார். இவ்விரு படைப்புகளிலும் இயற்கை இறந்த நிகழ்ச்சிகள் இடம்பெறுமாற்றை விளக்குவர். குயில்பாட்டு காதலின் மேன்மையை உணர்த்த, கேமஸ் நற்குணத்தின் மேன்மையை வலியுறுத்துவதாகக் குறிப்பிடுகிறார்.

கீட்ஸின் **இலாமியாவை பாரதியின் குயில் பாட்டோடு** ஒப்பிட்டு ஆராய்ந்துள்ளார் சக்கர இலக்குமிகாந்தன். கீட்ஸின் தாக்கம் பாரதியிடம் இருந்துள்ளதை கீட்ஸின் இந்நீள் கவிதை

யிலிருந்து காட்டுகிறார். இலாமியாவின் சாயல், குயில்பாட்டில் இடம்பெறும் பாத்திரங்கள், உருவமாற்றம் என்ற வகைகளில் ஒப்புமைப்படுத்தி யிருக்கிறார். இவரது இன்னொரு நூலான **இராபரட் பிராஸ்டும் கண்ணதாசனும்** என்ற நூலினை ஆய்வுப்பட்டத்திற்காக எழுதியுள்ளார். கண்ணதாசன் வாழ்க்கையையும், பிராஸ்ட்டின் வாழ்க்கையையும் முதற்பகுதியில் பொதுவாக ஒப்பிட்டுப் பின் இருவரின் கவிதைகளிலும் இயற்கை, நாட்டுப் பற்று, வாழ்வியல் நோக்கு முதலிய பார்வைகளில் ஒப்பிட்டுள்ளார். கவிஞர் இருவரும் இளமையில் கொண்டிருந்த பொருளாதாரச் சிக்கல், மனத் துயரங்கள், அதன் பின்னர் வாழ்க்கைப் போக்கை அமைத்துக்கொண்ட விதம், இருவர் பாடல்களிலும் இயற்கை ஒத்தும் உறழ்ந்தும் சொல்லப்பட்டுள்ள தன்மை, வாழ்வில் தோன்றும் முரண்பாடுகளைக் கவிதையில் சொல்லியுள்ளமைஆகியன இந்நூலில் காணக்கிடைக்கின்றன. இருவரும் இயற்கையில் கொண்டிருந்த நாட்டத்தையும், பிராஸ்டு எழுதிய சன்னல் பூவும் காற்றும் என்ற கவிதையில் பூவைப் பெண்ணாகவும் , இலையுதிர்காலத்தின் வாடைக்காற்றை ஆணாகவும் உருவகித்துப் பாடியுள்ளதைக் கண்ணதாசன் பாடியுள்ள பட்டினங்காப்பு என்ற கவிதையோடு ஒப்பிடுகிறார். இந்த இரு கவிதைகளின் ஊடே விளங்கும் செய்தியினை, பிராஸ்டின் தலைவிக்குப் பறவை துயரத்தை மறக்கப் பாடுகிறது, கண்ணதாசன் தலைவிக்கு வண்டு தூது சொல்லித் துன்பத்தை மாற்றுகிறது. வாடைக்காற்றைக் காதலனாக பிராஸ்டுகூற, கண்ணதாசன் தலைவிக்குத் துன்பம் தரும் வாடைக்காற்றாகக் கூறுகிறார் என்று ஒப்பிட்டுரைப்பர். இலையின் வாழ்க்கையை மனித வாழ்வோடு ஒப்பிடும் பிராஸ்ட் போன்றே கண்ணதாசனும் ஒப்பிட்டுள்ளார். அதுபோலப்பறவையை இருவரும் நல்ல ஊடகங்களாகத் தம் கவிதையில் படைத்துள்ளனர். இறைவன் இயற்கையில் இயைந்து இருப்பதாக இருவரும் பாடியுள்ளனர். அரசியல் பற்றிய கருத்துகளில் இருவரும் அரைமனத்துடனே இருந்திருப்பதை எடுத்துக்காட்டுகிறார். ஒரு பாடலில் பிராஸ்டு காட்டும் மனைவி கேள்விகள் கேட்டுக் கணவனுக்குச் சிந்தனைகளை உருவாக்குவது போல, கண்ணதாசனும் மனைவியானவள் வேதாந்த சித்தாந்தச் சிந்தனையை விரித்துரைக்கும் பெண்ணாக விளங்கி யிருப்பதை ஒரு பாடல் மூலம் ஒப்பு நோக்குகிறார்.வாழ்க்கையைச் சிலந்தி வலையோடு ஒப்பிட்டு, வாழ்வில் ஏமாற்றங்கள், தோல்விகள்,

துன்பங்கள் நிகழ்ந்தாலும் அவை பெரும் பகுதிகளாக இருக்கவியலாது. துன்பங்கள் முடிந்ததும் வாழ்வில் இன்பங்கள் மலரும் என்ற கருத்தில் இரு கவிஞர்களும் ஒத்திருப்பதை எடுத்துக்காட்டுவர். இருவரும் விதியில் நம்பிக்கை கொண்டிருந்ததைச் சில பாடல்கள் மூலம் எடுத்துரைப்பர்.

பாரதி பற்றிய ஆய்வுகளில் குறிப்பிடத்தகுந்த நூல்களுள் ஒன்று டி.என். இராமச்சந்திரன் எழுதியுள்ள **வழி வழி பாரதி** என்னும்நூலாகும். பலகோணங்களில் பாரதியை ஒப்பிட்டுள்ளார். ஷெல்லியும் பாரதியும் மானுட முன்னேற்றத்திற்கு வழிவகுத்த புலவர்கள், சொற்படு நயமறிந் தவர்கள்; இசை தோய்ந்திடும் வண்ணம் சுவைபடத் தொகுத்த விற்பனக் கலைஞர்கள்: அன்புசால் சான்றோர்கள்; மூதறிவு கைவந்த இளமாமேதைகள் எனவும், ஷெல்லி பாடிய வானம்பாடியில் மனத்தைப் பறிகொடுத்தவர் பாரதி; இருவரும் இவ்வையம் இன்பம் நிறைந்தது என்ற கருத்துடையவர்கள்; உயிரினங்கள் யாவும் தம் இனம் என்று கண்டுரைத்தவர்கள்; என்று குறிப்பிடுகிறார். உருசியக்கவிஞன்புஷ்கினை பாரதியோடு ஒப்பிடும்போது, இருவரும் மக்கள் கவிஞர்கள், அன்பின் வழி வந்தவர்கள் என்றுரைக்கிறார். புரையோடிப் போன சமுதாயப் புண்ணுக்கு மருந்து கண்டவர்கள் என்றுரைக்கிறார். மேலும், இவ்விருமே சம்பிரதாயக் கவிஞர்கள்அல்லர், கொடுமையைச்சாடி, குற்றங்களைக்கடிந்து, சிறுமையைத் தேய்க்க எழுந்த மின்சாரப் புயல்களாகவே இவர்களைக் கொள்ளுதல் தகும் என்கிறார். பாரதியை, பாரசீகக் கவிஞன் ஜலாலுதீன் ரூமியோடு ஒப்பிடுகையில், ஸூபி இலக்கியச் சாயல் பாரதியிடம் படிந்திருப்பதை ஒப்பு நோக்குகிறார். ஸூபி இலக்கியத்தில் பாரதியாருக்கு நல்ல பயிற்சி இருந்திருக்கிறது என்று இந்நூலாசிரியர் கருதுகிறார். பாரதியை மில்டனோடு ஒப்பிடும் போது, பாரதி வாழ்வே ஒரு கவிதை. மில்டன் வாழ்க்கையும் அப்படித்தான் என்று சொல்லிவிட்டு, பாரதி ஒழுக்க சீலர்; மில்டனும் அப்படித்தான் . பரிபூரணனுக்கே அடிமை செய்வோம் என்ற கருத்தில் இருவரும் இணைந்திருப்பதை ஒப்பிட்டுரைப்பர். போலிச்சமய ஒழுக்கத்தோடு ஒத்துழையாமை பூண்ட மில்டனின் குணாதிசயம் பாரதியை மெத்தவும் கவர்ந்திருக்கிறது என்று கருத இடமுண்டு என்கிறார். பாரதியை பிரௌனிங்கோடு ஒப்பிடும் ஆசிரியர், தமக்கு மூப்பில்லை என்று சொன்ன பிரௌனிங்

வார்த்தையைப் பாரதி போற்றியுள்ளதைச் சுட்டிக்காட்டித் தமக்கும் அழிவில்லை என்ற சிந்தனை பாரதியிடம் இருந்திருப்பதை உணர்த்துகிறார் ஃபிரான்ஸிஸ் தாம்ஸனோடு ஒப்பிடுகையில், பாரதியாரின் கவிதையிலே தள்ளத் தக்க அம்சம் எதுவுமில்லை என்பதே எம்முடைய கொள்கை; ஆனால், தாம்ஸன் கவிதையை அப்படிச் சொல்வதற்கில்லை என்றும், அவரது கவிதை சீரான செவ்வி படைத்ததன்று என்று கருத்துரைப்பர். இந்நூல் பாரதியைப் போற்றியுரைக்கும் பாங்கினை உடையது. இரசனை வழியில் பாரதியை ஒப்பிட்டு அவரின் மதிப்பினைப் பலவாறு போற்றியுரைப்பதைக் காண முடிகிறது. பாரதி தன் இளமைக்காதலில் கட்டுண்ட போது, பாரதி பாடியுள்ள வரிகளான 'பூம்பொழில் குயில்களில் நின்குரல் போன்ற, தீங்குரல் உடைத்தோர் புள்ளினைத் தெரிந்திலேன்', என்று வரும் அடிகளில் காணப்படும் இணையான கருத்தினை தாம்ஸனின் கவிதை ஒன்றோடு ஒப்பிட்டுக்காட்டுகிறார் ஆசிரியர். மேலும், பாஞ்சாலி சபதத்தில் இடம்பெற்றுள்ள அத்தமன சூரியன் பற்றிய வருணனை தாம்ஸனின் சாயல்கொண்டது என்றுமுரைக் கின்றார். இணைவரை என்ற அளவில் சில வரிகளை தாம்ஸன் கவிதை வரிகளோடு பொருத்தியும் காட்டியுள்ளார்.

பாரதி பதினாறு என்ற ப.மருதநாயகத்தின் நூல் குறிப்பிடத்தக்க ஒப்பாய்வு நூலாகும். அந்நூலில் உள்ள பதினாறு கட்டுரைகளில் வாழையடி வாழை--வள்ளலாரும் பாரதியும், பாரதி கவிதை உருவாக்கம் மேலைக் கவிஞர்கள், பாரதியின் கட்டுரை மேலைக் கல்வியாளர்கள், கவிதையில் காளி - விவேகானந்தரும் பாரதியும், பாரதி, அரவிந்தர், தாகூர் ஓர் ஒப்பிலக்கிய மறுபார்வை, நாட்டுப்பண் பாரதி, தாகூர், பங்கிம் சந்திரர் ஆகிய கட்டுரைகள் ஒப்பியல் நோக்கில் எழுதப் பட்டுள்ளன. பல புதிய செய்திகளை உள்ளடக்கியதாக கருத்துகள் அவற்றில் உள்ளன. பாரதிதாசனை உருவாக்கியவர் பாரதியென்றால், பாரதியை உருவாக்கியவர்களில் தலைமையிடம் பெறத்தக்கவர் இராமலிங்க அடிகளார் என்று தொடங்கும் கட்டுரை, நுண்ணியப் பார்வையுடையது. இராமலிங்க அடிகளாரின் தாக்கம் பாரதியிடம் எந்தெந்த வகைகளிலெல்லாம் இருந்துள்ளது என்பதைத் தக்க சான்றுகளோடு விரித்துரைக்கிறார். நடை, சந்தம், பாடுபொருள், பாவகை, நாட்டார் வழக்காறு, பேச்சுத்தமிழ் ஆகியவற்றிலெல்லாம் பாரதிக்கு முன்னோடியாக

இருந்தவர் அடிகளாராவார்; வள்ளலாரிடமிருந்து பாரதி சொற்களையும், தொடர்களையும், பாவினங்களையும், உத்திகளையும் பெற்றிருப்பதால் பாரதி பாடல்களில் அடிகளாரின் தாக்கம் இருந்துள்ளதை விரிவாக ஆய்கிறார்;

திருப்பள்ளி எழுச்சி, இறைவனைத் தந்தையாகவும், தாயாகவும், காதலனாகவும், கணவனாகவும், குருவாகவும், குலதெய்வமாகவும், ஆண்டானாகவும் கற்பனை செய்து களிக்கும் இடங்களைச் சுட்டிக் காட்டுகிறார். பரசிவ நிலை முதல் இறை திருக்காட்சி வரையிலான பாடல்களின் தாக்கத்தைப் பாரதியின் பரசிவ வெள்ளம் என்னும் பாடலில் காணலாம். வள்ளலார் நெஞ்சோடு புலம்பல் பாடல்கள் பாரதியிடம் விளைந்த தாக்கம் பெரிது. மாயையைப் பழித்தல் என்ற பாடலிலும், இசைப் பாடல்களிலும் பாரதியின் சாயலைக் காணலாம் என்பர். ஆங்கிலக் கவிஞர்களின் படைப்புகளைப் படித்ததால் பாரதிக்கு, இயல்பாகவே விரிந்த எண்ணங்கள் பலவாயின. தாகூர் பெற்ற உலகப்புகழும், அரவிந்தர் கொண்டிருந்த வியத்தகு நூலறிவும் பாரதிக்கு இவ்வழியில் உந்து சக்தியாக இருந்தன என்று மேலைநாட்டுக் கவிஞர்களின் தாக்கத்தைச் சுட்டிக் காட்டுவர். ஷெல்லிதாசன் என்ற புனைபெயரைக் கொண்ட பாரதி, அக்கவிஞனின் இலட்சியப் போக்கையும், புரட்சி உள்ளத்தையும், விடுதலை வேட்கையையும் வெகுவாகக் கொண்டாடினார். பாரதியின் புதுமைப்பெண் ஷெல்லியின் இஸ்லாத்தின் எழுச்சி என்ற கவிதையில் இடம் பெறும் சித்னாவை நினைவூட்டும்;விட்மனின் என்னைப் பற்றிய பாடல் என்ற கவிதை, பாரதியின் நான் என்ற கவிதையில் காணப் பெறுவதாகும். பாரதியின் குயில் பாட்டு வேர்ட்ஸ் வொர்த்தின் குக்கூ, நைட்டிங்கேல் ஆகிய கவிதைகளில் சாயல் கொண்டது. பாரதியின் கட்டுரைகளுக்கும் மேலைக் கல்வியாளர்களுக்கும் உள்ள பின்புலத்தை அது குறித்த கட்டுரை தெரிவிக்கும். பாரதி தமக்குத் தேவையான முன் மாதிரிகள் பிரெஞ்சு மொழியில் மொந்தானிடமும், ஆங்கிலத்தில் அடிசன், ஸ்டீல் ஆகியோரிடமும் உண்டென்பதை பாரதி அறிந்திருக்க வேண்டும் என்கிறார். தோரூவும் பாரதியைக் கவர்ந்திருக்கிறார். கார்லைல், ரஸ்கின் ஆகியோரது நூல்களையும் பாரதி படித்திருக்க வேண்டும். இந்திய அளவில், தாகூர், அரவிந்தர், விவேகானந்தர், சதீச சந்திரவசு ஆகியோரின் கட்டுரைகளும், சொற்பொழிவுகளும்

அவரைக் கவர்ந்திருக்க வேண்டும் என்று கருத்துத் தெரிவிக்கிறார். காளி பற்றிய கருத்தியலை விவேகானந்தர் பாரதி ஆகிய இருவரும் எப்படித் தங்கள் படைப்புகளில் விதந்தோதியுள்ளனர் என்பதைத் தெரிவிக்கும் ஆசிரியர்க்கு, அன்னை காளி என்ற விவேகானந்தரின் பாடல், பாரதியின் ஊழிக்கூத்தோடு ஒப்பிடத் தோன்றுகிறது. காளியின் களிவெறி கொண்ட நடனம் பற்றிப் பேசும் இருகவிஞர்களும் அன்னை அருள் புரிவது பற்றியும் ஒரே குரலில் பேசுகிறார்கள். காளியின் அன்பு,கடுமை ஆகிய இரண்டையும் பாரதியும் விவேகானந்தரும் போற்றுவராயினும் பாரதி பாடல்களில் அவளது அன்புள்ளம் மேலோங்கி நிற்க, விவேகானந்தரின் பாடல்களில் அவளது கடுமைக்கு முதலிடம் கொடுக்கப் பெறக் காணலாம்.

பாரதி, அரவிந்தர், தாகூர் ஆகியோரை பாரதியோடு ஒப்பிடுகையில், அரவிந்தர் தொடர்பால் பாரதிக்குக் கிடைத்த அறிவுச்செல்வம் மிகுதி. விட்மனுக்கு எமர்சன் அமைந்தது போல், பாரதிக்கு அரவிந்தர் வாய்த்தார். பாரதியிடம் ஏற்கெனவே இருந்த இலக்கியப் பற்றும், ஆன்மிக நாட்டமும் விசுவரூபம் பெற்று வளர ஒரு முன்னுதாரணமாக அரவிந்தர் தோற்றமளித்தார். அரவிந்தரின் வேத உபநிடதங்கள் அளித்த புது விளக்கங்கள் பாரதிக்குப் பெருவிருந்தாய் அமைந்தன. காளிதாசன் என்று தம்மை அழைத்துக்கொண்ட பாரதி கண்ணனுடைய தாசனாக மாறியதற்கும் அரவிந்தர் ஒரு தூண்டுகோலாய் இருந்திருக்கவேண்டும் என்பர். பாரதியார் அரவிந்தருக்கு ஆண்டாள், நம்மாழ்வார் பாடல்களை அறிமுகம் செய்துவைத்தார். அரவிந்தர் கண்ணனைப் பற்றிப் பாடிய சில கவிதைகளில், அவர் பெற்ற ஆன்ம இன்பமும் அனுபூதி நிலையும் குறியீட்டு மொழியில் கூறப்பட்டுள்ளன. பாரதியோ கண்ணன் பாட்டைக் காவியமாகவே தந்ததோடு கண்ணன் புகழைப் பாஞ்சாலி சபதத்திலும் பாடி மகிழ்ந்தவர்.பாரதியின் கடல் அரவிந்தரின் ´FY என்ற கவிதையின் மொழி பெயர்ப்பு. தாகூரின் படைப்புகளை பாரதி மொழி பெயர்த்திருப்பதோடு அவரை வாயாரப் புகழ்ந்துள்ளார்; தாகூர் வணங்கிய தெய்வம் நிர்குணபிரம்மம் ஆகும். சக்தியை வழிபட்ட பாரதி தம் சமயம் வைணவம், சாக்தம், சைவம் ஆகியவற்றின் கூட்டாதலால் வைசாக்தம் என்று பெயரிட்டழைத்தார். பாரதி வணங்கியது

சகுணபிரம்மமாகும். மாயையை மறுத்து அவர்கள் பாடிய கவிதைகள் ஒப்பு நோக்குக்கு உரியவை. பாரதி அரவிந்தர் இலக்கிய உறவில் நாம் காண்பது தாக்கம் ஆகும். அவர் எழுத்துகளில் காணப் பெறும் ஒற்றுமைகள் எல்லாம் இந்திய நாட்டிற்குப் பொதுவான அறிவுலகத்திலிருந்து பெறப்பட்டவை. தாகூரின் கல்வியும் புகழும் பாரதிக்கு ஓர் உந்து சக்தியாக அமைந்தன. அவரது கவிதைகளில் தாகூரின் முத்திரையைக் காணமுடியாது. நாட்டுப்பண் என்ற நோக்கில் பாரதி, தாகூர்,பங்கிம் சந்திரர் ஆகிய மூவரையும் ஒப்பிடுகிறார். தாகூர் வெளிநாடு சென்று சொற்பொழிவு நிகழ்த்திய போதெல்லாம் ஏகாதிபத்தியத்தைக் கண்டித்த அதே வேளையில், தேசியத்தையும் கண்டித்தார்.

நாட்டைவிட இறைவனும் அறமுமே தமக்கு இன்றியமையாதவை என்றும், தமது ஆன்மாவிற்கு நாட்டுப்பற்று எந்த விதமான நிறைவையும் அளிக்காது என்றும், தமது வாழ்வில் மனித குலமே முதலிடம் பெறுமென்றும் அந்த இடத்தை நாட்டுப் பற்று பிடித்துக் கொள்ள முடியாது என்றும் அழுத்தந்திருத்தமாகத் தாகூர் கூறினார். நாட்டுப் பற்று, மாந்த நேயத்திற்கோ, இறையன்பிற்கோ முரண்பட்டதாகாது என்பதை அவ்வறிஞர் கண்டு கொள்ளாதது வியப்புக்குரியது என்ற திறனாய்வையும் ஆசிரியர் முன்வைப்பர். பாரதி இதில் முற்றிலும் வேறுப்பட்டவர். பங்கிம் சந்திரர் பாடிய வந்தே மாதரம் பாரதியாரால் இருமுறை மொழி பெயர்க்கப் பட்டது. பாரதி அப்பாடலிலும் சில மாற்றங்களைச் செய்துள்ளார். பாரதி செய்த முதல் மொழிபெயர்ப்பின் அடிக்குறிப்பில் வங்காளத்தை மட்டுமே குறித்துப் பாடியுள்ளதைச் சுட்டுகிறார். பங்கிம் சந்திரரின் வந்தே மாதரம் பாடலில் வங்கம் தவிர இந்தியாவின் பிற பகுதிகள் பற்றி எக்குறிப்பும் இல்லை என்பது எண்ணிப் பார்த்தற்குரியது என்று கருத்துத்தெரிவிப்பர்.

பொதிகைத்தென்றலும் மேலைக் காற்றும் என்ற கா.செல்லப்பனின் நூலில் பலதரப்பட்ட ஒப்பிலக்கியக் கட்டுரைகள் பதினாறு உள்ளன. பாரதி, பாவேந்தர், திருப்பாவை, திருவெம்பாவை ஒப்பு நோக்கு, பாரதியும் ஷெல்லியும், குயில்பாட்டில் கீத்ஸின் தாக்கம், ஜி.யூ.போப்பின் பார்வையில் திருக்குறளும் திருவாசகமும், திருவெம்பாவை டி.எஸ் எலியட் ஒப்பாய்வு, காற்சிலம்பும், கைக்குட்டையும், சிறுமண்தேரும் கருத்தியல் ஆய்வு, ஒப்புநோக்கில்

சங்கக் கவிதைகள், திருவள்ளுவரும் ஷேக்ஸ்பியரும் இந்தியாவும், மு.வதமிழ்நாட்டுப் பெர்னாட்ஷா, ஜெயகாந்தனின் புதினங்களில் கிழக்குமேற்குச் சங்கமம் ஆகிய கட்டுரைகள் குறிப்பிடத்தக்கன. தென்றலும் மேலைக் காற்றும் என்ற கட்டுரை இரு கவிதைகளின் ஒத்த தன்மையை ஆராய்கிறது.

பாவேந்தரின் தென்றலும் ஷெல்லியின் மேலைக்காற்றும் என்ற கட்டுரையில் இவ்விரு படைப்புகளையும் ஒப்பிடுகிறார். ஷெல்லி மேலைக் காற்றினை உலகியக்கத்தின் உந்து சக்தியாகவே காண்கிறார். பாரதிதாசன் புலனுகர்வு கிளர்க்கும் காணரிய உண்மையான தென்றலுடன் உணர்வுவழி ஒன்றிப் போவதைக் காணலாம். ஷெல்லி, தென்றலை மேலைக்காற்றின் நீலநிறத் தங்கை என விளிப்பதன் மூலம், மேலைக் காற்று உருவகத்தில் தென்றலையும் உள்ளடக்குகிறார். பாரதிதாசனின் பார்வையில் மென்மை, வன்மை வேறுபாடுகள் தெரிவதில்லை. அவருக்குத் தென்றல் வன்மையும் மென்மையும் கலந்த பிரவாகமாகத்தான் தெரிகிறது.. வானம்பாடி வானத்தில் வட்டமிடுகிறது. பாவேந்தரின் வானம்பாடி தமிழினத்தை தட்டி எழுப்புகிறது. பாவேந்தரின் தென்றல் பொதிகையில் தமிழ் மணத்தோடு தவழ்கிறது. ஷெல்லியின் மேலைக் காற்று வானத்தையும் கடலையும் இணைக்கும் அழித்துப் படைக்கும் கருவி. தென்றல் தமிழின் குறியீடாகவும் மேலைக் காற்று உலகப் புரட்சி தூதுவனாகவும் இருக்கின்றன. எல்லையற்ற வேட்கையின் முடிவற்ற இசையை ஷெல்லியின் மேலைக் காற்றும், ஆழ்ந்த நிறைவின் அமைதிப் பாடலைப் பாவேந்தரின் தென்றலும் இசைத்து நிற்கின்றன என்று ஒப்பிட்டுக் காட்டுவர். ஷெல்லியும் பாவேந்தரும் மனிதனுக்கு முழுமையான விடுதலையை விரும்பினர்; இருவருமே பிரஞ்சு புரட்சியிலும் பிரஞ்சு சிந்தனையாளர்களாகப் பெரிதும் கவரப் பட்டனர். இருவரும் இறைமை சார்ந்த துன்பங்களை மறுத்து இயற்கை சார்ந்த துன்பங்களை உருவாக்குகின்றனர் என்கிறார். பாவேந்தரின் தென்றல் தமிழோடு இணைக்கப்பட்டு படைப்பாற்றலின் குறியீடாகவும், அதுபோல, ஷெல்லியின் மேலைக் காற்று பிரபஞ்சத்தை அழித்துப் படைக்கும் புரட்சி சக்தியாகவும் கவிஞனின் படைப்பாற்றல் ஆகும் கட்டப்பட்டுள்ளது. புரட்சி மணம் பரப்பிய தமிழ்த்தென்றல் பாவேந்தர்; விடுதலை உணர்வை விதைத்த மேலைக் காற்று ஷெல்லி என்றும் கருத்துரைப்பர்.

புரட்சிக்கவியையும், இஸ்லாமின் புரட்சியையும் ஒப்பிடும்போது, இரண்டிலும் பெண்களின் புரட்சி எண்ணம் புலப்படுமாறு உள்ளது. குறிஞ்சித்திட்டில் மதம் அகன்ற சாதி மறைந்த அரசு கடந்த ஓர் வாழ்க்கை அமைப்பது நம் கடன் என்று பாவேந்தர் கூறியிருப்பதைக்கண்டுண்ட பிரோமித்யாஸின் என்ற ஷெல்லியின் பாடல் வரிகளோடு ஒப்பிடுவர்.

இருவருமே சமூக அமைப்பில், ஒருஅடிப்படை மாற்றத்தை விரும்பியவர்கள். இருவரும் மனிதனை அடிமையாக்கும் அரசு, அதற்குத் துணைநிற்கும் மதம், கடவுள் போன்ற கருதுகோள்களை முற்றிலும் நிராகரித்தனர். மனிதனுக்கு முழுமையான விடுதலை வேண்டும் என்று விரும்பியவர்கள். பெண் விடுதலையே மண் விடுதலைக்கு அடிப்படைத் தேவை என்பதை உணர்த்தியவர்கள். இறைமை சார்ந்த தொன்மங்களை மறுத்து இயற்கை சார்ந்த தொன்மங்களை உருவாக்குகின்றனர். காணிநிலம் பாரதி, ஐம்புல இன்பங்களையும் இயற்கை தானே வந்து தரவேண்டும் என்ற வேட்கையை வெளிப்படுத்துகிறது. நிலம் வாழ்க்கையின் அடித்தளம். இயற்கை கவிதையின் பின்புலம். இக்கவிதையை காலரிட்ஜின் குப்ளகான் என்ற கவிதையைச் சில சூழல்களில் ஒப்பிடுகிறார். இவ்விரு பாடல்களிலும் பெண்ணின் துணையோடு கவிதை உருவாகிறது. இக்கவிதையை சாமுவேல் எழுதிய ஒரு ஆசை என்ற கவிதையோடும், ஆபிரகாம் கௌலின் கவிதையோடும் ஒப்பிடுகிறார். குயில்பாட்டில் கீத்ஸின் தாக்கம் பற்றிய கட்டுரையில், கீத்ஸின் இலாமியா, எண்டிமியான் இரண்டோடும் ஒப்பிடுகிறார். இரு பாடல்களிலும் மானுட அமரக்காதல் பேசப்படுகிறது. குயில்பாட்டில் குயில் முதன்மைப் படுத்தப்பட, எண்டிமியானில் தலைவன் முதன்மைப் படுத்தப் படுகிறான். இரண்டிலும் பெண்களும் மாற்றம் அடைகிறார்கள். இரண்டிலும் கனவு, உண்மை, கற்பனை கலந்து மிடைந்துள்ளது. பாரதியில் வேதாந்த சித்தாந்தத்தின் தாக்கம் உண்டு; கீத்ஸில் பிளாட்டோவின் தத்துவம் கவிதையாக்கப் பட்டுள்ளது. உண்மை, மாயை, நிரந்தரம், காலம், நனவு கனவு ஆகியன இரண்டிலும் இணைக்கப்பட்டுள்ளன. பாரதியையும் ஷெல்லியையும் ஒப்பிடும் கட்டுரையில், இருவரும் பெண்ணடிமையை வெறுத்தவர்கள்; பெண்கள்தான், தலைவர்களைவிடப் புரட்சிக்கு உந்துசக்தியாக விளங்குபவர்கள்; பாரதி பாஞ்சாலி சபதத்தில்,

பெண்மையின் விடுதலைக்குக் குறியீடாகப் பாஞ்சாலி விளங்குகிறாள் என்கிறார்.

திருப்பாவை திருவெம்பாவை ஒப்புநோக்கு என்ற கட்டுரை, கூட்டு வழிபாடு, கூட்டு வாழ்க்கையின் குறியீடே இரண்டிலும் நாடகத்தன்மை பெற்றிருப்பதாகக் கருதுகிறார். இருபாடல்களிலும் கடவுட் காதல், மனிதக் காதலாகிறது என்கிறார். இரண்டுமே வையத்து வாழ்வார்க்கு வழிகாட்டும் பாடல்களாக விளங்குகின்றன என்று கருத்துரைப்பர். திருக்குறள், திருவாசகம் ஆகிய இரண்டிலும் ஜி.யூ போப் கண்ணோட்டம் செலுத்தியிருப்பதை ஒரு கட்டுரையில் தெரிவிக்கிறார். இவரது திருக்குறள் மொழிபெயர்ப்பில் உள்ள நெகிழ்வுத் தன்மையையும், பிறழ்ச்சியையும் சுட்டிக் காட்டிவிட்டு, திருக்குறள் பெயர்ப்பைக் காட்டிலும் திருவாசக மொழி பெயர்ப்பு ஓரளவு சரியாக உள்ளது என்று கருதுகிறார் நூலாசிரியர். திருவெம்பாவையை டி.எஸ். எலியட்டின் சதுரங்கக் கவிதையோடு ஒப்பிடுகிறார். இரண்டிலும் ஐம்பூதங்களின் சேர்க்கை எங்ஙனம் இணைகிறது என்பதை எடுத்துரைப்பர். 'பைங்குவளை கார்மலரால்' என்ற திருவெம்பாவைப் பாடலை எலியட்டில் இயற்கை பற்றிய சூழலோடு ஒப்பிடலாம் என்பர். சிலம்பின் கால்சிலம்பு, ஒத்தெல்லோவில் கைக்குட்டை, மிருச்ச கடிகத்தில் சிறுமண்தேர் இவற்றை அடிக்கருத்து அடிப்படையில் ஒப்பிடுகிறார்.

பாரதியைப் பற்றி மேலும் பல ஒப்பீட்டாய்வுகள் நூல்களாகவும், கட்டுரைகளாகவும் வெளிவருவதைப் பார்க்கிற போது அக்கவிஞனின் படைப்புத் திறம் வியப்புக் குரியதாக உள்ளது.

பாரதிதாசன் பற்றிய ஒப்பீடு

பாரதிதாசன் பற்றிய ஒப்பீட்டு நூல்கள் அவருடைய நூற்றாண்டில் வெளிவந்தன. மதுரை காமராசர் பல்கலைக்கழகம் பாவேந்தரின் நூற்றாண்டையொட்டி ஆங்கிலத்தில் ஒரு தொகுப்பு நூலை வெளிக் கொணர்ந்தது. இத்தொகுப்பு பாரதிதாசனைப் பல்வேறு நிலைகளில் ஆராய்கிறது. பொருண்மை, உத்தி, இலக்கிய இயக்கம், பெண்ணியம் முதலிய பார்வைகளில் ஒப்பீடு செய்துள்ளது. மேலைநாட்டுக்கவிஞர்கள், ஆசிரியர்கள் ஆகியோரோடு இந்த

ஒப்பீட்டு நூல் குறிப்பிடத்தக்கது. பாரதிதாசனை பிராஸ்ட். விட்மன், பர்ன்ஸ், பைரன், வேர்ட்ஸ்வொர்த், டி.எச்லாரன்ஸ், பெர்னாட்ஷா ஆகியோருடன் ஒப்பிட்டுள்ளது.

பாரதிதாசனை அமெரிக்கக் கவிஞர் கார்ல் சான்ட்பர்க்கோடு ஒப்பிட்டுள்ள ஆய்வு நூலை எழுதியவர் சண்முக. செல்வகணபதி ஆவார். இருகவிஞர்களிடம் காணப் பெறும் மனித நேயப் பார்வை, இயற்கை, நாட்டுப்புறச் சாயல், இசைப்பாடல், சிறுவர் இலக்கியம், இலக்கிய நயம் ஆகிய இயல்களில் ஒப்பிட்டு ஆய்கிறது. சமுதாயம், இயற்கை, மனித நேயம் ஆகிய கூறுகள் இரு கவிஞர்களிடமும் ஒன்றிணைந்து செல்வதை விளக்கும் இவ்வாய்வு நூல்,நாட்டுப்புற இசை வளர்ச்சியான செவ்வியல் இசையைப் பாரதிதாசனிடமும், நாட்டுப்புற இசையை சான்ட் பர்க்கிடமும் காணமுடிகிறது என்கிறார் ஆய்வாளர்,

இலக்கியத்தில் **பழம்புதுமையும், புதுப்பழமையும்** என்ற கா.செல்லப்பனின் கட்டுரைத் தொகுப்பில் இடம்பெற்ற வேர்ட்ஸ்வொர்த், பாரதிதாசன் பார்வையில் இயற்கை வழி மனித நேயம் என்ற கட்டுரை விரிவானது. **விடுதலைச்சிட்டும் புரட்சிக் குயிலும்** என்ற நூலில் உள்ள இந்நூலில் கட்டுரைகள் ஆங்காங்கே பாரதியை ஷெல்லியோடு ஒப்பிட்டுக் கூறியிருப்பதையும் காண முடிகிறது. ஷெல்லியின் ராணி மாப் என்ற பாடலோடு ஞானரதத்தை ஒப்பிடுகிறார். அவற்றில் வரும் கனவும், கதையமைப்பும் பல வகைகளில் ஒன்றாகின்றன; ஷெல்லி மனிதத்தை முழுமையாக முயன்றான். பாரதி மனிதத்திலேயே முழுமையைக் கண்டான்; அதை முழுமையாகவும் ஏற்கிறான். ஏனெனில், குறையுள்ள மனிதனால்தான் , முழுமையை உருவகிக்க முடிகிறது என்கிறார்.பாரதியின் குயில்பாட்டு கோல்ரிட்ஜ் போன்றோரது கனவுக் கவிதைகளோடும், அரவிந்தரின் தரிசனக் கவிதைகளோடும் ஒப்பிடும் நிலையில் உள்ளது என்கிறார். மற்றும் ஒப்பியல் நோக்கில் பாரதி என்ற கட்டுரையில் பாரதியை மேல்நாட்டுக்கவிஞர்களோடு பல வகைகளிலும் ஒப்பிடலாம் என்று கூறும் கா.செல்லப்பன், புரட்சி நோக்கில் ஷெல்லியோடும், அழகுணர்ச்சியில் கீத்சோடும், தனிநபர் விடுதலையில் பைரனோடும், ஆன்மிகம் மற்றும் இயற்கையிறந்த நிலைகளில் வேர்ட்ஸ் வொர்த் தோடும், மெய்யுணர்வில் ஜான் டான்னோடும், வசனகவிதையில் விட்மனோடும், உள்ளுணர்வில் வால்டோ எமர்சனோடும், நல்லதை

எதிர்நோக்கலில் பிரௌனிங்கோடும், இனிய சொல்லாட்சியில் டென்னிசனோடும், குறியீட்டு முறையில் வாடிலேருடனும் மற்றும் தாகூர். அரவிந்தரோடும் ஒப்பிட்டுக்கூறலாம் என்பர்.

பாரதி, அரவிந்தர் ஆகியோர் பொதுவான இலக்கியச் சிந்தனை களிலும், தேசியப் பணியிலும் உலக உணர்விலும் ஒன்று பட்டிருப்பதாகத் தெரிவிக்கிறார். அரவிந்தரோடு ஒப்பிடும்போது இருவருக்குமிடையே சிற்சில வேற்றுமைகள் இருப்பதையும் உள்ளன என்பதையும் எடுத்துக் காட்டுகிறார். அரவிந்தர் மில்டனின் தாக்கத்திற்கு உள்ளானவர் என்று சுட்டிக்காட்டிவிட்டு, பாரதியின் பாஞ்சாலி சபதத்தை அரவிந்தரின் சாவித்திரி காப்பியத்தோடு தொடர்புபடுத்துகிறார். பாஞ்சாலி மனித துன்பங்களில் உருவகமாக, அடிமைத் தனத்தை எதிர்த்துப் போராடும் வீரப்பெண்ணாகக் காட்டப்படுகிற அளவுக்கு அரவிந்தரின் சாவித்திரி காட்டப்படவில்லை என்று கருத்துரைப்பர். பாரதியைத் தாகூரோடு ஒப்பிடுமிடத்து, பாரதி பாடல்களில் தாகூரின் பாடலை விடச் சமுதாயத் தன்மை மிகுதியாக இருக்கிறது என்பர். பாரதி தேசிய மறுமலர்ச்சியைச் சக்தி வழிபாட்டில் இணைத்தே பார்த்தவர்; ஆனால் தாகூர் தேசியத்தில் இறையுணர்வு கலக்கக் கூடாது என்று தெரிவிக்கிறார். ஆயின் தோத்திரப் பாடல்களில் இருவரிடமும் ஒற்றுமை உண்டு என்கிறார். இருவரும் கடவுள் பாடலைக் காதல் பாடலாகவே பாடியுள்ளனர் என்கிறார். நீயின்றி நானில்லை, ஆனால் நீயும் நானின்றி இல்லை என்று பேசும் ஆழ்வார் மரபு இருவரிடத்தும் சமுதாய முழுமை பெறுகிறது என்று கண்ணோட்டம் செய்கிறார். பாரதி கண்ணனைச் சேவகனாக ஆக்குகிறான். தாகூர் கரடுமுரடான நிலத்தைத் தொழிலாளி பண்படுத்துகிறானோ எங்கெல்லாம் பாறையை உடைத்துப் பாதை அமைக்கிறோனோ அங்கு இறைவன் இருக்கிறான் என்கிறார். வள்ளத்தோளையும் பாரதியையும் ஒப்பிடும் நூலாசிரியர், வள்ளத்தோள் பழைமையின் அடிப்படையில் அநீதியைஎதிர்க்கிறார். பாரதி பழைமையில் புதுமையைப் பாய்ச்சுகிறார் என்றுரைப்பர். நாட்டுப்பற்றுப் பற்றிய பாடல்களில் இருவருக்கும் ஒற்றுமை காணப்படுகிறது என்கிறார். ஷெல்லியோடும், கீத்சோடும் பாரதியை ஒப்பிடும் போது, மனித விடுதலை வேட்கை, பெண்மை வேட்கை, காதல் தத்துவம் ஆகியன பாரதியைப் பெரிதும் கவர்ந்தாலும் ஆழ்நிலை

யிலே கீத்சின் இருத்தலிய நம்பிக்கை, வாழ்வு ஏற்புக்கொள்கை ஆகியவற்றின் தாக்கம் மிகுதியாக இருப்பதாகத் தோன்றுகிறது. சில சூழலில் கீத்சின் எண்டிமியானோடு பாரதியின் குயில் பாட்டை ஒப்பிடுகிறார். அது போல் கீத்சின் லாமியாவும் குயில் பாட்டுடன் ஒப்பிடற்குரியது என்கிறார். விட்மனின் கவிதைகளை பாரதியோடு ஒப்பிடும் போது இருவரும் மனித வேதாந்தத்தைப் படைத்தவர்கள் என்கிறார்.

எல்லா இயற்கைப் பொருள்களோடும், உயிர்களோடும் இணைவது மிகுதியாகப் பேசப்படுகிறது. விட்மனில் நான் மிகுதி; பாரதியில் நாம் மிகுதி. இது பாரதியின் சமுதாயம் சார்ந்த தன்மையின் எடுத்துக்காட்டுஎன்கிறார். பாரதியின் ஜகத்சித்திரம், விடுதலை ஆகிய இரு குறுநாடகங்களை மாய கோவ் ஸ்கியின் படைப்புகளோடு ஒப்புமைப் படுத்துவர். பாவேந்தரின் சஞ்சீவி பருவதத்தின் சாரலோடு கட்டற்ற பிரோமித்தியஸியிலில் வரும் பாத்திரங்களை ஒப்பிடுவர். இரண்டிலும் ஆணுக்கு உந்துசக்தியாகப் பெண் விளங்குவதைக் கோடு காட்டிச் செல்கிறார். புரட்சிக்கவிஞர் பாரதிதாசனிலும் கீட்ஸிலும் இயற்கையியம் பற்றிய கட்டுரையில், அவ்விரு கவிஞர்களும் எல்லா மாற்றங்களோடும் மாறாத இளமையைத்தான் அழகு என்று கீத்சு குறிப்பிடுகிறார் என்றும், அதனை இறைமையோடு இணைக்காமல் ஒரு இயற்கைத் தத்துவமாகக் காண்கின்றனர்; மேலும், பாரதிதாசனின் இயற்கையியம் சமுதாயக் கண்ணோடு அதிலும் புரட்சிக்கண்ணோடு பார்க்கிறது என்றுரைக்கிறார். சஞ்சீவிபருவதத்தின் சாரலை, கீத்சின் செயின்ட் ஏக்னசின் மாலை என்ற பாவியத்தோடு ஒற்றுமைப் படுத்துகிறார். இந்த இருபெரும் பாவியங்களிலும் இயற்கை சார்ந்த மனிதக் காதல் பேசப் படுவதாக உரைப்பர். பாவேந்தர் பாரதிதாசனும் ரசூல் கம்சதோவும் என்ற கட்டுரையில், இருவரின் மொழியுணர்வும் தாய்மொழிப் பற்றை அடிநாதமாகக் கொண்டவை என்ற கருத்தினை வெளிப்படுத்துகிறார். இருவரும் வாழ்வு நெறியை அதன்வழி அமைத்துக் கொண்டவர்கள் என்றுரைப்பர். பாவேந்தரிலும் ஷெல்லியிலும் பெண்மையும் இயற்கையும் ஓர் ஒப்புநோக்கு என்ற கட்டுரையில் இருவரையும் ஒப்பிடும்போது, இருவரும் இயற்கையையும், மனிதரையும் போற்றியவர்கள்; பாவேந்தர் புதியதோர் உலகம் காணத்துடித்தவர்; ஷெல்லி பொற்காலத்தைக் காண விழைந்தவர் என்றுரைப்பர்.

பாரதிதாசனையும் ஸ்காட்லாந்து கவிஞர் பர்ன்ஸையும் ஒப்பிடும் ஆங்கில ஆய்வு நூல் குறிப்பிடத் தகுந்தது. அதன் ஆசிரியர் எம். இளமாறன் இரு கவிஞர்களின் படைப்புகளிலும் அமைந்துள்ள காதல், திருமண வாழ்வும், குடும்ப வாழ்வும்; மதமும் சமூகமும்; இயற்கை, நாடு, எல்லை கடந்த நிலை ஆகிய இயல்களில் அவரது ஆய்வு அமைந்துள்ளது. பர்ன்ஸின் காதற் பாடல்கள் தன்னுணர்ச்சியாக உள்ளன. பாரதிதாசன் காதற்பாடல்கள் தற்சாரா நிலையில் பொது நோக்குடையன; சமூக அளவில் இருகவிஞர்களும் குடும்ப உறவின் உணர்வுகளைப் பாடியிருப்பதில் ஓர் ஒற்றுமை புலனாகிறது; மதம், சமுதாயம் இவற்றைப் பற்றிப் புரட்சியுடன் பாடிய கவிஞர்கள்; மனிதநேய மிக்க பாடல்களில் இருவருக்கும் ஒற்றுமை காணப்படுகிறது; மதத்தலைவர்களை இகழ்ந்து பாடி யிருப்பதில் இருகவிஞர்களும் ஒத்த உணர்வினராக உள்ளனர்; ஆதிக்க உணர்வுகளை இருவருமே எதிர்த்துக்குரல் கொடுத்தவர்கள்; உலகளாவிய பார்வையை இருவரும் தங்கள் கவிதைகளில் பதிவு செய்துள்ளனர் முதலான கருத்துகளில் ஒப்பிட்டுள்ளமை இந்த ஆய்வு வழிப் புலனாகின்றது.

பாரதிதாசன் நூற்றாண்டில் உலகத்தமிழாராய்ச்சி நிறுவனம் பாரதிதாசனை இந்திய மேலைநாட்டுக் கவிஞர்களோடு ஒப்பிட்டு நூல் ஒன்றை வெளியிட்டது. அதில் பாரதிதாசனை உலகக்கவிஞர்களோடும், இந்தியக் கவிஞர்களோடும் ஒப்பிட்டு அறிஞர்கள் சிலர் கட்டுரைகளைப் படைத்துள்ளனர். பாரதிதாசனை வேர்ட்ஸ்வொர்த், பைரன், கீட்ஸ், ராபர்ட் பிராஸ்டு, டி. எச் லாரன்ஸ், பர்ன்ஸ் போன்றரோடு ஒப்பிட்டுள்ளனர்.

Bharathidasan - Critical Perspectives என்ற நூலினை மதுரை காமராசர் பல்கலைக் கழகம் வெளியிட்டுள்ளது. அதில் பாரதிதாசன், இராபர்ட் பிராஸ்டு கவிதைகளில் தேசியம், உலகவியம், பாரதிதாசன், வால்ட் விட்மன் கவிதைகளில் முரண் உத்தி, பாரதிதாசன், பர்ன்ஸ் கவிதைகளில் வட்டாரப் பாங்கு, பாரதிதாசன் , பைரன் கவிதைகளில் பண்பாட்டுப்புறக்கணிப்பு , புரட்சிக்கவியும், பில்கணியமும், பாரதிதாசன், வேர்ட்ஸ்வொர்த் கவிதைகளில் இயற்கைப்புனைவுக் கவிஞர்கள், பாரதிதாசன், பெர்னாட் ஷா பெண்ணியப் புரட்சியாளர்கள், பாரதி பாரதிதாசன், பாரதிதாசன் டி.எச். லாரன்ஸ் கவிதைகளில் இருள் ஒரு பாடுபொருள்

ஆகிய தலைப்புகளில் அமைந்த ஆங்கில ஆய்வுக் கட்டுரைகள் குறிப்பிடத்தகுந்தன.

வான்முகில் எழுதியுள்ள **பாரதிதாசனும், கிளாடு மெக்கேவும்** என்ற ஒப்பீட்டாராய்ச்சி குறிப்பிடத்தக்க நூல்களில் ஒன்று. இருபகுதிகளாக உள்ள இந்நூலின் முதல் பகுதி, நான்கு இயல்களைக் கொண்டது. முதல் இயலில் ஒப்பிலக்கியம் பற்றி விரிவான அறிமுகம் தருகிறது. இரண்டாவது இயலில் தமிழ் மறுமலர்ச்சியும் ஹார்வம் மறுமலர்ச்சியும் என்ற பகுதியில் தமிழகத்தின் மறுமலர்ச்சிக் காலத்தை வரலாற்று அடிப்படையில் சில தகவல்களைச் சொல்கிறது. ஹார்லம் என்ற நியூயார்க் பகுதியில் குடியேறிய கறுப்பின மக்களைப் பற்றிய வரலாற்றுச் செய்தியை முன் வைக்கிறது. இயல் மூன்றும், நான்கும் எடுத்துக்கொண்ட ஆய்வுப் பொருண்மையில் இவ்விரு கவிஞர்களுக்குமான ஒப்பீட்டுப் பார்வையை விரிவாக ஆய்கிறது. பாரதிதாசனும், மெக்கேவும் தங்கள் எண்ணங்களைக் கருத்துப் பரவலுக்கு அடித்தளமாகக் கொண்டிருந்ததை ஒப்பிட்டுரைக்கிறது. இருவரும் பிரான்சிலும், பிரெஞ்சுப் புரட்சியின் இலட்சியங்களினாலும் நேரடியாகவோ, மறைமுகமாகவோ தாக்கம் பெற்றிருந்தனர். பிரெஞ்சு பிரகடனமான சுதந்திரம், சமத்துவம், சகோதரத்துவம் ஆகிய கொள்கையில் இணைவதை மேற்கொண்டிருந்தனர். புழுதியிலிருந்து கலை உருவாகலாம் என்ற கோட்டில் இருவரும் இணைவதைச் சுட்டுகிறார். ஹார்லம் மறுமலர்ச்சியுடன் தொடர்புகொண்டவராக மெக்கே இருந்திருப்பினும் அதன் கொள்கைகளில் ஏற்றும் மறுத்தும் வரலானார். பாரதிதாசனும் தமிழ் மறுமலர்ச்சியில் இணக்கமான உறவு கொண்டிருந்தாலும், பெரியாரின் தாக்கம் பெற்ற பின் சமயம், கடவுள் சார்பான கருத்துகளை மறுத்துக் கவிதை எழுதலானார்;

இருவரும் தத்தமது தாய்நாடுகளில் தோன்றிய மறுமலர்ச்சி இயக்கங்களின் முன்னணிக் கவிஞர்களாக வெளிப்பட்டனர்; இருவரின் எழுத்துகளில் கருத்துப்பரவல், கலை, சமுதாயம், முதலிய நிலைகளில் ஒப்பு நோக்கித் தம் ஆய்வுரையை நிகழ்த்தியுள்ளார் ஆசிரியர். கருத்துப் பரவல்தான், மனிதனுக்கே உரிய தனிப்பண்பு என்ற கருத்தினையும், அது கலையாக மிளிர்வதையும் தம் படைப்புகளில் இருவரும் கையாண்டவர்கள்; அவ்வாறு கலையாகப் பயன்படுத்துவதற்கு அவர்கள் எதிர்ப்புக் கோட்பாடுகளும், சீர்திருத்தப்பற்றார்வக்

கிளர்ச்சியும் ஊக்கமளித்தன; இன, சாதிக் கட்டுப்பாடுகள், கடவுள், சமுதாயத்தில் பெண்களின் பாடுகள், சுரண்டல் ஆகிய கருப்பொருள்களையும், மற்றக் கருப்பொருள்களையும், தங்கள் எதிர்ப்பினை வெளிப்படுத்தவும், அவற்றைச் சார்ந்த தங்கள் கருத்துகளைப் பரப்பவும் அவர்கள் தேர்ந்தெடுத்துக் கொண்டனர்; வளமும் வண்மையும் படைத்த நில உரிமையாளர்கள் ஏழை விவசாயக் கூலிகளின் உழைப்பைச் சுரண்டிப் பிழைப்பதை எதிர்த்து இருவரும் தங்கள் கவிதைகளில் கருத்துப் பரப்பல் செய்கின்றனர்; சமுதாயத் தீமைகளைப் போக்கிச் சமுதாயச் சீர்திருத்தம் செய்வதற்கான பல்வேறுவழிகளைத் தம் கவிதைகள் மூலம் கருத்துப் பரவலாக்கினர்; சமுதாயச் சீர்திருத்தத்தின் மூலம் ஒரு சமத்துவச் சமுதாயத்தினை மலரச்செய்யும் பேரார்வம் மெக்கேவை விட பாரதிதாசனிடம் மேலோங்கி இருக்கிறது என்கிறார் நூலாசிரியர்.

இறுதி இயலில் மனிதநேயத்தை இருவரும் வலியுறுத்தியிருப்பதனை எடுத்துக் காட்டுகிறார். இருவரும் உலகம் முழுமையும் மனிதர் சமத்துவ நிலையில் வாழவேண்டும் என விழைந்தனர்; இருவருள் பாரதிதாசன் பிறப்பால் தோன்றிய சாதி மேலாண்மையை எதிர்த்தார். மாறாக, மெக்கே நிறத்தால் நிலவிய மேலாண்மையை எதிர்த்தார். இருகவிஞர்களுக்குமே பிறர் ஆளுமையில் புகுந்து கற்பனையாக அவர்களது அனுபவத்தை அனுபவிக்கும் பரிவுணர்வு இருந்தது. படைப்பிலக்கிய வாதிகளாகத் திகழ்ந்த இக்கவிஞர்கள் அரசியலிலும் ஓரளவு ஈடுபட்டனர். இந்திய தேசிய அரசியலையும், சமயத்தையும் இணைத்துள்ளமைக்குக் கதர் இராட்டினப் பாட்டு எடுத்துக்காட்டாகும். மெக்கே பன்னாட்டு அரசியலில் பங்கேற்றாராயினும், அரசியலுடன் சமயத்தைக் கலக்கவில்லை. பாரதிதாசன் பிற்காலத்தில் சமய எதிர்ப்பு இயக்கத்தில் ஈடுபட்டார், தேசிய நீரோட்டத்திலிருந்து விலகித் திராவிட நாட்டுப் பிரிவினை இயக்கத்தில் தீவிரமாக ஈடுபட்டார். மெக்கே அரசியலைத்துறந்து, உரோமன் கத்தோலிக்கராக மாறித் தம்மைச் சமயத்துடன் இணைத்துக்கொண்டார் எனக் கருத்துரைப்பர்.

பா.பரமேஸ்வரன் எழுதிய **பாரதிதாசன், வால்ட் விட்மன்** இருபெரும் புரட்சிக்கவிஞர்கள் ஓர் ஒப்பிலக்கிய ஆய்வு என்ற நூலில் இருவரையும் சில நிலைகளில் ஒப்பிட்டாய்ந்துள்ளார். விட்மனின் சமயம் யாவற்றிலும் இறைமையைக் காணுதல் என்பதே.

எல்லாவற்றிற்கும் ஆதார சுருதி இனிய நம்பிக்கைதான் என்கிறார் விட்மன். இறைமையின் மீது மிகவும் நம்பிக்கை கொண்டவர் விட்மன். உயிரினங்களில் கடவுளைக் காணுகிறார். பாரதிதாசனும் தொடக்க காலத்தில் இறையுணர்வு பெற்றிருந்தார்.பிறகுதான் சுயமரியாதை இயக்கத்தில் ஈடுபாடு கொண்டார். விட்மனைப்போல, பாரதிதாசனும் கடவுள் இல்லை என்று நேரடியாக மறுக்காது கடவுளை உலோகாயதவாதியாக நோக்கினார். இருவருமே கடவுள் எண்ணம் கொண்டிருப்பதைக் காட்டிலும் மனித நேயம் கொண்டிருந்தனர். இருவருமே மனிதனைத் தெய்விகப்படுத்துவதில் முனைப்புக் காட்டியவர்கள். பாரதிதாசனைப் போன்றே விட்மனும் சமுதாயத்தில் சாதி, சமயம், நிறம் திருமுறைக்கோட்பாடு ஆகியவற்றின் அடிப்படையாகக் கற்பிக்கப்படும் வேற்றுமையைகளுக்கு உடன்படவில்லை. சாதியம், சமயம், பெண்ணடிமை போன்ற கருத்தாக்கங்களில் இருவரிடம் உள்ள ஒற்றுமையைக் கோடு காட்டிச்செல்கிறார் நூலாசிரியர். இருவருமே தொழிலாளர்களின் தோழர்கள் என்று கருத்துரைப்பர்

பாரதி பாரதிதாசன் கண்ணதாசன் ஒரு பார்வை என்ற பொதுவான ஒப்பீட்டு நூலில் அதன் ஆசிரியர் ப.முத்துக்குமாரசாமி இம்மூவரையும் ஒப்பிட்டுரைப்பர். மூவரிடத்தும் பெண்மை பற்றிய கருத்துகள், தாய் மொழி உணர்வு, நாட்டுப் பற்று, இறைப் பற்று, சமூகம் பற்றிய செய்திகள் இடம் பெற்றுள்ளன. பெண்களைப் பற்றிய கவிதைகள் விரிவாக எடுத்துரைக்கப் பட்டுள்ளன. பெண்ணை உயர்வாகப் போற்ற வேண்டும்; அவர்கள் சமத்துவமாக நடத்தப்பட வேண்டும் என்பதற்கான பாடல்களை எடுத்துரைக்கும் ஆசிரியர், பாரதி தன்கவிதைகளில் தேசியத்தையும், தமிழ் இனத்தையும், தமிழ் நாட்டையும் , தமிழையும் ஒன்றாகவே கருதி உயர்நிலைக்கு உயர்த்திக்காட்டிய புதுமை விரும்பி என்று சுட்டிக் காட்டுகிறார். கண்ணதாசன் காமத்தைத் தொட்டுப்பார்த்துப் பின்னர் அழகை ஆராதித்து, அவை இரண்டும் கசந்த பிறகு திருஞானத்தைத் தொட்டவனுக்கு மெய்ஞ்ஞானம் இனித்தது என்று குறிப்பிடுகிறார். பாரதி தமிழுக்குப் பாதை போட்டவர். பாவேந்தர் தமிழின் மேன்மையை வெளிக்கொணர்ந்தவர்; கண்ணதாசன் தமிழின் போதையைத் தேனூறும் தெவிட்டாத தெள்ளமுதை, இசைக்கருவிகளின் நளினத்தோடு, நாட்டியமாட வைத்த தமிழ்நட்டுவனார் என்றால்

மிகையாகாது. தனது கவிதைகளில் தமிழ்ச்சந்தங்களைச் சதிராட வைத்த சங்கப் பலகை என்று உயர்த்திக் கூறுகிறார் ஆசிரியர்.

ஆரியர் ஆதிக்கத்தால் அன்னைத்தமிழ் தமிழன்தமிழன் அடிமைப் படுத்தப் பட்டது என்பது பாவேந்தரது அசைக்கமுடியாத நம்பிக்கை. எனவேதான் தனது கவிதைகளில் பெரும்பாலானவற்றில் தமிழர் சமுதாய விடுதலைக்காகப் பாடினார் என்று கருத்துரைப்பர். கவியரசரின் தத்துவ விளக்கங்கள் எளிய முறையில் இந்து மதத்தின் கொள்கைகள் சடங்குகள் போன்றவைகளுக்கு விளக்கம் அளித்து ஆன்மிகம்அறுபது வயதைக்கடந்த முதியவர்க்குத் தேவை என்ற கருத்தைப் போக்கச்செய்தவர். கண்ணதாசனைக் கவிஞனாகக் காண்பதிலும் அவரது தத்துவப் பாடல்கள் வழி அவரைத்தத்துவ ஞானியாகத்தான் காண முடிகிறது என்கிறார்.பாரதியின் ஆன்மிகக் கொள்கையோடு கவியரசரது இறைஉணர்வுக் கொள்கைகள் இணைந்து உறவாடுவது கண்டு பெருமிதம் கொள்ள வேண்டும். பாரதியும் கவியரசரும் ஒரு சேரக்குழல் ஊதும் கண்ணனைப் படாத பாடுபடுத்தி வைத்துவிட்டார்கள். பாரதி வீட்டுச் சேவகத்திற்குப் பால் வாங்கிவரும் பணியாளாகவீட்டைக் கூட்டி மெழுகிச் சுத்தம் செய்ய கண்ணனைக் கூப்பிட்டார்; கவியரசரோ கண்ணதாசனோ கண்ணனைத் தெய்வமாக, அரசனாக, தோழனாக எதிலும் பார்க்குமிடமெங்கும் கண்ணனாகக் கண்டவர் என்று மதிப்பிடுகிறார்.

பாரதி இலக்கியத்தில் வேத இலக்கியத்தின் தாக்கம் என்ற பெ.சு.மணியின் நூலில் வேத ஆய்வில் அரவிந்தரும், பாரதியும் , பாரதியார் கட்டுரையில் வேத இலக்கியத்தின் தாக்கம், வசன கவிதையில் வேத இலக்கியத்தின் தாக்கம், பாரதியார் கவிதைகளில் வேத இலக்கியத்தின் தாக்கம் ஆகிய கட்டுரைகள் ஒப்பிலக்கியத்தில் தாக்கம் பற்றிய கோட்பாட்டின்படி அமைந்தவையாகும். அரவிந்த ருக்கும் பாரதிக்கும் இருந்த தொடர்பினைச் சுட்டிக்காட்டும் ஆசிரியர், பாரதிக்கு அரவிந்தர் வேதங்களை அறியச் செய்தவர் என்கிறார். பாரதியாரின் உள்ளத்தில் கனன்று கொண்டிருந்த வேதாக்னி, அரவிந்தரால் புதிய சுடரொளி பெற்றது. அரவிந்த ரிடமிருந்து வேதத்தைத் தெரிந்துகொண்டதாக பாரதி குறிப்பிடுகிறார்; பாரதியிடம் படிந்திருந்த வேதத்தின் தாக்கம் குறித்து சுத்தானந்த பாரதியார் கூறும் கருத்தாவன ‘அரவிந்தர்

உறவினால் பாரதியார் வேத வாக்குகளிற் கருத்தூன்றினார்' என்பதை எடுத்துக் காட்டுகிறார். அரவிந்தரின் கவிதைகளை பாரதி தமிழில் மொழி பெயர்த்திருக்கிறார்; இருவருக்கும் இலக்கிய ஆன்மிக உறவு இருந்ததைச் சுட்டிக் காட்டுகிறார்; பாரதியாரிடம் அரவிந்தரின் செல்வாக்கு இருந்திருப்பதையும் சொல்லியுள்ளார்.

அரவிந்தர் தீயை இறைநிலை நோக்கிச்செல்வது பாரதியின் கவிதைகளில் செறிந்துள்ளது. மந்திரம் போல் சொல்லின்பம் என்ற கருத்தில் இருவரும் இணைகிறார்கள்; வேதங்களின் தாக்கம் பாரதியிடம் இருந்துள்ளதைப் பலவாறு எடுத்துக்காட்டும் ஆசிரியர், வேத ரிஷிகள் கவிதை, வேள்வித் தீ முதலான கவிதைகளிலிருந்தும் எடுத்துரைக்கிறார். இன்று என்னும் கட்டுரையில் வேதத்தின் தாக்கம் மிக அழுத்தமாகப் பதிந்திருப்பதைத் தக்க எடுத்துக்காட்டுகள் மூலம் மெய்ப்பிக்கிறார். அமரத்தன்மையைக் குறித்த மந்திரங்கள் என்ற தலைப்பில் பாரதி கூறிய செய்திகள் வேத வேதாந்த சிந்தனையின் சாரத்தைக் காணலாம்; அஜாக்கிரதை, வேணுமுதலி ஆகிய சிறுகதைகளிலும், காட்சி, தீ, ஞாயிறு, காற்று, கடல், ஒளி ஆகிய வசன கவிதைகளிலும். ஆங்காங்கே காணப்பெறும் கவிதை அடிகளிலும் பாரதிக்கு இருந்த வேதத்தின் தாக்கத்தை உணர்த்துகிறார் நூலாசிரியர்.

மொழி இலக்கணம் பற்றிய ஒப்பீட்டை இந்நூலுக்குரிய பொருளாக எடுத்துக் கொள்ளவில்லையானாலும், தொன்மை மொழிகளான தமிழையும் சமஸ்கிருதத்தையும் பற்றிய உறவினை ஒப்பியலில் எடுத்துக் காட்டுவதில் தவறில்லை. இது தொடர்பாக, ஞாலத்தமிழ்ப்பண்பாட்டு ஆய்வு மன்றம் வெளியிட்டுள்ள இவ்விரு மொழிகளுக்கான ஒப்பீடு சுட்டிக்காட்டத் தக்க ஆய்வாக உள்ளது. இந்நூலில், வடமொழியாளரின் வஞ்ச நெஞ்சம்தமிழகத்தைச் சிதைத்தல், சமஸ்கிருதம் மொழிகளுக்கெல்லாம் முதல் மொழியா? சமஸ்கிருதம் போற்றும் வைதிக சமயக் கருத்தியல்களால் உருவாகிய தமிழ்ச்சமூகத்தில் ஏற்பட்ட பாதிப்பு, வைணவத்தின் வைதிக எதிர்ப்பு, சமஸ்கிருதத்தின் பண்டையவரலாறு சமஸ்கிருதத்தின் ஆக்கமும் தாக்கமும்,, தெ.பொ.மீ பார்வையில் தமிழும் வடமொழியும், வடமொழி வால்மீகி இராமாயணம் கொடுத்தலும் தமிழ்க் கம்ப ராமாயணம் கொண்டதும், இன்றைய நாள் தமிழ், சமஸ்கிருத உறவும் முரணும், தமிழ்இலக்கண உருவாக்கத்திற்கான கோட்பாடுகளும்

இலக்கணங்களின் தாக்கமும், **cilappathikaram and Natya Sastra-relationship - A Study** ஆகிய ஆய்வுக்கட்டுரைகள் இருமொழி ஒப்பீட்டில் குறிப்பிடத்தக்க பங்களிப்பினைச் செய்துள்ளன.

இந்நூல். தமிழ்வடமொழி உறவுகளில் ஒத்தும் உறழ்வுமான கருத்தியலை அனைத்துக்கட்டுரைகளும் முன் வைக்கின்றன. ஒவ்வொரு கட்டுரையும் தத்தம் நோக்கில் சிறப்புடையது. வடமொழி என்னும் போது அது சமஸ்கிருதத்தை மட்டும் குறிப்பதில்லை. பிராகிருதம், பாலி முதலிய மொழிகளும் அடங்கும். மருதநாயகம் பல மேற்கோள்கள் மூலம் தமிழ் மொழியினை எவ்வெவ் வகைகளிலெல்லாம் வடமொழிவாணர்கள் சீர்குலைத்ததை எடுத்துக் காட்டு கிறார். வேதங்கள் ஒரு சார்புத்தன்மை உடையாக இருத்தலாலும், சமுதாய ஏற்றத் தாழ்வுகளை வலியுறுத்துவதாலும் அதனை ஆங்கிலத்தில் தம்மால் மொழிபெயர்க்கமுடியாது என்ற ஏ.கே. இராமனுஜன் கருத்தை முன் வைக்கிறார். இரேணுகா தேவியின் கட்டுரை, சமஸ்கிருதம் முதன்மொழி ஆகாது என்று வலியுறுத்துவதற்கான சான்றுகளை முன்வைத்து, சமஸ்கிருதத்திற்கு முந்தைய மொழி பிராகிருதம் என்றும், இராமாயணத்தில்தான் சமஸ்கிருதம் என்ற சொல் பயன்பாட்டிற்கு வந்தது, அதனை ஏனைய மொழிகளுக்குத் தாய்மொழியாக கொள்ள முடியாது என்றும், தமிழகத்தில் அது வழிபாட்டு மொழியாகத் திணிக்கப் பட்டதால் அதுவே மொழிகளின் முதல் மொழியாகிவிடாது என்பதனை நிறுவுகிறார். பொ.நா. கமலா வைதிக சமயக்கருத்தியலால் தமிழ்ச்சமூகத்தில் நிகழ்ந்த பாதிப்பினைக் கட்டுடைத்தல் அடிப்படையில் எழுதியுள்ளார். வேள்விப் பண்பாடு, அருந்ததி பார்த்தல் அம்மி மிதித்தல், ஆன்மா, வேள்வி, பிரம்மம், நேதி, வருணாசிரமம், மந்திரங்கள் முதலியன கட்டுரையாளரால் மறுக்கப்படுகின்றன. சமஸ்கிருத மொழியினரின் வேதாந்தச் சொல்லாடல்களைக் கட்டுடைத்து ஊடுருவிச் செல்லச் சித்தர்கள் சித்தாந்தச் சொல்லாடல்களைக் கையாண்டனர் என்று கருத்துரைக்கிறார்.

க.நெடுஞ்செழியன் வைணவத்தின் வைதிக எதிர்ப்பு குறித்து எழுதுகையில், திருமால் வேத முதல்வனாகப் போற்றப்படுவதன் காரணத்தைப் பல தடைவிடைகளால் நிறுவி, நம்மாழ்வாரின் கருத்துகள் எவ்வாறு வைதிகர்களால் எதிர்க்கப்பட்டன என்பதும், நம்மாழ்வார் பாடல்கள் வேதத்தைவிட மேலானவை என்பதற்குச்

சான்று காட்டியும் தம் கட்டுரையை விளக்கும் ஆசிரியர், கம்பர் சடகோபர் அந்தாதியில் தொடங்கிவைத்த வேத சமஸ்கிருத வேள்விமீமாம்சக எதிர்ப்பு ஆசார்ய இருதயத்தில் மேலும் கூர்மைப்படுத்தப்பட்டுகீதை எதிர்ப்பாகவும் மாறுகிறது என்பதை நிறுவுகிறார்.

முருகரத்தினம், சமஸ்கிருதத்தின் ஆக்கமும் தாக்கமும் என்ற கட்டுரையின் முடிவில். மாதல் தேஷ்பாண்டேயின் ஆய்வினை எடுத்துரைத்து, அம்மொழியின் வரலாற்றில் நிகழ்த்தப்பட்ட புனைந்துரையைக் கற்பனைக் கட்டுமானத்தை உடைத்துக் காட்டுகிறது என்று சுட்டுகிறார். தெ.பொ.மீ பார்வையில் தமிழும் வடமொழியும் என்ற ஆ.மணியின் கட்டுரை,எந்த வொருகருத்தும் வழக்கமும் வடமொழியிலிருந்தே தமிழுக்கு வந்தது எனக் கூறுவதே இருமொழிப் புலமையாளர் எனக்கொள்வோரின் மனப்பழக்கம். இவ்வழக்கத்திற்கு மாறுபட்டுத் தமிழில் இருந்து வடமொழிக்குச் சென்றவற்றைத் தெ.பொ.மீ எடுத்துரைப்பது அறியதக்கது. வடமொழி வால்மீகி இராமாயணம் கொடுத்ததும், தமிழ்க் கம்பராமாயணம் கொண்டதும், ஏ.கே.இராமானுஜம் வழி என்ற கட்டுரையில் இரா.காஞ்சனா. அகலிகை கதையை எவ்வாறு வால்மீகி, கம்பர் நோக்கியுள்ளனர் என்பதைக் காட்டுகிறார்; இருவரிடத்தும் கதைக் கூறலில் வேறுபாடுகள் பற்றிச் சுட்டுகிறார்; இவ்விரண்டு கவிஞர்களிடத்தும் தம் இதிகாசத்தின் தொடக்கத்தையும் முடிவையும் எவ்வாறு எழுதிச் சென்றுள்ளனர் என்று சிந்திக்கிறார்; ஏ.கே இராமனுஜம் அவர்களின் வழி இரா.காஞ்சனா சொல்லியுள்ள முறை நன்றாக அமைந்துள்ளது. தமிழ், சமஸ்கிருத உறவும் முரணும் என்ற கட்டுரையில் இ.கி. இராமசாமி வடமொழி பில்கணீயம், பாரதிதாசனின் புரட்சிக்கவி இரண்டையும் ஒப்பிட்டு எதற்காக பாரதிதாசன் புரட்சிக்கவியை எழுதிய சூழலை முன்வைத்து எழுதியுள்ளார். பில்கணீயம் தனிமனிதனைச் சார்ந்ததாக அமைய, புரட்சிக் கவியோ மொத்த சமுதாயத்தைச் சார்ந்ததாக அமைகிறது. பாரதிதாசனின் இரணியனையும், பாகவதத்தில் வரும் ரணியகசிபுவையும் ஒப்பிடுகிறார். ரணியகசிபு சாகாவரம் பெற்றவன்; இரணியனோ அப்படியெல்லாம் வரம் பெற்றவனல்லன்; அவனது வீரமும், தன்மான உணர்ச்சியும், பகுத்தறிவும், தமிழினப்பற்றும் மிக்கவன், தன்னைக் கொல்ல வந்த ஆரியப் பெண்ணுக்கு இரக்கங்காட்டி மன்னித்து விட்டவன், ஆரியச் சூழ்ச்சியாலும்

உட்பகை யாலும் கொலை செயப்பட்டவன் என்று ஒப்பிட்டுரைப்பர். இதிகாசக் கதையைப் புதிய கொள்கையைப் பரப்பிட அதன் அடிக்கருத்தை மாற்றி எதிர்வினையாக இயற்றியிருந்தார் பாரதிதாசன். பெரியாரின் சொற் பொழிவுகளும் மறைமலையடிகளின் தமிழின உணர்வும் பாரதிதாசனிடம் ஏற்படுத்திய தாக்கத்தினால் வந்தவர் மொழியிலிருந்த கதையை, தமிழ்மொழியில் அவர் நாடகமாக்கிப் பகுத்தறிவுப் பரப்புலுக்குப் பயன்படுத்திக் கொண்டார் என்று முடிக்கிறார்.

தமிழ் இலக்கண உருவாக்கத்திற்கான கோட்பாடும் சமஸ்கிருத இலக்கணங்களின் தாக்கமும் என்ற கட்டுரையில் பா.சங்கரேஸ்வரி, வீரசோழியம், பிரயோக விவேகம், இலக்கணக் கொத்து ஆகிய நூல்கள் தொல்காப்பியத்திலிருந்து மாறு பட்டிருப்பதும், இம்மூன்று நூல்களும் எவ்வாறு மரபு நிலையில் திரிந்துள்ளன என்பதைக் காட்டுகிறார். சிலப்பதிகாரத்திற்கும் நாட்டிய சாஸ்திரத்திற்கும் உரிய உறவு என்னும் ஆங்கிலக்கட்டுரையில் அவ்விரண்டுக்குமான இயல்புகளைச் சுட்டிக் காட்டிவிட்டு இரா. நாகசாமி சொல்வதைப்போல், சிலப்பதிகாரம் நாட்டிய சாஸ்திரத்தின் நகல் இல்லை. தமிழின் தொன்மையான கலையின் நீட்சியில் விளைந்தது சிலப்பதிகாரம் என்று கருத்துரைப்பர். கண்ணகி இந்திய தேசியத்தின் பண்பாட்டின் அடையாளம் எனவே சிலப்பதிகாரம் தேசிய காப்பியமாகக் கொள்ளத்தக்கது என்று கருதுகிறார்.

ஒப்பியல்நோக்கில் உலகமொழிகள் என்ற தொகுப்பு நூலில், பத்துக் கட்டுரைகள் ஒப்பிலக்கியத் தொடர்பானவை. திருவள்ளுவரும் கபீரும், திருவள்ளுவரும் மார்க்கஸ் அரேலியசும், அருணகிரிநாதர் வேமன்னா, வள்ளுவர்சர்வக்ஞர், பெரியாழ்வார்சூர்தாஸ் சீனக் கவிதைகளும் சங்கமரபும், தமிழ்சீனச் செவ்வியல் இலக்கியங்களில் தமிழரின் வாழ்வியல், ரவிவர்மா சீத்தாராமன், சச்சிதானந்தன் பாஸ்ரீ, அய்யப்பபணிக்கரும் வைரமுத்தும், தமிழ்மலேசியா சிறுகதைகளில் சமுதாயச் சிந்தனைகள் ஆகிய கட்டுரைகள் சுட்டிக்காட்டத்தக்கன.

திருவள்ளுவரும் கபீரும் கடவுள் கொள்கையில் ஒரு பொதுமைப் பண்பினர்; வள்ளுவர் அடையாளங்களைக் கடந்த நிலையில் அடிப்படையான உண்மைகளைக் கண்டு உணர்த்தியுள்ளார், கபீர் அடையாளங்களின் ஊடே நிலவும் அடிப்படையான உண்மையைக் கண்டு உணர்த்தியுள்ளார்; சடங்குகளிலும் சம்பிரதாயங்களிலும்

இருவரும் ஒத்த கருத்தினர், மொட்டையடித்தலும் சடைவளர்த்தலும் ஆகிய புறக் கோலங்கள் வேண்டா என்பதில் இருவரும் ஒத்த கருத்தினர்: மனத் தூய்மையை இருவரும் போற்றியுள்ளனர்; அன்பின் வழியது உயிர்நிலை என்ற கருத்தினர் என்று ஒப்பிட்டுரைக்கும் இரா. மோகன் இருவருக்குமான வேற்றுமையையும் சுட்டிக்காட்டுவர். பெண்ணுக்குப் பெருமை சேர்ப்பதில் திருவள்ளுவரைக் காணலாம். கபீரோ இதற்கு எதிரானவர் என்று உணர்த்துவர். திருவள்ளுவர் மார்க்கஸ் அரேலியசு ஆகிய இருவரும் மனத் தூய்மையைப் போற்றுவதோடு சினம் பற்றிய கருத்தில் ஒன்றிணைந்தவர்கள்; பகைவனைப் போற்றும் பண்பினர் போன்ற பார்வைகளில் இருவரையும் ஒப்பீட்டுள்ளார். இரா. நிர்மலா மோகன். அருணகிரி நாதரையும் தெலுங்குக் கவி வேமனாவையும் ஒப்பிட்டுரைக்கும் கட்டுரையில், இருவருமே இளம்வயதில் ஒழுக்க நெறியின்றி வாழ்ந்ததைச் சுட்டிக் காட்டிவிட்டு, சிற்றின்பம் வழிப்பேரின்பம் அடைதல் என்ற நெறியில் இருவரும் இணைந்தவர்கள் என்றுரைப்பர். தன்னை உணர்தல், அடியார்கள் வணங்குதற்குரியர், பெண் வெறுப்புச்சிந்தனை, மற்றும் உலகியலில் வேண்டப்படும் நல்லறக்கருத்துகளில் இருவரும் கூறிச்சென்ற சிந்தனைகள் ஆகியவற்றை இக்கட்டுரை முன்னிறுத்துகிறது. கல்விச் சிந்தனையில் வள்ளுவரும் சர்வக்ஞரும் என்ற கட்டுரை இருவரும் கல்வியின் மேன்மையையும், சிறப்பினையும் எவ்வெவ்வகைகளில் உணர்த்தியுள்ளனர் என்பதைத் தெளிவுபடுத்துகிறது. பெரியாழ்வாரையும் இந்திக் கவிஞர் சூர்தாஸும், குழந்தையாகிய கண்ணனைப் பல கோணங்களில் பாடியுள்ள பாங்கினைக் காட்டுவதாக அமைந்துள்ள அக்கட்டுரை இணைவரை அடிப்படையில் உள்ளது. கண்ணன் குழந்தையாக இருந்துஎட்டிஉதைத்தல், தாலாட்டு, செங்கீரை ஆடுதல், தளர்நடை இடுதல், வெண்ணைத் திருட்டு முதலிய கோணங்களில் ஒப்புமைப் படுத்துகிறது.

சீனக்கவிதைகளும் மரபும் என்ற கட்டுரை சங்க இலக்கியத்தில் வரும் செவிலி பற்றிய ஒரு செய்தியையும், தேர்ப்பாகனுக்குத் தலைவன் கூறுவதான தொண்டைமான் இளந்திரையன் பாடிய பாடலையும், ஒக்கூர் மாசாத்தியர் பாடல் ஒன்றையும் மேலோட்டமாக எடுத்துரைக்கிறது. தமிழ் – சீனச்செவ்வியல்

இலக்கியங்களில் தமிழரின் வாழ்வியல் என்னும் கட்டுரை சங்க கால இலக்கியத்தையும், சீனத்தின் தொன்மை இலக்கிய காலமான ஷிழ்சிங் காலகட்டத்தில் எழுந்த சீனக் கவிதைகளையும் ஒப்பு நோக்கிறது. மனித இனத்தை நகர்த்திச் செல்லும் உணர்வான காதலைப் பாடும் பாடல்களில், தலைவனின் பிரிவு வருத்தத்தைத் தந்தாலும் இயற்கை வளத்தைப் போற்றும் பெண்ணுள்ளத்தைச் சங்க இலக்கிய அகப் பாடல்களிலும் ஷிழ்சிங் சீனச்செவ்வியல் இலக்கியத்திலும் காணமுடிகிறது என்று கட்டுரையாசிரியர் தெரிவிக்கிறார். 'அணங்குடை நெடுவரை உச்சியின் இழிதரும்' என்று வரும் அகநானூற்றுப் பாடலைச் சீனக் கவிதையோடு ஒப்பிடுகிறார். 'பல்லா நெடுநெறிக் ககன்று வந்தென', எனவரும் குறுந்தொகைப் பாடலோடு பணிநிமித்தம் காரணமாகப் பிரிந்து சென்ற தலைவனை நினைந்து பாடும் சீனப்பாடல் ஒன்றி யிருப்பதைக் காணலாம். மற்றும் உழவுப்பாடல், வழிபாட்டில் பலி கொடுத்தல் போன்று வரும் சில நிகழ்ச்சிகள் சங்க இலக்கியத்தோடு பொருந்தியிருப்பதை எடுத்துக்காட்டி விளக்குகிறது இக்கட்டுரை. மலையாளக்கவி ஆற்றூர் ரவிவர்மா படைப்புகளை, தமிழ்க் கவிஞர் கை. சீத்தாராமன் படைப்புகளோடு ஒப்பிடும் ஒரு கட்டுரை, பிறவி, மனித நேயம், தனிமனித ஒழுக்கம், சுக துக்கங்களைப் பகிர்தல் போன்றவற்றோடு ஒப்பிடுகிறது. மலையாளக்கவிஞர் சச்சிதானந்தனையும், தமிழ்க்கவிஞர் பாஸ்ரீயையும் ஒப்பிடும் கட்டுரையில், இருவருமே புராணம் குறித்த பொய்ம்மைகளைக் கட்டுடைத்தல், மரணம் பற்றிய சிந்தனை, கடவுள் கொள்கை, பொதுமகளிர் போன்ற தலைப்புகளில் இருவரையும் ஆராய்கிறது. மலையாளக் கவிஞரும், திறனாய்வாளருமான அய்யப்ப பணிக்கரின் படைப்புகளை, வைரமுத்துக் கவிதைகளோடு அந்திப்பொழுது, இலங்கையையும் இந்தியாவையும் இணைத்து எழுதப்பட்ட கவிதையில் காணப்படும் சிந்தனையாக உண்டு. ஒளி துளி இரத்தம், ஆசை வார்த்தைகளை நம்பி ஏமாறும் இயல்பினைச் சித்திரிக்கும் குதிரை நடனம், போன்ற நிலைகளில் ஒப்புமைப்படுத்துகிறது இக்கட்டுரை.

ஒப்பிலக்கியத்தில் தாக்கம்.செல்வாக்கு பற்றிய கோட்பாடுகளில் குறிப்பிடத் தகுந்த நூல்கள் சில உள்ளன. **பிறமொழி இலக்கியங்களில் சங்க இலக்கியங்களின் தாக்கம்** என்ற நூல் குறிப்பிடத்தக்க நூலாகும். சங்கமுருகனும் கிரேக்க டயோனிசிசசும், தமிழ்ச் செவ்விலக் கியங்களும்

மலையாளமும், தெலுங்கில் சங்க இலக்கியத்தின் தாக்கம், வடமொழி இதிகாசப் பொருண்மைக்குச் சங்க இலக்கியத்தின் நன்கொடை, தமிழ் வடமொழி இலக்கியங்களில் அகப்பொருள் மரபுகள், காளிதாசனும் சான்றோர் கவிதையும், பழந்தமிழ் அகப்புறநூல்கள் தோற்றமும் தாக்கமும் முதலிய கட்டுரைகள் ஒப்பியல் நோக்கில் அமைந்தவை. முருகனைப் பற்றிய தொன்மைச் செல்வாக்கு, சங்க காலத்தில் மெல்ல ஒரு தனி இலக்கிய வகையாக மாறும் அளவு செல்வாக்கைப் பெற்றுள்ளது. அது போன்று டயோனிசஸ் என்ற தெய்வம் பற்றிய வழிபாட்டுப் பரவல் டித்ராம்ப் என்ற குழுப்பாடல் அமைப்பு சார்ந்த தன்னுணர்ச்சிப் பாடல் வகை ஆகிய இரண்டையும் விளக்குகிறது சாராதாம்பாள் எழுதிய கட்டுரை. முருகு பற்றிய தொன்ம வழிபாடு, வெறியாட்டு, உயிர்ப்பலி, மலைநிலக்கடவுள், குழுப்பாட்டு முதலானவற்றில் தமிழ்க்கடவுளான முருகனையும், கிரேக்கக் கடவுளான டயோனிசஸையும் ஒப்புமைப்படுத்துகிறது. தமிழ்ச் செவ்விலக் கியங்களும் மலையாளமும் என்ற கட்டுரையில் இவ்விரு மொழி இலக்கியங்களில் அமைந்துள்ள தூது, ஆற்றுப் படை, சாக்கியர் கூத்து ஆகியவற்றை முனைவர் நசிம்தீன் ஒப்புமைப்படுத்துகிறார்.காதா தப்தசதி என்ற நூலை அடிப்படையாக வைத்துச் சுருங்க உரைக்கும் கட்டுரை தெலுங்கில் சங்க இலக்கியத் தாக்கத்தைச் சிறிதளவே விளக்குகிறது. அ.அ.மணவாளனின் கட்டுரையான வடமொழி இதிகாசப் பொருண்மைக்குச் சங்க இலக்கியத்தின் நன்கொடை பற்றிய கட்டுரையில், இராமாயணத்திலும், மகாபாரதத்திலும் காணப்பெறும் இதிகாசக் குறிப்புகளின் அடிப்படையில் எழுதப்பட்ட கட்டுரையில் இதிகாச காலத்திற்கு முன்பே தமிழில் இராமன், அகலிகை, நூற்றுவர், வீமன், அசுவத்தாமன், கண்ணன் அவதாரம், முதலிய குறிப்புகள் இருப்பதைச் சான்றுகளோடு விளக்குகிறார் கட்டுரையாசிரியர். முனைவர் மணிவேல் கட்டுரையான தமிழ் வடமொழி இலக்கியங்களில் அகப்பொருள் மரபுகள் என்ற கட்டுரை, காதல் வாழ்க்கை தொடர்பான அகச்செய்திகளில் அவ்விரு மொழி இலக்கியத்தில் காணுறும் ஒப்பும் உறழ்வும் பற்றிப் பேசுகிறது.காளிதாசனும் சான்றோர் கவிதையும் என்ற முனைவர் மருதநாயகம் கட்டுரையில், சங்கத் தமிழில் காணப்பெறும் கவிதை உத்தி, உவமை, காட்சி உரு ஆகியவை காளிதாசனின் குமாரசம்பவம், இரகு வம்சம்,சாகுந்தலம்ஆகியவற்றில்காணப்பெ

றும்நிகழ்ச்சிகள், வருணனைகள், உவமை போன்றவை ஒப்புமைப் படுத்தப்பெற்றிருப்பதோடு, தமிழிலக்கியத்தைக் காளிதாசன் அறிந்திருக்க வேண்டும் என்ற முடிவுக்கு வருகிறார்.

இலத்தீன் அமெரிக்கக் கவிஞர்களைத் தமிழ்க்கவிஞரோடு ஒப்பிட்டு வெளிவந்த நூல்கள் குறைவு. எனினும் கவிஞர் ஈரோடு தமிழன்பனை இலத்தின் அமெரிக்கக் கவிஞர்களோடு ஒப்பிடும் ப.குணசேகரனின் **தமிழகத்தில் ஒரு பாப்லோ நெரூடா** என்ற நூல் குறிப்பிடத் தக்கது. நெரூடாவோடு மட்டும் நின்றுவிடாமல் இலத்தீன் அமெரிக்கக் கவிஞர்களான அக்டோவியா பாஸ், சீசர் வலேஜா, ஹ்யுடோபுரோ, போர்ஹே, இராபர்ட்டோ ஜூவராசு, யூஜினியோ மான்டேஜா, கௌதி மாலாக் போன்ற கவிஞர்களோடு பல நிலைகளில் ஒப்பிட்டுள்ளார்.'

தமிழ்க்கவிதைகள் உலகத்தரத்திற்கு உயர்த்தப்பட வேண்டுமானால் ஒப்பாய்வு மிக முக்கியம். தமிழ்மொழியில் தோன்றும் படைப்புகள் உலகக் கவிஞர்களை விஞ்சும் வண்ணம் அமைந்துள்ளன என்று நிலைநிறுத்த பிற நாட்டுக்கவிஞர்களோடு ஒப்பிட்டுப் பார்ப்பது மிக அவசியம் என்கிறார் இந்நூலாசிரியர். சிலி நாட்டுக் கவிஞரான பாப்லோ நெரூடாவை ஈரோடு தமிழன்பன் படைப்புகளோடு ஒப்பிடும் நூலாசிரியர் கவிதை மொழியைப் பேச்சுச் சந்த நடையாய் மாற்றியவர் நெரூடா, பேச்சுச் சந்தத்தை அற்புதமாகக் கையாளுபவர் தமிழன்பன். அவரது கவியரங்கக் கவிதைகளில் நெரூடாவின் பாணி அவரது கைவிரல் நுனியில் காத்திருப்பதை நன்கு தெரிந்து கொள்ளலாம் என்றுரைத்துள்ளார். எழுத்தைச் சித்திரமாக்கிக் காட்சிப் படுத்துவதில் வல்லவர் தமிழன்பன்; படிக்கிறபோதே உள்ளத்தில் ஒரு பாய்ச்சலைத் தோற்றுவிக்கும் இயல்பில் அமைவன நெரூடாவின் கவிதைகள். இருவரின் கவிதைகளிலுமே சமூகப் பார்வையில் வரலாற்றுப் பதிவு, அரசியல் கண்ணோட்டம், மனித நேயம், தேசிய நோக்கு ஆகிய நான்கையும் காணலாம் என்பது அவரது கருத்து.

அக்டோவியா பாஸ் சூரியன் குறித்துப் பல கோணங்களில் பாடியிருப்பதைத் தமிழன்பன் கவிதையோடு ஒப்பிடுகிறார். நேரடித்தன்மையில் போர்ஹேவையும், அங்கதத்தோடு சமூக அவலங்களைப் பாடுவதில் சீசர் வலேஜாவையும், மற்றும் வலேஜா அலங்கார நடைக்கும், கடினமான நடைக்கும் சொந்தக்கார ரான இவரிடமிருந்து மாறுபடும் தமிழன்பனையும், புத்தகம் குறித்தும்,

சினம் பற்றிய சிந்தனைகளிலும் இருவரும் ஒன்றுபட்டிருப்பதையும் ஒப்பிட்டுக் காட்டுகிறார். இட்ரேன்ஹ்புரட்டேவின் கவிதைகளில் காணும் பறவை, மழை, கடல்,மரணம் ஆகிய பாடுபொருள்களில் தமிழன்பனும் இணைகிறார்கள் என்பதைத் தெளிவுற எடுத்துக் காட்டுகிறார். மெக்ஸிக்கோ கவிஞரான காஸ்டிலானோஸ் பாடியுள்ள நதி, மின்மினி ஆகிய காட்சிகளில் தமிழன்பன் ஒன்றுபட்டிருப்பதைச் சுருங்க உரைப்பர். சிலி நாட்டுக் கவிஞரான ஹ்யுடோபுரோவ் தம் கவிதைகளில் புதுப்புது உவமைகளையும், படிமங்களையும், புதிய தடங்களைக் கவிதையில் உருவாக்கி அமைப்பதையும் தமிழன்பனோடு ஒத்துவிளங்குவதாகக் காண்கிறார். அந்த வகையில் ரோஜா, நிழல், ஈஃபில் கோபுரம் பற்றிப் பாடியிருப்பதில் இருவரும் ஒத்த கருத்தினராக இருந்திருப்பதை எடுத்துக் காட்டுகிறார்.

கனவுகளின் நெசவாளி எனக் குறிப்பிடப்படும் அர்ஜண்டினா கவிஞர் போர்ஹே புத்தகம் பற்றிப்பல கவிதைகள் இயற்றியிருப்பதைத், தமிழன்பன் தீட்டிய புத்தகம் பற்றிய பாடுபொருளோடு இணைத்துரைப்பர். மற்றும் இருள், கனவு, கடல் ஆகிய பாடுபொருள்களிலும் இருவரும் ஒத்த கருத்துடையவர்கள் என்கிறார், இராபர்ட்டோ ஜூவராஸ் மரணம் பற்றியும்,கனவு குறித்தும் பாடிய பாடல்களோடு ஒப்பிடுகிறார். வெனிசுலா கவிஞரான மான்டேஜா விண்மீன், பறவை ஆகிய பாடுபொருளில் பாடி யிருப்பதை ஈரோடு தமிழன்பன் பாடியுள்ள கவிதைகளோடு ஒப்பிடுகிறார். கறுப்பினத்தவருக்கு இழைக்கப்படும் கொடுமையால் கவிஞரான கௌதி மாலாக் சூரியன், விண்மீன் ஆகிய இரு பாடுபொருள்கள் தமிழன்பன் கவிதையோடு இணைவாக இருப்பதை எடுத்துரைப்பர்.

இலக்கிய ஒப்பாய்வுக் களங்கள் என்னும் நூலில் ஜி. ஜான்சாமுவேல் உலக இலக்கியங்களில் உள்ள வீரயுகம், அறநெறி, இறைநெறி, புதுச்செந்நெறி, வீறுணர்ச்சி முதலிய தலைப்புகளில் ஒப்பிடுகிறார்.

பாரதிதாசனையும் ஜாசுவாவையும் ஒப்பிட்டுள்ள பா.ஆனந்தகுமார் இவ்விருவரும் புனைவியல் தன்மையில் கவிதைகளைப் படைத்திருப் பினும் இருவருமே புரட்சிமனம் கொண்டவர்கள்; இவர்களின் கவிதைகளில் வருணாசிரம அடிப்படையில் அமைந்த சாதி எதிர்ப்பைப் பாடியவர்கள்; நாத்திகத்தை உயர்த்திப் பிடித்தவர்கள்.

திராவிட இயக்கம் முன்னவராலும். தேசிய இயக்கம் பின்னவராலும் முன்னெடுத்துச் செல்லும் பாடல்களைப் பார்க்க முடிகிறது. உயர்சாதியை மையமிட்டுத் தம் கருத்தைத் தெளிவுபடுத்தியவர் பாரதிதாசன். அடித்தள மக்களின் குரலை எதிரொலித்தவர் ஜாசுவா. இருவரிலும் மாறுபட்ட கோணங்களில் தத்தம் கருத்துகளை வெளிப்படுத்தியுள்ளனர். பாரதிதாசன் வருணதருமத்தை ஒரு கொள்கைப் பிரச்சனையாகக் கருதி அதிலிருந்து முரண்படுகிறார். ஜாசுவா அதனை ஒரு நடைமுறையிலுள்ள வாழ்வியல் நடப்பியலில் வைத்துக் காட்டுவர்.கடவுள் மறுப்பினைத் தம் கவிதைகளில் நாத்திகத்தின் அடிப்படையில் வெளிப்படுத்தியுள்ளனர். இரா. காஞ்சனாவும் பாரதிதாசனை ஜாஷ்வாவும் என்ற தலைப்பில் எழுதப்பட்ட கட்டுரை இணைநிலைக் கொள்கையை அடிப்படையாகக் கொண்டது. இருவரது கண்ணோட்டங்களும் காலம், சமுதாயம், இலக்கியம் ஆகிய நிலைகளில் எழுதப்பட்டுள்ளன.

புனைகதைகள் ஒப்பீடு

கவிதை ஒப்பீடுகள் வளர்ந்த அளவிற்கு ஏனைய இலக்கிய வகைகளான சிறுகதை, நாவல், நாடகம் போன்றவற்றை ஒப்பிடும் ஆய்வுகள் மிகச்சிலவே. ஒப்பிலக்கியத்துறை இவ்வகையில் ஒரு வெற்றிடத்தைப் பெற்றிருப்பது சுட்டிக்காட்டத்தக்கது. நாவல் ஒப்பிடுகள் சிலவே வெளி வந்துள்ளன, சமகாலக் கவிஞர்களை ஒப்பு நோக்கிய நூல்கள் சிலவும் வெளியிடப் பட்டுள்ளன. அவை பெரும்பாலும் கட்டுரைகளாகவே இருக்கின்றன

நாவல் ஒப்பீட்டை நோக்கச் சிறுகதைகள் ஒப்பீடுமிகக்குறைந்த அளவில் வெளிவந்துள்ளன. **மு.வ வையும் சாமர்செட்மாமையும்** ஒப்பிட்டு வி.சச்சிதானந்தம் எழுதிய ஆய்வு குறிப்பிடத்தகுந்தது.

இரா. இரகுபதி என்பவர் மாக்ஸிம் கார்க்கியின் தாய்நாவலை, ரகுநாதனின் **பஞ்சும் பசியோடு** ஒப்பிட்டுள்ளார். சோசலிச நடப்பியல் அடிப்படையில் இரு நாவல்களில் இடம்பெறும் கதைக் களத்தையும், பாத்திர வார்ப்பையும் ஒப்பிடுகிறது. தொழில் சங்கப் போராட்டம் இரண்டிலும் எத்தகைய விளைவை ஏற்படுத்தியுள்ளன என்பதையும் காட்சிப்படுத்தியிருக்கிறது. முனைவர் ரெஜினா பாப்பா என்பவர் **ஜெயகாந்தன் நாவல்களை, டி.எச். லாரென்சு நாவல்களோடு** ஒப்பிட்டுள்ளார். அடிக்கருத்துக் கோட்பாட்டு அடிப்படையில்

கலை, கலாச்சாரப் பார்வையை முன்னிருத்தி இருவரும் எவ்வாறு தம் படைப்பினைப் படைத்துள்ளனர் என்பதை விவரிக்கிறது. இருவரிடம் காணப்பெறும் இலக்கியக்கலை மரபுகள், எழுதும்முறை, மதமும் மனிதநேயமும் முதலிய பொருண்மைகளில் ஆராய்கிறது. ஜெயகாந்தன், ஜான் அப்டைக் ஆகிய படைப்பாளிகளின் படைப்புகளை எ.சண்முகக்கனி ஆராய்ந்துள்ளார். அரசியல், பாலுணர்வு, மரணம், புராணிகம், முதலிய தலைப்புகளில் இவ்வாய்வு அமைந்துள்ளது. தனிமனித விடுதலைக்குக் குரல் கொடுப்போராக இருவரும் இருந்துள்ளனர் என்பதைக் குறிப்பிடுகிறது.

ஆர்.சூர்ய நாராயணன் **ஜெயகாந்தனின் பாரிசுக்குப் போ என்ற நாவலையும், ஜேம்ஸ் ஜாய்ஸின் நாவலையும்** ஒப்பிட்டுள்ளார். ஒரு கலைஞனுக்கும் அவனது சூழலுக்கும் உள்ள இடைவெளியைச் சித்திரிக்கிறது இவ்வாய்வேடு. கலைஞனின் அகமுக உணர்வு சித்தரிக்கப்படும்போது ஜாய்ஸ் நனவோடை உத்தியைப் பயன்படுத்த, ஜெயகாந்தன் மரபு வழியிலான போக்கில் தம் நாவலை அமைத்துள்ளார் என்பது ஆய்வாளரின் கருத்து. முனைவர் மைதிலிவளவன் ஜெயகாந்தனையும், மலையாள எழுத்தாளரான காக்க நாடனையும் ஒப்பிட்டு ஆராய்ந்துள்ளார். இருவருமே துணிவான கருத்துகளை எவ்வித தயக்கமின்றித் தம் படைப்புகளில் பதிவு செய்துள்ளனர் என்கிறார்.

முனைவர் கே. கலாதாக்கர் கல்கியின் வரலாற்றுநாவல்களையும், குஜராத்தி வராலாற்று நாவலாசிரியரான முன்ஷியையும் ஒப்பிட்டாய்ந்துள்ளார். வருணனை, பாத்திரப் படைப்பு,அரசியல் நிலை, கலைகள் முதலிய பொருண்மைகளில் இவ்வாய்வேடு அமைந்துள்ளது.

மனோன்மணியம் சுந்தரனார் பல்கலைக்கழகம் வெளியிட்ட **Comparative Literature : Some Perspectives** என்ற ஆங்கிலத் தொகுப்பு நூலில் வி. எஸ் ஜோசப் ஆல்பர்ட் எழுதிய ஆர்தர் மில்லர், இந்திரா பார்த்தசாரதி படைப்புகளில் அந்நியமாதல்; கே. பாலசுப்பிரமணியன் எழுதிய ஜான் அப்டைக், பாலகுமாரன் ஆகிய இருவரின் இருநாவல்களில் காணப்படும் பெண்கதாநாயகியரின் திருமண உறவு முறைகளை இணைவரையில் உணர்த்துதல்;எஸ். இரவிந்திர நாதன் எழுதிய **தமிழில் ஷேக்ஸ்பியர் பெயர்ப்புகள்** ஆகிய கட்டுரைகள் குறிப்பிடத்தகுந்தன.

ஒப்பிலக்கிய ஆய்வுகள் என்ற நூலில் முனைவர் ம.திருமலை, தமிழ் மலையாள நாவல்கள், தமிழ் தெலுங்கு மலையாள நாவல்கள் ஆகியவற்றை இணைவரை என்ற கோட்பாட்டில் ஆராய்ந்துள்ளார். ஜெயகாந்தன் படைப்புகளை மலையாள நாவலாசிரியரான தகழியோடு இணைவரை அடிப்படையில் ஒப்பிட்டுள்ளார். தமிழ்மலையாளச்சிறுகதைகளில் குழந்தைக் காதல் பற்றியும், பா.செயப்பிரகாசம், மலையாள எழுத்தாளர் எஸ்.ஏ.பொற்றேகாட் சிறுகதைகளில் பின்புலமும் இணைநிலையும், புதுமைப்பித்தன், காரூர் நீலகண்டபிள்ளை சிறுகதைகளில் இணைநிலை ஆகிய கட்டுரைகள் குறிப்பிடத்தகுந்தன. தொடக்கக் கட்டுரையான இணை நிலையும் தாக்கமும் என்ற கட்டுரை ஒப்பிலக்கிய அடிப்படையில் சுட்டிக் காட்டத்தக்க கட்டுரையாகும். தொடக்க காலத் தமிழ், மலையாள, தெலுங்கு நாவல்களில் காணும் ஒப்புமையைப் பொதுநிலையினின்று நோக்கியுள்ளார். பா.செயப்பிரகாசம் எஸ்.ஏ. பொற்றேகாட் கதைகளில் வெளிப்பாட்டுப் பாங்கும், பாத்திர வார்ப்பும் எவ்வாறு ஒப்புமையாகவும், பாத்திரப் பண்பில் வேறுபாடும் காணப்படுகின்றன என்பதை உணர்த்துகிறார். புதுமைப் பித்தனின் பொன்னகரம், காரூர் நீலகண்ட பிள்ளையின் பெண் பேய் ஆகிய இரு சிறுகதைகளிலும் தொடக்கம், வருணனை ஆகியவை ஒப்புமை உடையன என்பதைக் காட்டுகிறார்.

இவருடைய ஆய்வேடான **தமிழ் மலையாள நாவல் ஒப்பாய்வு** என்னும் நூல் செயகாந்தன்தகழி படைப்புகளில் காணப்படும் வடிவம், பாத்திரப்படைப்பு, சமுதாயம், காதல் ஆகிய தலைப்புகளில் ஆராய்கிறது. நாவலின் கட்டமைப்பில் கதைப்பின்னல்கள் வழியே இருவரது நாவல்களிலும் காணப்படும் அகம் புறம் போராட்டங்களைச் சுட்டுகிறது. ஜெயகாந்தன் நாவல்களில் நீண்ட உரையாடல்களும், கருத்து விளக்கங்களும் அமைந்த கதைப்பின்னல் நெகிழ்வுத் தன்மை காணப்படுவதாகவும், தகழியிடம் நீண்ட உரையாடல் இல்லை. கதைப்பின்னல் செறிவுத்தன்மை உடையதாகத் திகழ்ந்திருப்பதையும் சுட்டுக்காட்டுவர். கூற்றுமுறை, நாவலின் தலைப்பு, தொடக்கமும் முடிவும் எவ்வாறு அமைந்துள்ளன என்பதையும், உத்திமுறை முதலியவற்றை வடிவம் சார்ந்த பகுப்பில் உணர்த்துகிறார். நாவலில் இன்றியமையாத தொடர்களை ஜெயகாந்தன் தலைப்பாக அமைக்க, தகழியோ நாவலில் வரும் இன்றியமையாத பொருட்களின் பெயர்களைத் தலைப்பாக அமைத்துள்ளமையை எடுத்துக் காட்டுவர்.

பாத்திரப் படைப்பு என்ற இயலில், கதைமாந்தரின் பல்வேறு பண்புகள் அலசப்பட்டுள்ளன. சமுதாய அமைப்பில் செல்வர்களைத் தீய பண்புகள் உடையவர்களாகப் படைப்பதில் இவ்விரு படைப்பாளிக்கிடையே ஒற்றுமை காணப்படுவதைச் சுட்டிக்காட்டுவர், செல்வர்களைத் தீயவர்களாகக் காட்டும் போக்கு இருவரிடத்தும் இருப்பதை எடுத்துரைப்பர். பாலுணர்வுச் சிக்கல்களினால் பாதிக்கப்பட்ட மனிதர்களை இவ்விரு படைப்பாளிகளும் கதை மாந்தர்களாகப் படைத்திருப்பது குறிப்பிடத்தக்கது. இச்சிக்கலை சமுதாயச்சிக்கலாகக் காணும் போக்கு ஜெயகாந்தனிடத்தும், தனிமனிதர் சிக்கலாக உணர்த்தும் போக்கினைத் தகழியிடமும் காணலாம் என்று கருத்துரைப்பர். பரத்தமையை மையமாக வைத்து எழுதப்பட்ட படைப்புகளில் காணும் ஒப்பும் உறழ்வும் சுட்டிக் காட்டப்பட்டுள்ளன. பரத்தையர் என்று முத்திரைகுத்தப்பெற்று ஒதுக்கி வைக்கப்பட்டவர்களிடம் புதைந்து கிடக்கும் நல்ல பண்புகள் இவ்விருவராலும் சுட்டப்படுகின்றன. தகழி படைத்த பரத்தையர் வறுமையினால் மட்டுமே பரத்தையர்களானவர்கள். செயகாந்தனுக்கு அவ்வாறு காட்டுவதில் உடன்பாடில்லை என்கிறார் நூலாசிரியர். இருவர் படைக்கும் பாத்திரங்களில் முரண் விளைவுகள் பெரும்பங்கு வைக்கின்றன என்றுரைக்கிறார். சமுதாயம் குறித்த சிந்தனைகளில், இருவரிடத்தும் சொத்துடைமை உணர்வு சமூகத்தின் அடிப்படை அலகான குடும்ப உறவுகளைச் சிதைக்கின்றது என்ற கருத்தில் இருவரிடத்தும் ஒத்த உணர்வு காணப்படுகிறது என்கிறார். காதலைச் சித்தரிக்கும் இருவரும் காதல் போராட்டங்களில் ஆணை இருவர் காதலிப்பது, ஒரு பெண்ணை இருவர் காதலிப்பது தூய காதலில் சமூகத்தின் குறுக்கீடு என்ற வகையில் மும்முனைப் போராட்ட அமைப்பில் சித்திரிக்கப்பட்டுள்ளன என்கிறார்.

புதுமைப்பித்தனையும் சீன எழுத்தாளர் லூ சுனையும் சீனமொழிப் பயிற்றுநரான காளத்தி என்பவர் இவ்விருவரின் சிறுகதைகளை ஒப்பிட்டு ஒரு நூல் எழுதியுள்ளார். உள்ளடக்கம், பாத்திர வார்ப்பு, சமூகச்சூழல் ஆகிய நிலைகளில் ஒப்புமைப் படுத்தியிருக்கிறார். கே.கணேஷ் லூசுவின் முப்பத்து மூன்று கதைகளைத் தமிழில் மொழிபெயர்த்துப் **போர்க்குரல்** என்ற தலைப்பில் நூலாக வெளி யிட்டுள்ளார். அதிலிருந்து சில கதைகளைத் தம் ஒப்பீட்டாய்வுக்கு

எடுத்துக்கொண்டுள்ளார். இருவரும் சாதாரண மக்களின் வாழ்க்கையைப் பற்றிய சிறுகதைகளை எழுதியவர்கள்; வறுமை நிலையில் வாழும் மக்களின்சிக்கல்களையே தம் படைப்புகளுக்கு மையக்கருவாகக்கொண்டனர் என்பது நூலாசிரியரின் கருத்து. இரு வேறுபட்ட சமூகங்களிலும் வறுமை போன்ற சிக்கல் ஒரே மாதிரியானவைகளாகத்தான் இருக்கின்றன, இவற்றுக்கான தீர்வுகளும் இருவரிடத்தும் பெரும்பாலும் ஒத்தும், சிறுபான்மை வேறுபட்டும் காணப்படுகின்றன.

இருவரும் தாங்கள் உருவாக்கிய கதைகளில் வரும் கதா பாத்திரங்களின் கனவின் மூலமாகச் சமூக விருப்பத்தை வெளிக் காண்பிக்கின்றனர் என்கிறார். இருவரும் சமூகச்சூழலை வெளிப்படுத்தும் விதத்தில் ஒன்றுபட்டுள்ளனர். புதுமைப்பித்தன் ஜனநாயகத்தில் மனிதாபிமானத்தை விரும்பிய கலைஞன். லூசுன் புரட்சியில் மனிதாபிமானத்தை விரும்பிய கலைஞன். இருவரின் படைப்புகளின் இறுதியில் சமூகம் மாறவேண்டும் என்று வலியுறுத்தியவர்கள். சமூகச்சிக்கல்களுக்கான தீர்வை முன்வைப்பதில் புதுமைப்பித்தனிலிருந்து லூசுன் வேறுபடுகிறார் என்பதை எடுத்துரைப்பர்.

பிற இலக்கியங்களோடு தமிழ் இலக்கியத்தை ஒப்பிடும்போதுதான் ஒன்றின் அருமை பெருமை துலங்கும். பிற மொழி இலக்கியத்தின் வழிச்சமூகப் பண்பாட்டுச் செய்திகளை மொழிபெயர்ப்பதின் மூலமே அறிந்துகொள்ள முடியும். அந்த வகையில் இருமொழி ஒப்பீடு மிகத்தேவை என்பதை உணரவேண்டும். அது மொழிபெயர்ப்பின் மூலமாகத்தான் கிடைக்கும், பிற துறையினர் ஈடுபாடும், தன்னார்வமும் இலக்கிய உணர்வும் பெற்றிருக்க வேண்டும். இலக்கியத்தோடு நின்று விடாமல் ஒப்பியல் மொழியாராய்ச்சியும் தேவை. அது தமிழ் இலக்கியத்தை அடுத்த கட்டத்திற்குக் கொண்டு செல்லவும், தமிழ்ப்பரப்பை மேலும் விரிவுபடுத்திக் கொள்ளவும் உலகளாவிய பார்வைக்கு உட்படுத்தவும் ஒப்பியல் தேவையாக இருக்கிறது.

ஒப்பியல் அறிஞர் தனிநாயக அடிகள்

பழந்தமிழ் இலக்கியத்தை உலக அளவில் அறியச் செய்தமைக்கு மேனாட்டாரின் வருகை காரணமாயிருந்தது. தமிழகத்திற்கு வந்த மேனாட்டார் தமிழ் மொழியைக் கற்றதற்கும், தமிழ்ப் பண்பாட்டு மரபுகளை அறியத் தலைபட்டதற்கும் அடிப்படையான காரணம், தங்கள் சமயத்தைப் பரப்புதற்கே எனலாம். மேனாட்டுக் கிறித்துவச் சமயக் கொள்கைப் பரப்புநர் தமிழ் மொழியைக் கற்றறிந்ததோடு அதன் வளத்தையும் பெருமையையும் உலகறியச் செய்தமையால் அதன் புகழ் உயர்ந்தது. தமிழ்மொழியும் பலவகைகளில் புத்தாக்கம் பெற்றது. செவ்வியல் மொழியான தமிழ்மொழி உலக அரங்கில் மதிப்புப் பெறலாயிற்று. ஐரோப்பியரின் மொழித் தொண்டு தமிழுக்குப் பேரும் புகழும் பெறுதற்குக் காரணமாக விளங்கிற்று.

இலங்கைவாழ் தமிழறிஞர்கள்

அயலவர் இங்கு வந்து தமிழறிந்து உலகிற்குணர்த்தியதுபோல், இலங்கை வாழ் தமிழர்களும் தமிழ்மொழிக்கு அயராது தொண்டு புரிந்துள்ளனர். சுவாமி விபுலானந்தர், கணபதி பிள்ளை, செல்வநாயகம், சு.வித்தியானந்தன், சதாசிவம், கலாநிதி கைலாசபதி, கா.சிவத்தம்பி, முகமது உவைஸ், நுஃமான், நா.சுப்பிரமணியன், அ.சண்முகதாஸ் மனோன்மணி சண்முகதாஸ் முதலியோர் முறையாகத் தமிழ் மொழியினைக் கற்று அதன் அளவிலாப் பெருமையினை மற்றவர்களுக்கு எடுத்துரைத்த பெரும் பேராசிரியர்களாவர். அவர்களில் தமிழின் சிறப்பையும் மேன்மையினையும் பிற

நாட்டவர்களுக்கு எடுத்துரைத்தவர்களுள் குறிப்பிடத்தகுந்தவருமான ஒருவர் வணக்கத்திற்குரிய தனிநாயகம் அடிகள் ஆவார்.

தனிநாயகத்தின் கல்வியும் பன்மொழி அறிவும் அவர் 'தேமதுரத் தமிழோசை உலகமெல்லாம் பரவும் வகை செய்தல் வேண்டும்' என்பதற்கு எடுத்துக்காட்டாக விளங்கியவர். ஆங்கிலம், இலத்தீன், கிரேக்கம், இத்தாலியம், பிரஞ்சு, ஸ்பானிசு, ஜெர்மன் ஆகிய மொழிகளில் வல்லமை உடையவர். மேலும் போர்த்துக்கீசியம், எபிரேயம், மலாய், உருசியம், வடமொழி, மலையாளம் ஆகிய மொழிகளில் பயிற்சியுடையவர். அவர் மேனாட்டுப் பல்கலைக்கழகங்கள், தனியார் நிறுவனங்கள் ஆகியவற்றில் பலகாலும் தமிழின் மேன்மையைப் பறை சாற்றியவர். அண்ணாமலைப் பல்கலைக்கழகத்தில் முதுகலைத் தமிழும், பண்டைத் தமிழ் இலக்கியத்தில் இயற்கை என்னும் பொருளில் ஆய்வு நிறைஞர் (எம்.லிட்) பட்டமும் பெற்றார். அதன் பின்னர், உரோம் நகரில் மெய்யியலில், 'கார்த்த ஜீனியன் குருமார்' என்னும் பொருளில் முனைவர் பட்டம் பெற்றார். இலண்டன் பல்கலைக்கழகத்தில் பண்டை ஐரோப்பிய இந்தியக் கல்வி முறைகளைத் தமிழ்க் கல்வி முறையோடு தொடர்புபடுத்திய ஒப்பீட்டு ஆய்விற்காக (Educational Thought In Ancient India) அவர் முனைவர் பட்டம் பெற்றார். அந்த ஆய்வேட்டில் ஒரு கருத்து இங்கு முக்கியமாகக் குறிப்பிடத் தகுந்தது. பண்டைய இந்தியக் கல்வி முறையினை அறிதற்குப் பண்டைய தமிழ் இலக்கியங்களின் பங்கு வரலாற்றாசிரியர்களால் மறைக்கப் பட்டிருப்பதைச் சுட்டிக்காட்டியுள்ளமை அவர் தமிழின்பாற் கொண்ட ஆழ்ந்த பற்றினை உணர்த்தும்.

தமிழ்த்தூதர்

வெளிநாட்டில் சில பல்கலைக்கழகங்களில் தமிழ்ப்படிப்புக்கு வித்திட்ட முன்னோடிகளில் இவரும் ஒருவர். தமிழ்ப்பண்பாட்டை வெளிநாட்டில் வசிக்கும் தமிழர் கொண்டாட வேண்டும் என்ற கருத்தினைப் புலம்பெயர்ந்த தமிழர்பால் உணர்த்தியவர்.

அறிவுரு ஆராய்ந்த கல்வியிம் மூன்றன்
செறிவுடையான் செல்க வினைக்கு

என்ற குறளுக்கு எடுத்துக்காட்டாக விளங்குபவர் தனிநாயக அடிகள். தமிழைப் பரப்புவது தம் கடன் என்ற கொள்கையோடு செயற்பட்டவர். ஒரு தமிழ்த்தூதராக வெளிநாடுகள் சென்று பலவிடங்களில் உரையாற்றித் தமிழின் பெருமையை உலக மக்கள்

அறிவதற்குக் காரணமாக இருந்தவர். இந்து நாளிதழில் இவரைத் தமிழுக்காகப் பயணிக்கும் தூதர் (roving Ambassador for Excellence Of Tamil என்று குறிப்பிட்டு ஒரு கட்டுரை ஒன்று வெளியிட்டது (27 ஆகஸ்டு 2003).

அடிகளாரின் பன்முகத்திறப்பட்ட ஆய்வுகள் பற்றிய கருத்தைக் கலாநிதி அ.சண்முகதாஸ் கீழ்க்காணுமாறு வகைப்படுத்துகிறார்.

1. தமிழ் தொடர்பான பல்வேறு விடயங்களைப் பிறருக்கு அறிய வைத்தல்.
2. தமிழர் வரலாறும் கலாசாரமும் முறையான ஆய்வுக்குள்ளாதல்
3. பண்டைய தமிழ் இலக்கியங்களின் மேன்மையினைத் தமிழரும், தமிழ் அறியாதாரும் அறிய வைத்தல்.
4. பிற நாட்டில் வாழும் தமிழர்களுக்குத் தமிழ்க் கல்வி கிடைத்தல்; பிற நாட்டு நூலகங்களிலுள்ள தமிழ் நூல்களைப் பேணுதல் போன்றவற்றிலே ஈடுபாடு

ஆகியவற்றை அவர் தமது நோக்கமாகக் கொண்டிருந்தமை புலப்படும்.

உலகத் தமிழறிஞர்களை இணைத்தவர்

தனிநாயக அடிகள், தமிழ்ப் பண்பாடு (Tamil Culture) என்னும் ஆங்கிலக் காலாண்டு இதழை 1952இல் தொடங்கினார். அதில் தமிழ் நாட்டு அறிஞர் பலரின் கட்டுரைகளை வெளியிடச் செய்தார். வெளிநாட்டுத் தமிழ் அறிஞர்களான கமில் சுவலபில், பிலியோட்சோ, அந்த்ரநோவ், எமினியோ, பர்ரோ, கூப்பர், ஜான் மார் முதலானோர் ஆய்வுக் கட்டுரைகளை அதில் வெளியிட்டார்கள். உலகத்தமிழ் மாநாட்டினைக் கோலாலம்பூரில் தொடங்கி அதனைத் திறம்பட நடத்தியவர். உலகத் தமிழறிஞர்களை அம்மாநாட்டின் மூலம் ஒருங்கிணைத்த பெருமைக்குரியவர். அவர் 1952ஆம் ஆண்டு முதல் 1961 வரை இலங்கைப் பல்கலைக்கழகத்தில் விரிவுரையாளராகப் பணியாற்றியவர். அதன் பிறகு மலேயாப் பல்கலைக்கலைக்கழகத்தில் 1961 – 1969 வரை இந்தியவியல் துறையில் பணியாற்றினார். மேலை, கீழை நாட்டுக் கலை, மொழி, இலக்கியம், மற்றும் சமயம், பண்பாடு ஆகியவற்றில் ஒப்பீட்டு ஆய்வுகள் நிகழ்த்தியவர்.

சங்க இலக்கிய ஈடுபாடு

சங்க இலக்கியத்தில் அவருக்கிருந்த பெரும் ஈடுபாட்டினை அ.சண்முகதாஸ் கீழ்க்காணுமாறு தெரிவிக்கிறார்:

சங்கப் பாடல் என்றவுடன் போரையும் காதலையும் குறிப்பிடும் பாடல்களையே எண்ணுகின்ற வழக்கம் இருந்தது. அடிகளார் இப்போக்கிலிருந்து மாறுபட்டவர். பழந்தமிழ் மக்களின் ஒன்றே உலகம் என்னும் பரந்த நோக்கு, கண்ணோட்டம், அவர்களுடைய நிறை, நீதி,கல்விக் கொள்கை ஆகியவற்றைப் பறை சாற்றும் பாடல்களில் ஈடுபட்டார். அவற்றை உலகம் அறியும்படி செய்தார். சிந்துவெளி நாகரிகத்திற்கும் தமிழுக்குமுள்ள தொடர்பினை எடுத்துக்காட்டும் அடிகளாரின் நுண்ணிய ஆய்வு மனப்பாங்கு குறிப்பிடத்தக்கது

(இலங்கைப் பேராசிரியர்களின் தமிழியற் பணிகள் பக்.33).

அடிகளாரின் கட்டுரைகளை ஆராய்ந்து பார்க்கையில் இக்கூற்று மிகையன்று எனத்தோன்றுகிறது.

தனிநாயக அடிகள், தமிழ் இலக்கியத்தின்பாற் காதல் கொண்டு அதனைக் கற்றும், கற்பித்தும், தாம் மேற்கொண்ட வெளிநாட்டுப் பயணத்தால் தமிழ் உறவை மொழிப் பற்றோடு வளர்த்தும் தமக்குரிய புகழை நிறுவியவர். உலக ஒற்றுமைக்கான பண்பாட்டைச் சங்க இலக்கியம் விதைத்திருப்பதனைத் தமிழ்க் கட்டுரைகள், ஆங்கிலக் கட்டுரைகள் வழியே பரவலாக வெளிப்படுத்திய பெருமைக்கு உரியவர். சங்க இலக்கிய மேன்மையைப் பிற மொழியினருக்கு எடுத்துக்கூறிய முன்னோடிகளில் இவரும் ஒருவர். உலகில் வழங்கும் ஒவ்வொரு மொழிக்கும் உரிய சிறப்புக் கூறுகளைத் தனித்தனியே எடுத்துரைக்கும் அடிகள்,

"ஆங்கிலம் வணிகமொழி, இலத்தின் சட்ட மொழி, கிரேக்கம் இசையின் மொழி, ஜெர்மன் தத்துவத்தின் மொழி, பிரெஞ்சு தூதுமொழி, இத்தாலியம் காதலின் மொழி, தமிழ் இரக்கத்தின் மொழி _ அதாவது பத்தியின் மொழி"

(தமிழ்த்தூது.பக்.34)

என்று கூறி உலகப் பண்பாட்டில், குறிப்பாகத் தமிழ்மொழி ஒரு பொதுமைப் பண்பைச் சங்க காலம் மேற்கொண்டிருந்ததைச் சுட்டிக்காட்டுகிறார். சங்க காலத்தில் சமயம் கோலோச்சியதில்லை. எனினும், சமய உணர்வு ஒரு பொது நெறியில் இயங்கி இருப்பதற்கான சான்றுகளை முன்வைக்கின்றார். சமயப் பொறையைக் கடை பிடித்த உயர்பண்பினைச் சங்க இலக்கியம் வாயிலாக எடுத்துரைக்கின்றார்.

சங்க கால மக்களின் உயரிய பண்பாட்டின் அடையாளங்களை அக்காலத்தெழுந்த இலக்கியம் எவ்வெவ்வாறு சுட்டிக்காட்டியுள்ளது என்பதற்கான தரவுகளை விரிவாகத் தம் கட்டுரைகளில் தெளிவு படுத்தியுள்ளார். சங்ககாலப் புலவர்கள் நல்லியல்பு வாய்ந்த செய்யுள்கள் பலவற்றைப் பாடியதன் வழி அவற்றில் காணப்படும் பண்பாட்டுக் கூறுகள் உலகப் பொதுமைக்குரியன என்கிற அவரது கருத்து ஏற்புடையது, போற்றத்தக்கது. அதற்கு நல்லிசைப் புலவர்களின் செல்நெறிகள் காரணமாக இருந்துள்ளன என்பதனை விரிவாகத் தமது கட்டுரைகளில் ஆராய்கிறார்.

தமிழர் பண்பாடு

தொல்காப்பியப் பொருளதிகாரம், குறுந்தொகை, புறநானூறு, திருக்குறள், சிலப்பதிகாரம் ஆகிய ஐந்து நூல்களை மட்டும் அவர் பண்பாட்டுக் களஞ்சியங்களாகச் சுட்டிக் காட்டியுள்ளார். அவற்றில் காணக்கிடைக்கும் தமிழரின் உலகளாவிய சிந்தனை, அறக்கோட்பாட்டு நெறி, சமயப்பொறை, புலவர்களின் சான்றாண்மைத்திறம் முதலியவை தனிநாயகம் அடிகள் பார்வையில் செறிந்த நோக்குடையனவாய் வெளிப்பட்டிருப்பதனைக் காணமுடிகிறது. பண்பாடு என்பதற்குரிய விளக்கமாக,

“பண்பாடு என்ற சொல், உழவுத் தொழில் எவ்வாறு நிலத்தைப் பண்படுத்துகிறதோ அவ்வாறே மனத்தையும், மக்களையும் பண்படுத்துவது பண்பு. இச்சொல்லைத்தான் பண்பாடு என்னும் பொருளில் பண்டைத் தமிழ் இலக்கியங்களில் நூலாசிரியர் பயன்படுத்தியுள்ளனர்”

(தனிநாயகம் அடிகளாரின் சொற்பொழிவுகள் பக். 25_26)

என்ற கருத்தினைக் கூறித் தமிழர்தம் பண்பாட்டின் சிறப்புகளை விரித்துரைப்பர். தமிழர் பண்பாடு இயற்கையோடு இணைந்தது; இயற்கையோடு உறவு பூண்டது. தமிழரின் மனிதநேயம் இயற்கையோடு ஒன்றாகக் கைகோத்து உலவுவது என்ற கருத்தினை முன்மொழிவர்.

சங்க இலக்கியத்தின் மேன்மையைப் பற்றிய அவரது கருத்தோட்டம் விரிந்த பார்வையுடையது. “சங்க இலக்கியமெல்லாம் தமிழ் உயர்நிலையில் இருந்த குன்றிய ஒரு காலத்தின் இலக்கியமென்றே கருதுவதற்கு இடமுண்டு. குன்றுங்காலையில் தோன்றிய இலக்கியமே இத்துணைச் சிறப்புடன் விளங்குமெனின் ‘தலைக்கால உயர்வு’

நிலையில் மலர்ந்த இலக்கியப்பண்பு எத்துணைச் சிறப்பினதாய் இருந்திருத்தல் வேண்டும்" (தமிழ்த்தூது ப.30) என்ற சிந்தனையை எண்ணிப் பார்த்துள்ளார். சங்க இலக்கியம் தொன்மையான இலக்கியம் என்ற அளவோடு நின்றுவிடுவதன்று. அது 'எக்காலத்தும், எந்நாட்டவர்க்கும் இலக்கியச் சுவை அளிக்கவல்ல தன்மை கொண்டதாகும்' என்ற கருத்தை முன்னிருத்திக் குன்றா இளமையுடன், புதுமையும் பசுமையும் அழகும் பொலிவும் புதிய கருத்தும் பெற்றுச் சிறந்திருப்பதனை விரித்துரைப்பர்.

சங்க இலக்கியம் வழித் தமிழரின் உயரிய பண்பாட்டினைப் பல நிலைகளில் அடிகள் புலப்படுத்தியுள்ளார். சங்க இலக்கியத்தில் காணப்பெறும் உயர்ந்த நெறிகள் சிறந்த ஒழுக்கத்தினை இயம்புகின்றன என்ற கருத்தினைச் சுட்டும்போது, அது தமிழர் பண்பாட்டின் ஓர் அடிப்படைக் கொள்கையாக அமைந்து இன்றும் தமிழர் வாழ்க்கைக்குப் பெரும் அழகையும் மனநிறைவையும் நல்குவதாகத் தெரிவிப்பர். அகப்பாடல்களும், புறப் பாடல்களும் மூன்றாம் சங்கத்தில் தோன்றிய சிலம்பும் அவற்றில் பயின்று வந்துள்ள செய்யுள் வகைகளும் சமூகப் பண்பாட்டிற்கும், பொருளியல் தோற்றங்களுக்கும் காரணிகளாக இருந்துள்ளன என்று தம் கட்டுரை ஒன்றில் குறித்துள்ளார். (Tamil Humanism.p.55)

ஒன்றே உலகம்

சங்க இலக்கியத்தில் காணுறும் ஒருலக மனப்பான்மை குறித்த செய்திகள் அடிகளின் உள்ளத்தைப் பெரிதும் ஈர்த்துள்ளன. உலகம் ஒன்றே என்னும் உயர்ந்த நெறியைச் சங்க இலக்கியம் கடைபிடித்தமை அடிகளாரின் சிந்தையை மிகவும் கவர்ந்துள்ளது. புறநானூற்றிலிருந்தும், குறளிலிருந்தும் அதற்குரிய சான்றுகள் பல காட்டுவர். 'யாதும் ஊரே யாவரும் கேளிர்,' 'பெரிதே உலகம் பேணுநர் பலரே,' 'எத்திசைச் செலினும் அத்திசைச் சோறே,' 'யாதானும் நாடாமல் ஊராமால் என்னொருவன், சாந்துணையும் கல்லாத வாறு' ஆகிய மேற்கோள்களின் அடிப்படையில் தமிழரின் உலகளாவிய சிந்தனையை விளக்குவர். வெண்டல் வில்கி Wendell Wilkie எழுதியிருக்கும் ஒருலகக் கோட்பாடு (One World Theory) என்ற நூலில் உள்ள கருத்தின் வலிமையை மேலே காட்டியுள்ள செய்யுள் தொடர்களோடு பொருத்தமுற உணர்த்திச் சங்கத் தமிழர் ஒருலக மனப்பான்மை கைவரப் பெற்றிருந்தனர் என்ற

கருத்தைத் தம் கட்டுரைகளில் ஆங்காங்கே ஆழமாகப் பதிவு செய்திருப்பதை அறியலாம். தமிழரின் அந்தச் சிந்தனைக்குரிய அடிப்படைக் காரணத்தை ஆராயும் அடிகள், தமிழர் கடல் கடந்து சென்ற பயணத்தால் அது போன்ற விரிந்த மனப்பான்மை கிட்டியது என்ற கருத்துப்பட எடுத்துரைப்பர். தமிழரின் விரிந்து பரந்த அனுபவத்தைக் காரணமாகக் காட்டும் அடிகள், இதனைக் கீழ்க்காணுமாறு விளக்குவர்.

"இத்தாலிய நாட்டில் வாழ்ந்த ஸ்டாயிக் வாதிகள் உரோமப் பேரரசு காலத்தில் எவ்வாறு ஓர் உலக மனப்பான்மையை வளர்த்தார்களோ அவ்வாறே சங்க காலத்திற்கு முற்பட்ட காலம் தொடங்கி ஓர் உலக மனப்பான்மை தமிழ் நாட்டில் பரவியிருந்தது" *(த.அ, சொற். பக்.30)* என ஒப்பிட்டுக் கூறியுள்ளமை எண்ணத்தக்கது.

தொன்மை இலக்கியமாகச் சங்கத் தமிழ் இருந்தாலும், அது இன்றளவும் நின்று நிலவக்கூடிய பான்மை உடையது. இதனை முக்காலத்திலும் ஒத்தியல் தன்மை , இக்காலத்தன்மை (Modernity) என்றும் அடிகள் குறிப்பிட்டிருப்பது நோக்கத்தக்கது. சங்கத் தமிழரிடம் காணப்பட்ட இப்பண்பினை வேறொரு கோணத்தில் ஆராயும் அடிகள், அதனைச் சமயப் பொதுமை Tolerance Ecumenism என்ற சொல்லால் சுட்டியிருப்பது புதிய நோக்காகும். இதனைச் சமயப் பொறை என்ற சொல்லுக்கு இணையாக அவர் உணர்த்தியிருப்பதோடு, அது சங்க காலத்திய தமிழரின் ஓருலக மனப்பான்மையையும், அதற்கு அடிப்படையான பரந்த நோக்கத்தையும் காட்டும் சிறப்பியல்பாகும் என்று குறித்துள்ளதை எண்ணிப்பார்க்கலாம். சமயப்பொறை மிக்கவர்களாய்ச் சங்க கால மக்கள் இருந்தமையை அது காட்டுகிறது என அறுதியிட்டுக் கூறும் அடிகள்,

"அனைத்து மதத்தினரும் ஒருங்கே இலக்கியவுரிமை பாராட்டக் கூடிய ஒரு மொழி உண்டெனின், அம்மொழி தமிழ்மொழியேயாம்... பல்வேறு சமயங்களுக்குரிய நூல்கள்,வேறு எந்த ஒரு மொழியின் இலக்கியத்திலும் இல்லை என்று துணிந்துகூறலாம்' *(த.தூ.பக்.33)* என்று குறிப்பிட்டுள்ளார். இந்தச் சமயப் பொறையாகிய கண்ணோட்டம், பல்வேறு சமயத்தினரையும் ஒன்றிணைத்துள்ளதைச் சுட்டிக்காட்டியுள்ள அடிகள், புறச்சமயங்கள் தமிழ் மண்ணில் ஓரளவு தடையின்றிப் பரவியிருந்ததை விளக்கிச் செல்கிறார். தமிழ்

மட்டுமே தெரிந்து இவ்வாறு அடிகள் கூறியிருந்தால் அதனைத் தமிழரின் மிகைக் கூற்று என ஒதுக்கிவிடலாம். அடிகள் பன்மொழி வித்தகர் என்பதால் அவர் கூற்று மிகைக் கூற்று அன்றென உணர்க.

சங்க கால மன்னர் பண்பு

பண்டைய தமிழ் மன்னர்களின் ஆட்சியைச் சிறப்பித்து அவ்வாறு சிறப்புற அவர்தம் செங்கோன்மை காரணமாய் இருந்ததை வியந்து போற்றிய அடிகள், மன்பதையில் குடிகளுக்குப் பாதுகாப்பாய் மன்னன் இருந்ததனைப் புறப்பாடலில் இருந்து சான்று காட்டியுள்ளார். அக் கருத்தினைக் கூறும் புறப்பாடலாக,

அத்தஞ் செல்வோர் அலறத் தாக்கிக்
கைப்பொருள் வௌவும் களவோர் வாழ்க்கைக்
கொடியர் இன்றிவன் கடியுடை வியன்புலம்
உருமும் உரறாது; அரவும் தப்பா;
காட்டு மாவும் உறுகண் செய்யா; வேட்டாங்கு
அசைவுழி அசைஇ, நசைவுழித் தங்கிச்
சென்மோ, இரவல; சிறக்கநின் உள்ளம்

என்ற புறப்பாடலடிகளை எடுத்தாள்வர். சிலப்பதிகாரப் புறஞ்சேரி இறுத்த காதையில் கவுந்தியடிகள் பாண்டிய நாட்டின் பாதுகாப்புப் பற்றிக் கண்ணகிக்கு எடுத்துரைத்ததை இத்துடன் ஒப்புநோக்கலாம். மன்னரின் பண்புகள் பாராட்டப்படும்போது அவரின் கொடை வன்மை, காட்சிக் கெளியராதல் பற்றிப் புலவர்கள், ‘நீர் அன்ன சாயல்’ என்று சுட்டியிருப்பதனை எடுத்துக்காட்டி அத்தொடரின் மேன்மையை விளக்கிச் செல்கிறார். தனக்கென வாழாப் பெருந்தகைப் பண்பினை அக்கால அரசர்கள் பெற்றிருந்தனர் என்று சொல்லி வியக்கிறார்.

கல்வியும் சால்பும்

சங்க காலப் பண்பாட்டில் கல்வியறம் இன்றியமையாத இடம் பெற்றதாகும். கல்வியறம் சான்றாண்மை வழி வருவது எனக் குறித்து, அதனைப் பலவாறு அடிகள் விளக்கிச் செல்கிறார். ‘சங்க கால மக்கள் பெருமிதம் கொள்வதற்குரிய செல்வங்களுள் கல்விச் செல்வமும் ஒன்று. நிறையும், நீதியும் நிறைந்து நிலவுதற்குக் கல்வியே அடிப்படை’ என்ற கருத்தை முன்வைக்கிறார். கல்வி குறித்த பண்பாட்டினைப் பலவாறு விளக்கும் அடிகள், சான்றோன் என்ற

சொல்லின் பொருளைப் பண்பாட்டுச் சூழலில் வைத்தும், அதனை மேலை நாட்டுச் சான்றோரோடு ஒப்பிட்டும் வேறுபடுத்தியும் காட்டியிருப்பதற்கு இவர் முன்னோடியாகிறார்.

சான்றோன் என்பவன் நிறைமனிதன். அவன் சமூகத்தில் இரண்டறக்கலந்தவன். தமிழ்ச் சான்றோன் இத்தகு பண்பினைக் கொண்டிருக்க, உரோமானியச் சான்றோன் சான்றோனாயினும் சமூகத்தைவிட்டு விலகியிருப்பவன். தனித்த சிந்தனை கொண்டவன். உரோமானியச் சான்றோன் போனீக்ஸ் பறவை போலக் காண்பதற்கு அரிதானவன். தமிழ்ச் சான்றோர்களோ பலராக உள்ளனர். தான் வாழும் இருப்பிடத்திற்கு உயிரூட்டுபவனாகத் திகழ்பவன் தமிழ்ச் சான்றோன் என்று ஒப்பிட்டு விளக்குவர்.

சான்றோன் என்பவன், ‘பகைவருக்கும் நன்மை செய்பவன் சான்றோன்’ என்று வேறோர் இடத்தில் சுட்டியுள்ளார். “தமிழ் மக்கள் சான்றோன் எனப்படும் இலட்சிய மகனைப் பாராட்டிய காலத்தில், இத்தாலிய நாட்டில் உரோமையர் அறிவுடையோன் எனப்படும் இலட்சியப் புருடர்களைப் போற்றி வந்தனர். ஸ்டாயிக் வாதிகள்படி ஒரு சிலரே சான்றோனாக இருக்க முடியும். திருக்குறளின் சான்றோரோ பலர். ஒவ்வொரு மகனும் சான்றோனாதல் கூடும். அவன் அவ்வாறு ஆவதே கல்வியின் நோக்கம்” என்று கருத்துத் தெரிவித்து, புறப்பாடலில் இடம்பெறும் “சான்றோர் பலர் யான் வாழும் ஊரே” என்ற பிசிராந்தையார் கூறியிருப்பதனை விளக்குவர்.

அகத்திணைச் செய்திகள்

சங்க இலக்கிய அகத்திணை பற்றிய சிந்தனையில் ஆழங்காற்பட்ட அடிகள், தமிழில் பண்டை உலக இலக்கியங்களில் தமிழில் அகத்துறைக்கு இலக்கணம் வகுத்திருப்பதனைப் போல எந்தவோர் இலக்கியத்திலும் அப்படி அகத்திணை இலக்கணம் வகுத்ததில்லை எனச்சுட்டுவர்.

“மேல்நாட்டவரிடையே வழக்காற்றிலிருக்கும் களவியல் ஒழுக்கமுறை, பிற்றை ஞான்று பிறந்த மேல்நாட்டு வழக்கம் என்று பெரிதும் போற்றுவர். அன்னார் நம் அகத்துறை இலக்கியங்களில் எல்லாம் உலகிலேயே ஒப்பற்று விளங்குவது, தமிழில் உள்ள அகத்துறை இலக்கியமே என்றுணர்வது உறுதி” (த.தூ.ப.41) என்று எடுத்துரைப்பர். அகம் இயல்பான இயற்கைநெறி

சார்ந்தது. புறம் ஒருவிதச் செயற்கையான தன்மையுடையது என விளக்குவர். அகத்திணைக்கு அடையாளமாக விளங்கும் பூக்களைப் போன்று, புறத்திணைக்கும் அவ்வாறு அடையாளப் பூக்களைப் பொருத்தியிருப்பது பின்னர்த் தோன்றியிருக்க வேண்டும் எனக் கருத்துத் தெரிவிப்பர். அதே சமயம், அகவொழுக்கத்திற்குப் பூக்களை அடையாளப்படுத்தியிருப்பதனை அறிந்து வியப்புறும் அடிகள், புறவொழுக்கத்திற்கும் அவ்வாறே பூக்களைக் குறியீடாக ஆக்கியிருப்பதனை எண்ணியெண்ணிப் பெருமிதம் கொள்வர். மலர்களைக் குறியீடாகக் கண்ட சங்க காலம், தமிழரின் 'பண்பாட்டின் உயர்ந்த சிறப்பிற்கு என்றும் குன்றாச் சான்றாய் விளங்குகிறது' என்று எடுத்துக்காட்டுவர்.

சங்க இலக்கியம் உள்ளதை உள்ளவாறு எடுத்தியம்புவதாகும் என்ற கருத்தினை மொழியும் அடிகள், அத்தகைய பண்பு, செவ்வியலுக்கே உரிய இயல்புகளில் ஒன்று என்பர். இதனை ஏனைய மொழி இலக்கியப்போக்கிற்கு ஒப்பிட்டுணர்த்தும்போது,

"தமிழ்நாட்டுச் சங்க இலக்கியத்திற்கும், இந்தோ_ஐரோப்பிய மொழிகளின் இலக்கியத்திற்கும் உள்ள பெரியதொரு வேற்றுமை யாதெனின், இந்தோ ஐரோப்பிய மொழிகளிலுள்ள இலக்கியங்கள் கற்பனையில் மலிந்து, வாழ்க்கையுடன் ஒட்டிய வரம்பைக் கடந்து செல்லும் இயல்புடையன" (த.தூ.பக்.47) என்று சொல்லியிருப்பது கவனத்திற்குரியது.

இயற்கை பற்றிய ஆய்வு

பண்டைத் தமிழ் இலக்கியத்தில் இயற்கை (A Study Of Nature In Classical Tamil Poetry) என்னும் அடிகளாரது ஆய்வு பல புதிய செய்திகளை உள்ளடக்கியது. கருப்பொருள், வாழ்வும் இயற்கையும், செய்யுள் மரபு, வரலாறு. அறநோக்கில் பொருள் விளக்கம், சமய நோக்கு, ஐந்திணைப் பகுப்பு, நிலக்காட்சிகள், ஒப்பியல் நோக்கில் இயற்கை ஆகிய பொருண்மைகளைக் கொண்டிருக்கும் ஆய்வு, இயற்கையின் அடிப்படையில் சங்க இலக்கியச் செய்யுள்களை ஆராய்கிறது. அந்த ஆய்வேட்டின் முன்னுரை சங்க இலக்கியம் தொடர்பான சில இன்றியமையாத கருத்துகளை முன்வைத்துள்ளது. அகம், புறம் ஆகிய பிரிவுகள் உளவியலும் மனமும் சார்வதை அடிப்படையாகக் கொண்டவை என்கிறார் (Psychological And Pychic Experience) அப்பிரிவுகளை உள்ளார்ந்த வெளிப்பாடு என்றும், புறம் சார்ந்த வெளிப்பாடு என்றும் எடுத்துரைப்பர். "சங்க இலக்கியப் பாடல்கள் செறிவும்,

சுருக்கமும் கொண்டு மொழியின் சொற்செட்டுடன் அரிய பெரிய காட்சிகளை உள்ளடக்கிய பாங்குடையன" என்று கருத்தை வெளிப்படுத்தியுள்ளார்.

சங்க இலக்கியத்தில் கையாளப்பெறும் அழகிய அடைத் தொடர்கள் (Homeric Double Adjectives) ஹோமரின் காவியத்தில் இடம் பெற்றுள்ள இரட்டை அடைத் தொடர்களை நினைவூட்ட வல்லன என்கிறார். சங்க இலக்கியம் சுருக்கமும் செறிவும் கொண்டிருப்பதால் மேனாட்டு இலக்கியங்களில் இடம் பெற்றுள்ள நீண்ட உவமைகளைப் போலச் சங்க இலக்கியத்தில் காணவியலாது என்கிறார். மேனாட்டு இலக்கியத்தில் இயற்கை பற்றிய ஆழமான ஆய்வுகளை மேற்கொண்டு நூல்களைப் படைத்தளித்த லேப்ரேடும், சார்ப்பும் சங்க இலக்கியத்தை மொழிபெயர்ப்பிலாவது படித்திருந்திருப்பார்களேயானால், அவர்களின் ஆய்வு இன்னும் முழுமையும், நுண்ணிய பார்வையும் பெற்றிருக்கும் என்ற தமது கருத்தினைப் பதிவு செய்துள்ளார். கிரேக்க, இலத்தீன், ஹீப்ரூ, வடமொழி இலக்கியங்களையும், சங்க இலக்கியங்களையும் ஒப்ப நோக்கியதான அவருடைய ஆய்வேடு போற்றத்தக்கது. ஒப்பியல்துறையில் அவருக்கிருந்த ஆர்வமும் ஈடுபாடும் அளப்பரியதாய் இருந்துள்ளதைக் காட்டுவதாக அவரது ஆய்வு விளங்குகிறது.

மலர் நாகரிகம்

மலரை அடிப்படையாகக் கொண்டு உருவாகிய சங்ககாலத் தமிழ்ப் பண்பாட்டைத் தமிழர் குறியீடாக இலக்கியத்திலும், வாழ்வின் பிற கூறுகளிலும் பயன்படுத்தி வாழ்ந்த விதத்தை உணர்த்துகிறார் அடிகளார். சங்கத் தமிழர் தங்கள் உணர்வினை மலர்கள் மூலம் உரைத்திருப்பதனைத் தக்க எடுத்துக்காட்டுகளால் வெளிப்படுத்தும் அடிகள், தமிழர் தங்கள் வாழ்விடங்களில் வளர்த்திருந்த பூக்களின் பெயரைக் கொண்டே நிலங்களுக்குப் பெயரிட்டனர். பிறகு அது ஒழுக்கத்திற்கும் பெயராயிற்று என்ற பண்டை உரையாசிரியர்கள் வழி நின்று விளக்குவர், தமிழர் வாழ்வு மலரால் அமையப் பெற்ற வாழ்வாகும்.

மலருவமை

மலர்கள் இன்பத்திலும், துன்பத்திலும் பங்கு பெற்றிருப் பதனைச் சங்கப் பாடல்கள் வாயிலாக உணர்த்துகிறார். வரலாற்று உவமைகளில் இயற்கையும், மலர் வருணனையும் இடம் பெற்றிருப்பதனைத் தக்க எடுத்துக்காட்டுகளுடன் எடுத்து

ரைப்பர். நீண்ட வருணனை மூலம் மன்னரது தலைநகரங்களை மகளிரின் அழகிற்கு உவமையாக எடுத்தாளும் முறை சங்க இலக்கியத்தில் இடம் பெற்றிருப்பதைப் போலக் கிரேக்க உரோமானிய இலக்கியங்களிலும் இடம் பெற்றிருப்பதனைச் சுட்டிக்காட்டுகிறார். இது போன்ற வரலாற்று உவமைகள் வெர்ஜில், பைரன், ஸ்காட் முதலியோருடைய செய்யுட்களில் இடம் பெற்றிருப்பதனை ஒப்பு நோக்கியுள்ளார். தமிழ்ப்புலவன் உவமைகளைப் பொது நிலையில் வைத்துப் பாடுவதோடு அமைதியுறுவதில்லை. வரலாற்று உவமை அவனுக்குத்தேவை யாக இருக்கிறது. உதாரணமாக, அல்லி ஒரு குறிப்பிட்ட மன்னனுக்கு உட்பட்ட எல்லையின்கண் உள்ள குளத்தில் மலர்ந்துள்ளது எனில், அதனை உவமைப்படுத்த நினைக்கும் புலவனின் நெஞ்சம் மகிழும். காரணம், அது மலர்ந்துள்ள இடமும், அது வழங்கும் காட்சியும், அதன் வழி மன்னனின் மென்மைப் பண்பு, நல்லியல்பு ஆகியவற்றையும் புலவர் அதன் வழி உணர்த்தும் ஆற்றலர் என்பதனைப் பொய்கையில் அல்லி மலர்ந்துள்ள காட்சியை அடிகளார் தம் நோக்கில் இவ்வாறு பதிவு செய்கிறார். (Collected Papers Of Thaninayagam Adigal .p.98). அவ்வாறே அறஞ்சார்ந்த உவமைகள் கலித்தொகையில் இடம் பெற்றிருப்பதனை விரிவாகவிளக்கியுள்ளார். புலவர்கள் வரலாற்று உவமைகளைப் பயன்படுத்தியிருப்பதன் மூலம் புலவர்களின் உள்ளக்கிடக்கை வேறொரு விதத்தில் புலப்படுவதனை ஒரு புது உத்தியாகத் தம் நோக்கில் காண்கிறார் அடிகள்.

பழந்திமில் கொன்ற புதுவலைப் பரதவர்
மோட்டுமணல் அடைகரைக் கோட்டுமீன் கொண்டி
மணங்கமழ்ப் பாக்கத்துப் பகுக்கும்
வளங்கெழு தொண்டி யன்ன இவள் நலனே.

– (அகம்.10)

இங்குத் தலைவியின் நலத்திற்குத் தொண்டித் துறைமுக நகரம் உவமையாக வந்துள்ளது. தமிழர் தம் அன்புடையவரை இவ்வாறு நகரங்களுடன் ஒப்பிடுவதால், நகரங்களில் அவர்களுக்கு இருந்த ஈடுபாடும், அந்த நகரத்து மாந்தரிடையே கொண்டிருக்கும் அன்பும் புலனாவன என்று தெரிவித்து, "ஏட்ரியாற்றிக் கடற்கரையில் எழுந்த வெனீஸ் மாந்தர் அக்கடலினைத் தம் நகரின் தலைவியாகப் பாராட்டியது போலவே, நம் தமிழ் மன்னரும் தமிழக மக்களும், நம் ஆறு,

கடல், ஊர் முதலியவற்றை அன்புடன் பாராட்டி வந்துள்ளனர்"

– (த.தூ.பக்.46)

என்று குறித்துள்ளமை அவருடைய ஒப்புமை அறிவைப் புலப்படுத்தும். இதனை மேலும் "சிந்துவெளி நாகரிக காலம் தொடக்கம், ஊர், நகர் ஆகியவற்றிலே விருப்பும், அவற்றிலே மிக்கத் தொடர்புடையவராகவும் தமிழ் மக்கள் இருந்த காரணத்தினால் தான் தம் அன்புடையாரையும் நகரங்களுக்கும் ஊர்களுக்கும் ஒப்பிட்டனர்" என்கிறார். ஆஅய் மழைதவழ் பொதியில், தித்தனின் உறந்தை, ஓரியின் கானம், பழையன் வேல்வாய்த்தன்ன நின்பிழையா நன்மொழி முதலிய வரலாற்றுத் தொடர்புடைய செய்திகளை உவமையில் பயன்படுத்தியிருப்பதனை அடிகள் இயற்கை பற்றிய ஆய்வில் குறித்துச் செல்வர். ஒரு காலத்தில் நிலத்திற்குப் பெயரிடும் முறை தமிழகத்தில் இருந்து கடல் கடந்து சென்றிருக்க வேண்டும் எனக்கருதும் அடிகள், சுமத்திராவில் உள்ள மலை சார்ந்த பகுதி, குறிஞ்சி என்றே அழைக்கப் படுவதனையும், அங்குள்ள காரோ_படோக் இன மக்கள் தங்களை மூவேந்தர் வழித் தோன்றல்கள் என்று சொல்லிக் கொள்வதனையும் எடுத்துக் காட்டுகிறார். மலர்கள் பெரும்பாலும் மகளிர் வருணனையில் இடம் பெற்றிருப்பதனை விளக்கும் அடிகள் அவை உடல் உறுப்புகளுக்கு வருணிக்கப் பட்டிருப்பதனைச் சங்க இலக்கியச் சான்றுகளுடன் விளக்குவர்.

பாணரும் புலவரும்

சங்க இலக்கியத்தில் பாணர் பற்றிய செய்தியினை விரிவாக விளக்கும் அடிகள், பாணருக்கும், புலவருக்கும் உரிய சில வகையான வேறுபாடுகளை விளக்குவர். தமிழில் பாணர், புலவர் ஆகியோர்க்கிடையே உள்ள நுண்ணிய வேறுபாட்டினை ஒப்பிட்டுக் காட்டும் அடிகள், புலவர் மன்னர் உறவுகளை விரிவாக விளக்கியிருக்கிறார். பாணர்கள் பாடற் குழுவாகச் செயல் படுபவர்கள்; அரும்பெரும் தகவல்களை அள்ளித்தரு பவர்கள்; வீரயுக மரபைக் கட்டிக் காத்தவர்கள்; ஆடற்கலைக்கும், பாடற்கலைக்குமான அவர்களின் பங்கு தவிர்க்க முடியாததாக இருந்துள்ளது என்று கருதுகிறார்

சிலம்பு _ சங்க இலக்கியத்தின் நீட்சி

சிலப்பதிகாரத்தைச் சங்க இலக்கிய மரபின் தொடர்ச்சியாக அணுகியுள்ள அடிகளார், அந்நூல் திணையடிப்படையிலான ஓர் இணைவு (Regional Synthesis) என்கிறார். சங்க அகத்திணை

மாந்தர் பொதுவாகத் தலைவன் தலைவி என்று அமைந்திருக்க, முதன்முதலாகச் சிலம்பில்தான் நேரடியாகக் கோவலன் கண்ணகி எனப் பெயரிடப்பட்டு, கோவலன் உலவாக் கட்டுரை பல பாராட்டும் அக மரபை இளங்கோ அடிகள் தோற்றுவிக்கிறார். இதனை இளங்கோவடிகளே முதன் முதலாகச் சங்க இலக்கிய மரபினின்றும் ஒரு மாற்றத்தை ஏற்படுத்தியுள்ளார். சங்க இலக்கியத்திற்கே உரிய பெயர் சுட்டா மரபும், குறிப்புப் பொருளும், அணிநலனும் கானல் வரியில் இடம் பெற்றிருப்பதனைச் சுட்டிக்காட்டியுள்ளார். புறத்திணைச் சூழலைச் சிலப்பதிகாரத்தில் பொருத்திக்காட்டும் அடிகள், காட்சிக்காதை, வரிப்பாடல்கள் முதலியவைகொண்டு ஆய்ந்துரைக்கிறார். புகாரிலிருந்து கண்ணகி மதுரை, வஞ்சி நாடு செல்வது ஆற்றுப்படையின் சாயலைக் காட்டுகிறதுஎன்பது அடிகளாரின் கணிப்பு. சிலம்பில் ஐந்திணைக் காட்சிகள் நுட்பமாக இளங்கோவடிகளால் எங்ஙனம் காட்டப்படுகின்றன என்பதனையும் உணர்த்துகிறார்.

திருக்குறள் சிந்தனைகள்

திருக்குறளில் அவர்க்கிருந்த ஈடுபாடு அளப்பரிது. இது குறித்து அவர் கூறுவதாவது: "அமெரிக்காவில், மூன்று திங்கள் தமிழர் எவரையும் காணும் வாய்ப்புப் பெறாத நான், தமிழின் ஒலி இன்பத்தை நுகரக்கருதி, ஒரு நாள் திருக்குறளை எடுத்து, வாய்விட்டுப் படிக்கத் தொடங்கினேன். நூலைத் திறந்ததும் முதன்முதலாக நான் கண்ட குறட்பா, 'இருவேறு உலகத்தியற்கை; திருவேறு; தெள்ளிய ராதல் வேறு', என்பது. அந்நேரத்தில், இச்செய்யுளின் ஆழ்ந்த கருத்தொன்று எனக்குத் தோன்றியது. அஃது உரைகாரர் கருத்துமன்று; ஊழைப்பற்றிய கருத்துமன்று; என் அருள்மறையின் கருத்தொன்று அச்சொற்களில் பொதிந் திருப்பது கண்டேன்; அவ்வடிகளின் மென்மையையும், இனிமை யையும் நுகர்ந்தேன். அப்பொழுதும், இத்துணைச் சிறப்புப் பெற்ற இலக்கியத்தையும், இதனைத் தோற்றுவித்த மொழியையும் பரப்புதல் வேண்டுமெனும் துணிவும் மிகுதியாய் ஏற்பட்டது. திசை நோக்கி இயேசுவின் கோயிலையும், தமிழ்மொழியை எனக்குத் தாய் மொழியாகத் தந்த இறைவனையும் கைகூப்பி வணங்கினேன்" (த.தூது பக்.21_22).

திருக்குறளின் பெருமையினை இவ்வாறு வானளாவப் புகழும் அடிகளார் அதனை உலகிற்குரிய பொது அறம் கூறும் நூலாகவும், உலக ஒருமைக்குரிய நூலாகவும் தெளிவுறுத்துவர். திருவள்ளுவர் மனித நலம் பேணும் கவிஞர் (Poet Of Humanity) என்று கூறிய ஜி.யு.போப்பின் கருத்தை ஏற்று, அடிகளார் தம் கட்டுரைகளில்

வள்ளுவரின் சிந்தனைகளை ஆராய்ந்துள்ளார். மன நலம் மன்னுயிர்க்கு ஆக்கம் என்ற அடிப்படையைத் திருவள்ளுவர் எவ்வகையில் விளக்கியுள்ளார் என்பதனை விரிவாகக் கூறுகிறார். மற்றும் ஆல்பர்ட் சுவைட்சர் கூறிய, 'திருக்குறளைப் போல உயர்ந்த கொள்கைகளைக் கொண்ட செய்யுட்களை உலக இலக்கியத்திலேயே காண்பது அரிது' என்ற கருத்தினையும் ஏற்றுப் போற்றித் திருக்குறள் கொள்கைகள் திருவள்ளுவர் காலத்திற்கு முன்பே தமிழ் மக்களால் போற்றப்பட்டன என்று தெரிவிப்பர். சங்க இலக்கிய அறக்கருத்தின் நீட்சியாகவே திருக்குறள் உள்ளதை எடுத்துரைப்பர். சங்க இலக்கியத்திலிருந்தும் திருக்குறளினின்றும் சில மேற்கோள்களைச் சான்று காட்டிப் பிறர் நலம் பேணும் பெருந்தகைமையைப் புறநானூறு வழி விளக்கி, 'பண்புடையார் பட்டுண்டு உலகம் அஃதின்றேல், மண்புக்கு மாய்வது மன்' என்ற சங்க காலத்தின் விரிவான ஆளுமைப் பண்பைப் புலப்படுத்துகிறார். அதன் அடிப்படையில் 'விரிவாகும் ஆளுமையை உருவாக்கும் நோக்கம் மக்கள் உள்ளத்தில் என்றும் இருந்தால், சமுதாயம் இன்பத்தை அளிக்கும் சமுதாயமாகக் காணப்படும்' *(த.அ.சொ.ப.67)* என்ற கருத்தினை வழங்கிப் பிறர் நல இயல் (altruism) என்னும் பண்பு மக்கள் வரலாற்றில் படிப்படியாகத் தோன்றுதற்குரிய அடிப்படையை ஆராய்கிறார். பண்டைத் தமிழர் வெளிநாடு சென்று வணிகம் புரிந்ததையும், வெளிநாட்டவர் தமிழகம் வந்திறங்கியதையும் பண்பாட்டுச் சூழலில் ஆய்கின்றார். 'வேற்று நாடுகளிலிருந்து பெரும் தொகையான மக்கள் தமிழ்நாட்டில் வாழ்ந்து வந்திருக்கவேண்டும்' என்ற அடிப்படையில் திருக்குறள் உணர்த்தும் 'யாதானும் நாடாமால் ஊராமால்' என்னும் குறட்பா வினைச் சுட்டி இது புதிய விளக்கத்தைத் தரவல்லதாகக் காட்டுகிறார். திருக்குறளின் பெருமையைப் பலவாறு புகழ்ந்து ரைக்கும் அடிகள் அந்நூலை மேலை நாட்டு அறவிலக்கியத்தோடு ஒப்பிட்டுரைப்பர்.

குறிப்பாக ஸ்டாயிக் மெய்யியலோடு ஒப்பிட்டுரைத்துள்ள அவரது ஆய்வு சிறப்பானது. கிரேக்க ஞானிகளுக்கும், திருவள்ளு வருக்குமிடையே நிலவியுள்ள ஒப்பும் உறழ்வும் நம் சிந்தையை ஈர்ப்பன. கிரேக்க, உரோமானியச் சிந்தனைவாதிகளின் எண்ணங்கள் பல பக்கங்களைக் கொண்டவை. திருக்குறளோ நறுக்குத் தெறித்ததுபோல் சுருக்கமும் செறிவும் கொண்டது. உரோமானிய ஸ்டாயிக் சிந்தனையில் காணப்படும் ஒருலகச் சிந்தனை தமிழ்ச் சிந்தனையோடு தொடர்புடையது. கற்றோருக்குச் சென்ற இடமெல்லாம் சிறப்பு என்ற கருத்தின் அடிப்படையில்

எழுந்த 'யாதானும் நாடாமால்' என்ற குறள் கருத்து கிரேக்கச் சிந்தனையாளனான செனகாவின் சிந்தனையோடு ஒப்புடையது. மார்க்கஸ் அரேலியரின் கருத்துடனும் இருப்பதால்தான் திருவள்ளுவர் தம் நூலுள் யாண்டும் தமிழ் என்ற சொல்லைப் பயன்படுத்தவில்லை. ஆதலின் போப் உரைத்ததைப் போல் திருவள்ளுவர் உலகக் கவிஞராகத் திகழ்கிறார் என்ற கருத்தை முன்வைக்கிறார் அடிகள். 'திருக்குறளும் கிரேக்க அறவியல் கோட்பாடும்' என்ற ஆங்கிலக்கட்டுரை அடிகளாரின் சிறந்த ஒப்பீட்டுக் கட்டுரையாகும். 1551இல் ஃப்ரா ஜோம் டி வில்லா காண்டே என்பவர் ஒரு விவாதத்தின் போது திருக்குறள் பற்றிச் சமயவாதிகளிடையே தெரிவித்த கருத்தை அடிகள் எடுத்துக்காட்டியிருப்பது எண்ணிப் பார்க்கத்தக்கது.

'புனித தாமசுவின் சம காலத்தவரான மயிலையைச் சார்ந்த வள்ளுவர் எழுதிய நூலை வேண்டுமென்றே மறைத்து வைத்திருக்கும் நீங்கள், அதனைப் படியுங்கள் கிறித்துவத்தின் முக்கொள்கையை அதில் காண முடியும். மனிதப் பிறவி எடுத்த திருமகன், மனித மீட்பு, மனிதனின் வீழ்ச்சிக்குரிய காரணம், பாவ மன்னிப்பு, இறுதியாக நாட்டைக் காத்தல் ஆகியவற்றை அதில் நீங்கள் காணுவீர்கள்' – (*த.அ.சொ.ப.108*) என்றுரைத்ததை அடிகள் எடுத்துக் காட்டுவதன் மூலம் அடிகளாரின் மதங்கடந்த சிந்தனையையும், திருக்குறளோடு கூடிய தமிழ்ப்பற்றினையும் அறிய முடிகிறது. திருக்குறள் பற்றி போப் ஒப்புநோக்கியிருக்கும் கருத்துகளைத் தொகுத்தளித்துத் தந்துள்ளார். உலக அற இலக்கியங்களைப் பற்றிச் சுருங்கச் சொல்லி விட்டுக் கிரேக்க அறநெறிக் கருத்துகளோடு குறளை ஒப்பிடுகிறார். திருக்குறள் காலத்தில் தமிழ்ச்சமூகம் கிரேக்கச் சமூகம்போல் அறநெறி உணர்வுடன் திகழ்ந்திருந்ததாக உணர்த்துகிறார். உரோமானிய ஸ்டாயிக் காலத்தில் நிலவியிருந்த சிந்தனைகளோடும் திருக்குறள் ஒத்திருப்பதனைக் காட்டுகிறார். பிளாட்டோ, அரிஸ்டாட்டில் சிந்தனைகளோடு வள்ளுவம் ஒத்திருப்பதையும் உறழ்ந்திருப்பதையும் தக்கவாறு விளக்குகிறார்.

பிளாட்டோ, அரிஸ்டாட்டில் காலத்தில் கிரேக்க நாட்டில் பரவியிருந்த கொள்கைகளைப் போலத் தமிழ் நாட்டிலும் நல்ல அரசைப் பற்றிய கொள்கைகள் வளம் பெற்றிருந்தன என்பதற்குத் திருக்குறளே சான்று என்று கருத்துரைப்பர். ஒழுக்கம் பற்றிப் பேசும் அரிஸ்டாட்டில் இசையை விரும்புபவன் இசையில் ஈடுபடுவதுபோல, ஒழுக்கத்தை விரும்புபவன் நல்லொழுக்கத்தில் ஈடுபட்டு அதனால் வரும் இன்பத்தைப் பெறுகிறான். அறச் செயலை மீண்டும் மீண்டும் செய்வதால் அறப்பயிற்சி இயல்

பாகவே வரும் என்று அவர் சுட்டியிருப்பதனைத் திருவள்ளுவர் உணர்த்தியுள்ள 'ஒழுக்கமுடையவர்க்கு ஒல்லாவே தீய, வழுக்கியும் வாயாற் சொலல்', என்ற குறளோடு ஒப்பிடுவர்.

தனிநாயகம் அடிகள் தாம் ஓர் ஒப்பியல் அறிஞர் என்பதனை இதன் வழி நிறுவுகிறார். அவரது கட்டுரைகள் பலவும் ஒப்பியல் தன்மை வாய்ந்தவை. வரலாறு, இலக்கியம், நுண் கலை, சமூகம், பண்பாடு, மானிடவியல் முதலியன பற்றி அவர் எழுதியுள்ளவை ஒப்பியல் நோக்கில் அமைந்தவையாகும். அவர் பன்மொழி அறிஞராக விளங்கியமையால் இயல்பாகவே அவரிடத்து இப்பண்பு விரிவான ஆய்விற்கும் விளக்கமான பார்வைக்கும் இடமளித்தது. அவரது இலக்கியப் பயணம் தமிழுக்குப் பெருமை சேர்த்ததோடு உலக மொழிகளில் தமிழுக்கும் உரிய இடம் தேடித்தந்தது.

தீ: பாரதியும் வேதமும்

ஒவ்வொரு மனிதனிடமும் இருக்கும் உணர்வு, அவனை இயக்குதற்கு உரிய ஆற்றலைத் தருகிறது. உள்ளத்திற்குள் உறங்கிக்கிடக்கும் உணர்வுகள் செயலாக்கம் பெறுதற்குச் சக்தி தேவை. அறிவியலில் நிலையாற்றல், இயங்கு ஆற்றல் என்பன சக்தியால் வெளிப்படுவன. அந்தச் சக்தி எதிலிருந்து வெளிப்படுகிறது?

கல்லிலும், மரத்திலுமாக மறைந்திருந்து வெளிப்படும் தீயைப் போல, உள்ளத்திலிருந்து உறங்கிக்கிடக்கும் உணர்வு உந்தப்பட்டு வெளிப்படும் போது சக்தியாகிய ஆற்றல் வெளிப்படுகிறது. அது விறகில் தீ போன்றது. அஃது ஆற்றலாக வெளிப்படும்போது மாமணிச் சோதியாகச் சுடர்விட்டு ஒளிர்கிறது. அந்தப் பேரொளியைத் தெய்வமாகக் கண்டார்கள்.

தெய்வம் என்ற சொல்லே தீயிலிருந்துதான் தோன்றி யிருக்கவேண்டும் என்ற கருத்து உண்டு. தீ > தேய் = தெய்வம் (முதல் குறுகியது) 'மறைந்திருக்கும் முதற்கடவுள் வடிவத்தழல்' என்று பாரதியார் சுட்டியுள்ளார். ஒளியாகிய தீயைத்தான் மனிதன் முதலில் வணங்கியதாக வரலாற்றின் தந்தை எனப்படும் ஹெரடோடஸ் என்னும் அறிஞர் குறிப்பிட்டுள்ளமை இங்கு நினைத்தல் தகும். ஒளியைத் தரும் ஞாயிறு வணக்கம் உருவானதும் இப்படித்தான். அதனை ஒளிக்கடவுள் என்றனர். நெருப்பினைத் தெய்வம் என்றும் குறிப்பிட்டுள்ளனர். உயிர்களுக்கும், அவற்றின் இயக்கத்திற்கும் காரணமாயிருக்கும் தீயினை ஞாயிறாக வழிபட்டது வரலாற்றுக் காலத்திற்கு முற்பட்டது. உலகின் தொன்மை வழிபாடாகவும் அது விளங்கிற்று. ஒளியைத் தீக்கடவுளாக வழிபட்டது, வேள்வி செய்வது ஆகியன வேத காலத்தைச் சார்ந்தவை. ஆயின் ஆதி

மனிதன் நெருப்பின் பயனைத் துய்த்ததோடு அதனை வணங்கவும் தலைப்பட்டிருந்தான். ஐம்பெரும் பூதங்களில் பாரதிக்குத் தீயே மிகவும் பிடித்தமான ஒன்றாக இருந்துள்ளது. தீயினைப் பல நிலைகளில் எடுத்துக்காட்டும் பாரதி, ஒளி தரும் ஞாயிற்றையும், அதன் ஆற்றலையும் தீயின் வடிவமாகவே பலவாறு போற்றியுரைக்கிறார். அதனை அறிவாகவும், அருளாகவும், தெய்வமாகவும், சக்தியாகவும் காண முற்பட்டுள்ளார். தீ இனிது என்பதன் விரிவாகவே, அவர் தீயினைப் பற்றிய சொல்லாடலில் ஞாயிற்றையும், சக்தியினையும் பிறவற்றையும் காண்கிறார். பாரதி, உடல், உயிர், உணர்வு ஆகிய நிலைகளில் தீயின் பற்பல கோலங்களைக் கவிதைகளில் வடித்துள்ளதை அறிய, அவர் ஐம்பூதங்களில் தீயை மிகுதியாகப் போற்றுகிறார் என்பது வலிவுடையதாகிறது. ஞாயிற்றைத் தந்தையாகவும், புவியைத் தாயாகவும் உருவகப்படுத்தும் பாடலில் ஞாயிற்றை வணங்கி மகிழ்கிறார். அப்பாடல் வருமாறு

சோதி கண்டு முகத்தில் இவட்கே

தோன்று கின்ற புதுநகை யென்னே

ஆதித் தாய்தந்தை நீவிர் உமக்கே

ஆயிரந்தரம் அஞ்சலி செய்வேன்

ஐம்பூதங்களில் ஒன்றான தீயின் கூத்துகள் பற்பல திறத்தன. மக்கள் எவ்வாறு ஒளி தரும் ஞாயிற்றை அழைக்கிறார்கள் என்பதனைப் பற்றிச் சிந்திக்கிறார். இயற்கை, ஐம்பூதம், சக்தி, உயிர்த்தீ, அறிவு, ஈசன், அன்புறு சோதி எனப்பல வகைகளில் சுட்டும்போது ஞாயிறு பற்பல விதத்தில் அணுகப்பட்டிருப்பதனை உணரலாம்.

இயற்கை என்றுரைப்பார் சிலர்

இணங்கும் ஐம்பூதங்கள் என்றிசைப்பார்

செயற்கையின் சக்தியென்பார் உயிர்த்

தீயென்பார் அறிவென்பார் ஈசனென்பார்...

அன்புறு சோதியென்பார்.

என்கிறார்.

ஞாயிற்றை ஒளியாகத் தீயின் உடலாக, உயிராகக் கண்டு அதன் ஆற்றலைச் சக்தியாக எண்ணும் பாரதியின் உள்ளத்தில் செயல் வடிவமாகவும், இயங்கு சக்தியாகவும் நிலைபெற்றிருப்பது சக்தியாகிய ஒளியே. 'எண்ணத்திற்கும் எரியே சக்தி' என்கிறார். பொருள் யாவினுக்கும் முதல் என்றும், ஆதியாகிய முதற்கடவுள் என்றும் குறிப்பிடுகிறார்.

பாரதியார், தீயினைப் போற்றியதற்குப் பல காரணங்கள் உள்ளன. அவற்றில் வேதம் தீயினைப் போற்றியதும் ஒன்றாகும். வேதத்தின் பிழிவாகவே ஞாயிற்றைக் காண்கிறார். மனத்திலே சக்தியாக வளர்வது நெருப்புத் தெய்வம், தினத்தொளி ஞானம் காண்பீர், இரண்டும் சேர்ந்தால் வானோர், இனத்திலே கூடி வாழ்வர், மனிதர் என்றிசைக்கும் வேதம் எனத் தீயை வேதம் போற்றியதால் தாமும் அதனைப் பின்பற்றியதோடு ஒளியும் அறிவும் தமக்கு வேண்டும் என்கிறார்.

வேதம் பாடிய சோதியைக் கண்டு
வேள்விப் பாடல்கள் பாடுதற் குற்றேன்
நாதவார்க் கடலின் இன்னொலி யோடு
நற்றமிழ்ச் சொல்லிசை யையும் சேர்ப்பேன்
காத மாயிரம் ஓர்கணத் துள்ளே
கடுகி ஓடும் கதிரினம் பாடி
ஆதவா நின்னை வாழ்த்திட வந்தேன்
அணிகொள் வாண்முகம் காட்டுதி சற்றே

இவ்வகையில் வாழ்த்துகிறார்.

ரிக்வேதம் தீயின் இன்றியமையாமையைப் பலவகைகளிலும் போற்றுகிறது. ஞாயிறு வேதங்களாகவும், அதில் கூறப்பட்டுள்ள வேள்விகளாகவும் அவற்றின் பயன்களாகவும் விளங்குகிறது என்பதனை

வேதாச்சக்ரத வச்வைவ
க்ரதூனாம் பலமேவச

என ஆதித்ய ஹ்ருதயம் சுட்டும். ஞாயிற்றின் வணக்கத்தை மேற்கொண்டால், பண்ணிய முயற்சி பயனுற ஓங்கும். எண்ணிய எண்ணமும் எல்லாம் எளிதில் வெற்றி எய்தும் என்கிறார் பாரதி. இது ரிக் வேதத்தின் வழி வந்த கருத்தாகும்.
தீயை வானளாவப் போற்றுதற்கு உரிய காரணங்கள் பற்பல.

1. வேதங்களில் தீ போற்றப்பட்டமை
2. சக்தியைத் தீயாகக் கண்டு தெய்வத்தோடு தொடர்பு படுத்துதல்
3. அகவிருள், புறவிருள் இவற்றை அழித்து வாழ்வில் ஒளி தர வேண்டுதல்
4. உருவகமாக, படிமமாக ஒளியைப் படைத்தல்
5. இயற்கைப் பண்பிற்கும், வன்செயலுக்குமாக எடுத்தாளுதல்
6. அழகியலில் வைத்துக் காணுதல்

ஆகிய நிலைகளில் ஒளி தரும் தீயைச் சுட்டியிருக்கிறார்.

ஞாயிற்றின் ஒளிக்கும் உருவத்திற்கும் உவமை சொல்ல முடியாது என்பது பாரதியார் கருத்து. ஞாயிற்றின் பேரொளிக்கு ஈடு இணை இல்லை என்கிறார்.

'ஞாயிறு என்ற கோளம் தருமோர்/ நல்ல பேரொளிக்கே' தேய மீதோர் உவமை எவரே தேடி ஓத வல்லார்' என்று பாடுவதையும், 'சூரியனின் முகத்தொளி கூறுதற்கோர் மொழியிலையே' (கண்ணன் என் தாய்) என்பதனை உற்றுநோக்க, ஞாயிறு, பாரதியின் உள்ளத்திலும், உணர்விலும் இயங்கு சக்தியாக இருந்துள்ளமை புலனாகும்.

தீயும், வேதமும்

ரிக் வேதம், கூறியிருக்கும் தீ, வேள்வி, சடங்கு ஆகியவற்றை உள்வாங்கிக் கொண்டு பல பாடல்களைப் புனைந்துள்ளார். தீயைப் போற்றிய பாடல்கள் ரிக் வேதத்தின் உட்பொருளை மையமிட்டே செல்கின்றன. வேத காலத்திய சொற்களான வேள்வி, யாகம், யோகம், கிருதயுகம், கலி முதலிய சொல்லாடல்கள் பல கோணங்களில் எடுத்தாளப் பெற்றுள்ளன. ரிக் வேதம் தீயை ஆன்மிகத்திற்கும் வாழ்வியலுக்கும் ஓர் இணைப்புப் பாலத்தை ஏற்படுத்தித் தந்துள்ளது. தீயின் மூலமே மனிதனுக்கு மனிதத் தன்மை ஏற்படுகிறது என பகவத் கீதை சொல்லியிருப்பது இங்கு எண்ணத்தக்கது. தீயின் இயல்பு அழிப்பது என்பது அன்று. அஃது ஆக்கத்திற்கும் காரணமா யிருப்பதாகும். 'அறிவியலின் வழிநின்று அணுகி அதனை ஆன்மிகத்தோடும் சமூக வாழ்வியல் சூழலோடும் இணைத்து வெற்றி கண்டவர் பாரதியார்' என்பர். ரிக் வேதம் தீயிக்கு ஆக்கும் சக்தியும் அழிக்கும் சக்தியும் உண்டு என்கிறது. ஆக்கலும் அழித்தலும் நீருக்கு உள்ளதுபோல் நெருப்பிற்கும் உண்டு. பாரதியின் பாடல்களான யோகசக்தி, சிவ சக்தி, வையம். சூரிய தரிசனம், ஞானபானு, சோமதேவன் புகழ், தீ வளர்த்திடுவோம், வேள்வித் தீ, சொல் முதலான கவிதைகள் தீயினைப் பல கோணங்களில் குறிப்பிட்டுள்ளன. உள்ளத்தில் ஒளி உண்டாயின் வாக்கினிலே ஒளியுண்டாகும் என்ற பாரதியின் கருத்து ரிக் வேதத்தின் சாயலை ஒட்டியது. வாக்கினில் ஒளிவாய்ந்தவன்; இனிமையாக, அன்புடன் பண்புடன் பிறர்க்கு நலம் விளைவித்து உண்மை பேசுவான் என்பது ரிக் வேதம். (ரிசம் வாசம் ப்ரபதியே, மநோயஜூ ப்ரபதியே, ஸாம ப்ராணம் ப்ரிபதியே, சஷூ: ச்ரோத்ரம் ப்ரதிபயே)

அக்னியே உன்னிடமிருந்து காவியங்கள் தோன்றுகின்றன; உன்னிடமிருந்து சிந்தனைகள் தோன்றுகின்றன; உன்னிட மிருந்து செல்வப்படுத்தும்தோத்திரங்களும் தோன்றுகின்றன. உன்னிடமிருந்து வீரப்புதல்வர்களோடு அழகுறும் செல்வம் அவிகளை அழிக்கும் சத்தியவானுக்குத் தோன்றுகிறது.

என்பது ரிக் வேதம். உடல், உள்ளம், உணர்வு ஆகிய நிலைகள் ஒன்றையொன்று இயைபுடன் இயங்கினால் வாழ்க்கை ஒளிரும் என்ற அடிப்படையில் இந்த எண்ணம் பாரதியாருக்கு மேலோங்கி இருந்திருக்க வேண்டும். ரிக் வேதத்தில் பாரதியாருக்கு இருந்த ஈடுபாடு காரணமாகவே அவர், தீயினை அமுத ஊற்று என்ற ரிக் வேதத் தொடரினை எடுத்தாள்கிறார். 'அமிர்தத்தின் பிறப்பிடமாகிய ஸூரியன் என்ற ஒளியில் நான் என்னையே ஹோமஞ் செய்து கொள்கிறேன்' என வேத ரிஷிகளின் கவிதை என்ற செய்யுளில் சுட்டுகிறார்.

'சூரியன் அளித்த தெய்விகக் கொடை உஷை' என்பது ரிக்வேதம். 'பொற்கதிரால் வலை பின்னிப் போர்த்து வந்தாள். பேரொளிக்கோன் விற்கதிரால் என்னை விழிக்கினிமை கொண்டதே' என்பது ரிக் தரும் அழகிய வருணனை. இதன் அடிப்படையில் இன்று என்ற கட்டுரையில் பாரதி கூறியிருக்கும் செய்தி பின்வருமாறு:

"இன்பமே வாவா வா. பகதேவா. எப்போதும் எம்மோடு கூடி வாழ்ந்திடு. உனது முகம் மிகவும் அழகுடையது, அதைப்பார்த்துக் கொண்டே இருந்தால் போதும். எமதுள்ளம் நிறைந்திருக்கும். உனது உதயதேவி முன்னமே வந்து விட்டாள். இளையவள், செந்நிறமுடையவள். என்றும் விழிப்பவள்; அவளைத் தீ கொணர்ந்துகொடுத்தான். தீ எம்மிடத்தே வளர்கிறான். தீ வலியவன். அவன் உண்மை யுடைய கடவுள். உள்ளத்தை அவனுக்க விறகாகக் கொடுத்தோம். அதில் என்றும் எரிவான். அவிந்து போகமாட்டான். தீ எமது தலைவன். அவனை முப்போதும் சரண் அடைகிறோம் எனக் குறிப்பிட்டுள்ளார்.

சொல் என்ற கவிதையிலும், 'என்றும் வாழும் சுடர்க்குலத்தை நாடுவோம்' என்று விளக்கியுரைப்பர்..... நம் ஆவி மேவச் சூழுதே தீ... தீ... எங்கள் வேள்விக் கூடத்தில் ஏறுதே தீ... தீ.. என்று பாடியுள்ளமை ரிக் வேதத்தின் சாயலை உள்ளிட்டது. வேள்வித் தீயில் மிகுந்த நம்பிக்கை உடையவர் பாரதி. ரிக் வேதத்தில் சுட்டிக் காட்டப்படும் செய்தியை உணர்ந்து, தீ எரிக. அதனிடத்தே நெய் பெய்கின்றோம். தீ தேனையும், பாலையும்

நெய்யையும் தீம்பழம் யாவினையும் உண்டு தேக்கிக் களிப்பவன் என்று குறிப்பிடுகிறார். 'நானே உயிருடலில் தீயாய் இருந்து உணவைச் செரிக்கிறேன்' என்பது கண்ணனின் கீதை காட்டும் பாதை.

இதனைக் கருத்திற்கொண்டு, உமிழ்தல், தின்னல் என்னும் நாவின் உணர்வை ஞாயிற்றின் செயற்பாட்டில் ஏற்றிப் படிமமாக உணர்த்துகிறார். வசன கவிதையில் வெயிலைப் போல் அழகான பதார்த்தம் இல்லை என்று சுட்டுகிறார். 'பாரதியார் ஞாயிறு என்ற வசனக் காவியத் துணைக்குகளை வாசித்தால், வேத பாஷை நடையையும் வேத இலக்கியத்தின் சுடர்ப் பொறிகளையும் அவன் தனதாக்கிக் கொண்டிருப்பது தெளிவாகும்' எனப் பெ.சு.மணி குறிப்பிட்டுள்ளது முக்காலும் உண்மை. (பாரதி இலக்கியத்தில் வேத இலக்கியத்தின் தாக்கம் (ப.268)

சக்தி _ ஞாயிறு _ தீ

ஐம்பூதங்களில் தீ எவ்வாறு பாரதிக்கு உகந்த பாடுபொருளாகியுள்ளதோ, அதைப் போல, தெய்வங்களில் பராசக்தியே அவருக்கு மிகவும் உகந்த பொருளாகிறது. பார்க்கும் இடங்களில் அவளே நீக்கமற நிறைந்திருப்பதாகப் பாடுகிறார். அண்டம் முழுதும் அவளே பரந்து நிற்கிறாள் என்பது அவரது ஆழ்ந்த எண்ணமாகும். சக்தியை ஒளிக்கடவுளாகவே காண முற்படும் பாரதி, தம்மைப் போர்க்குணத்திற்குத் தயாராக ஆக்கியிருப்பவள் அவளே என்று கருதியிருக்கிறார். தம் புறக்குறி யீடாக அகலமான செந்நிறப்பொட்டு வைத்ததற்கும் அதுவே காரணமாக இருந்துள்ளது. வீரத்திற்கு உரிய சின்னமாகக் கருதி, அத்தகைய பொட்டினை வைத்துக் கொண்டார் என்பர். தீச்சுடரின் நிறமான பொட்டு அவரைப் போர்க்குணத்திற்கு ஆளாக்கியது.

பாரதிக்குத் தீயும் சக்தியும் வேறுவேறு அன்று. இரண்டையும் அத்வைத நிலையில் காணுகிறார். பராசக்தியே தீ; தீயே பராசக்தி. சிவனையும், விட்டுணுவையும், முருகனையும் ஒளியோடு தொடர்புபடுத்திக் கூறியுள்ளனர். ஆயின், பாரதி சக்தியைத் தீ வடிவில் கண்டதும், பராசக்தியைத் தீயின் தொடர்பாகப் பல கோணங்களில் படம்பிடித்துக் காட்டியிருப்பதும் புதுமை. தீயின் வடிவமாகவே பராசக்தியைக் காணுகிறார். சக்தியே அவரது உணர்விற்கு உந்து சக்தியாக இருந்து அவரை இயக்குவதாக அவர் சுட்டுகின்றார்.

ஞாயிற்றின் உருவிலும் தீயின் வடிவிலும் தீ தரும் ஒளியின் வடிவிலும், சிவனாக, முருகனாக, திருமாலாகப் பாடியுள்ளனர். தீயையும் ஞாயிற்றையும் பராசக்தியின் வடிவமாகக் கண்டவர் பாரதி. பாரதி, உலகம் முழுவதும் பராசக்தியின் தோற்றமாகவே காண்கிறார். சக்தி என்னும் நெருப்பே பாரதியின் வீறுணர்ச்சிக் கவிதைகளுக்கு விதையாகி வீரியத்தோடு வெளிவரச் செய்திருக்கிறது,

ஞால முற்றும் பராசக்தி தோற்றம்
ஞான மென்ற விளக்கினை ஏற்றிக்
கால முற்றும் தொழுதிடல் வேண்டும்

என்று பாடுகிறார். சக்தியின் மீது கொண்ட பத்தி மேலீட்டை உணர்த்த சக்தியை, சக்தீ என்று அழைப்பது அவரது உள்ளுணவர்வின் ஆழமான வெளிப்பாடாகும். சக்தியைக் கனலின் குறியீடாக்கி அதன் விரிவாக நெஞ்சின் நெருப்பு எனவும், சத்தி என்ற கடவுளே நெருப்பாகும் சக்தி எனவும் குறிப்பிட்டு, அது, தனது உயிரிலும் உள்ளத்திலும் நிற்பதாக எண்ணியுள்ளார்.

அகத்தகத் தகத்தினிலே உள்நின்றாள் _ அவள்
அம்மை யம்மை எம்மைநாட பொய் வென்றாள்.

வழிபாட்டுக்குரிய சக்தி பாரதியின் கவிதைக்குத் தூண்டு கோலாகியது. 'அன்னை பராசக்தி ஏழையேன் கவிதையாவும் தனக்கெனக் கேட்கிறாள்' என்பது அவரது கூற்று. வீறுகொள் சக்தியாகிய தீயே அன்புறு சோதியாகவும் இருப்பதாகப் பாடுகிறார். சக்தி பார்வைக்குநேர்பெருந்தீ எனவும், படரும் செந்தீ, பாய்ந்திடும் ஓர் விழியுடையாள் எனவும் குறிப்பிடுகிறார். சக்தி தீயின் வடிவமாக இருப்பதாலே அவளிடம் பாரதி உரிமை எடுத்துக் கொண்டு பலபடப் பாடுகிறார். சக்தியையும், ஞாயிற்றையும் இணைத்துக் காணும் பாரதி, தமது வசன கவிதையான சக்தியில் சக்தியின் பேராற்றலில் ஞாயிற்றைப் பலவகையாக இயைபுபடுத்தியுள்ளார்.

'சக்தி வெள்ளத்திலே ஞாயிறு ஒரு குமிழியாம்'
'சக்திப் பொய்கையிலே ஞாயிறு ஒருமலர்'
'சக்திக் கடலிலே ஞாயிறு ஓர் நுரை'
'சக்தி வீணையிலேஞாயிறுஒருவீடு; ஒரு ஸ்வரஸ்தானம்'
'சக்திக் கூத்திலே ஒளி ஒரு தாளம்'
'சக்தியின் கலைகளிலே ஒளி ஒன்று'

எனஉணர்த்தி இருப்பதை இவ்வகையில் உறுதி செய்யலாம்.

விண்டுரைக்க அறிய அரிதாய்
விரிந்த வானவெளியென நின்றனை,
உள்ளுயிராகி உலகெங்கும் சக்தியே
தானாந் தனிச்சுடர்ப் பொருளை

என்கிறார்.

பாஞ்சாலி சபதத்தில் இடம்பெறும் மாலை வருணனையில்,

'பரிதிக்கோளம்... ஒன்றுபட உருக்கி வார்த்து,
முடிவான வட்டத்தைக் காளி
ஆங்கே மொய்குழலாய், சுழற்றுவதன் மொய்ம்பு
காணாய்'

என ஞாயிற்றைக் காளி இயக்குவதாகவே சுட்டுகிறார் பாரதி.

சக்தியை நெருப்புத் தெய்வமாக _ ஒளி தரும் கடவுளாக எண்ணும் பாரதி, பல பண்புகளின் உறைவிடமாக உணர்த்து வதனைக் காணலாம்.

'அன்பு கனிந்த கனிவு'
'ஆண்மை நிறைந்த நிறைவு'
'இன்பம் முதிர்ந்த முதிர்வு'
'எண்ணத்தில் இருக்கும் எரி'
'சொல்லில் விளங்கும் சுடர்'
'பாட்டினில் வந்த களி'
'உள்ளத்து ஒளிரும் விளக்கு'

என்ற தொடர்களால் சக்தியின் பேராற்றலையும், ஒளியையும் இணைவு படுத்துகிறார். அபிராமி அந்தாதியில்,

அளியார் கமலத்தின் ஆரணங் கே;அகி லாண்டமும்நின்
ஒளியாக நின்ற ஒளிர்திரு மேனியை உள்ளுதொறும்
களியாகி அந்த கரணங்கள் விம்மிக் கரைபுரண்டு
வெளியாய் விடின்எங் ஙனமறப் பேன்;நின் விரகினையே

என சக்தி அண்டம் முழுமைக்கும் ஒளியாகி இருப்பதைக் காட்டும்.

பாரதி ஒளியையும், ஞாயிற்றையும் இயைபுபடுத்தும் சூழலில், அவ்விரண்டையும், 'ஒரு தாய் வயிற்றுக் குழந்தைக'ளாகவே காண்கிறார். அவை இரண்டுமே சக்தியின் வெளிப்பாடாகக் காண்பதில் பாரதிக்கு மிகு விருப்பம் என்பது வெளிப்படும். அதனால்தான் தம் வழிபாட்டுக்கு உகந்தவளாக இருப்பதோடு,

அவள் தம் வழிகாட்டலுக்கும் உரியவளாக இருப்பதைப் பாடலில் விதந்தோதுகிறார். தன்னைச் சுடர்மிகும் அறிவொடு படைத்துவிட்டதாகப் பாடிய பாரதி, 'தசையினைத் தீச்சுடினும் சிவ சக்தியைப் பாடும் அகங்கேட்டேன்' என்று குறிப்பிடுவது இதனால்தான். பராசக்தி ஒளியேற்றி என் அகத்திலே விளங் கலானாள் என்றும், 'சக்தி தனக்கே உடைமை ஆக்கு _ அதில் சக்தியொளி நித்தமும் நின்று இலங்கும்' என்றெல்லாம் பராசக்தியிடம் வேண்டப்படும் சூழலை உருவாக்கி மகிழ்கிறார். சக்தியைப் பலவாறு புகழ்ந்துரைக்கும் பாரதி, சக்தியின் விளக்கம் என்ற பாடலில், ஒளியைச் சக்தியாகக் கண்டு அதனை எந்த நேரமும்போற்றுமாறு கூறுகிறார். உயிர் பெற்ற தமிழர் பாட்டு என்ற கவிதையில் ஞாயிற்றின் கதிர்களை இணைவுபடுத்திக் கூறுகையில், இயற்கையின் ஆளுமையுடன் கூடிய சக்தியாகவே காணமுற்படுகிறார்.

அகவிருள்/புறவிருள் நீக்குதல்

உள்ளத்தின் இருளை அகற்றத் தீயாகிய ஒளி தேவை. அகவிருளையும், புறவிருளையும் அழிக்கும் சக்தி தீயினுக்கு உண்டு. ஞாயிற்றின் ஒளியை விதந்து கூறும் பாரதி, உயிரையும், உடலையும் அது தருவதாக வசன கவிதையில் சுட்டுகிறார். உயிர், உடல், உணர்வு ஆகிய இவற்றை அழிக்க வரும் தீமைகளை அழிக்க ஒளி உதவுகிறது என்பதனை,

தெய்வக்கனல் விளைந்து காக்குமே நமைச் சேரும்
இருளழியத் தாக்குமே
வென்றி கொள் சிவசக்தி _ எனை
மேவுறவே இருள் சாவுறவே

இவ்வாறு கூறுகிறார். இருள் என்பது குறியீடாக வறுமை, சோம்பல், சோர்வு, அமைதியின்மை முதலியவற்றைச் சுட்டும். உள்ளத்தை இருட்டுக்குகை என்பதும் அவ்வாறே. இதமாம் குகை வளரும் கனல்; குகையில் மூடியிருக்கும் இருளைச் சிதறடித்து நாம் அவாவி நிற்கும் ஒளியைக் காட்டுகிறது என்பது ரிக் வேதம். தீயை அகத்தினில் மூட்டுவோம் என்று பாடியிருப்பது கூட ரிக் வேதத்தின் சாயலே!, பொய்ம்மைப் புன்மைகள் எல்லாம் தெய்வத் துணிவு என்னும் தீ எரியும் உள்ளத்தில் பொசுங்கிப் போகின்றன' எனப் பெ.சு.மணி சுட்டியிருப்பதை இங்கு இணைத்துக் காணுதல்தகும்.

இருட்பேயை அழிப்பதற்கு நெருப்புத் தெய்வமும், ஞானமும் வேண்டும் என்கிறார். இருட்பேய்களை,

பொய்மை கயமை சினம் சோம்பல் கவலை மயல்
வீண்பெருமை புழுக்கம் அச்சம்
ஐயம்எனும் பேயையெல்லாம் ஞானமென்னும்
வாளாலே அறுத்துத் தள்ளி
எப்போதும் ஆனந்தச் சுடர் நிலையில் வாழ்ந்து...

எனப்பட்டியலிட்டுக் காட்டுகிறார்.

சக்தி என்னும் நெருப்பு நெஞ்சத்தில் வரும்போது அங்குள்ள தீமைகள் அகன்று விடுகின்றன என்பது பாரதியின் ஆழமான நம்பிக்கை.

படிமமும் குறியீடும் உருவகமும்

தீயைப் பாரதி பல இடங்களில் குறியீடாகவும் உருவகமாகவும் படிமமாகவும் உணர்த்துகிறார். இன்பம், துன்பம், அறிவு, ஆற்றல், பகை, சினம் ஆகியவற்றைத் தீயோடு தொடர்புபடுத்தியுள்ளார். தீயபண்பின் அடிப்படையில் சினத்தீ, பகைத்தீ, சினத்தின் அழல், தழல் படு விழி எனவும், அறிவு அடிப்படையில் கதிரொளி, சித்தத்தெளிவு என்னும் தீ, ஞானமென்னும் தீ, ஒண்கதிர், ஞான பானு, எனப் பலவாறு குறிப்பிடும் பாரதி, இன்பத்தின் அடிப்படையிலும் அன்புக்கனல், உயிர்த்தீ, காம அனல், இன்பத் தீ, காதல் தழல் என்றவாறு சுட்டுகிறார்.

அன்புறு சோதி என்று சொன்னவர், அறிவாகிய சோதி என்கிறார். அறிவாய் விளங்கும் முதற்சோதி நான் என ஒரு பாடலில் சுட்டுதலை அறியலாம்.

தீ, சக்தி ஆகிய இரண்டும் உள்ளத்தில் படிந்த இருள் தன்மையை அகற்றும் குறியீடாகவே பாரதியார் உணர்த்துகிறார்.

வானமெங்கும் பரிதியின் சோதி
மலைகளின் மீது பரிதியின் சோதி
தானை நீர்க்கடல் மீதிலும் ஆங்கே
தரையின் மீதும் தருக்களின் மீதும்
கானகத்திலும் பற்பல ஆற்றின்
கரைகள் மீதும் பரிதியின் சோதி
மானவன்றன் உளத்தினில் மட்டும்
வந்து நிற்கும் இருளிது வென்னே!

இருளை உள்ளத்திலிருந்து வெளியேற்றுவதற்கான குறிப்பை,

சோதி என்னும் நிறைவிஃலது உலகைச் சூழ்ந்து நிற்ப, ஒரு
தனி நெஞ்சம்
கோதியன்றதோர்
சிற்றிருள் சேரக் குமைந்து சோரும்
கொடுமை யிதென்னே.

என முன்வைக்கிறார்.

'பாரதியார் உள்ளத்தில் மண்டிக் கிடந்த தீய இயல்புகளை அழித்து அவருக்குச் செயலாக்கத்தை உண்டாக்கித் தந்த ஓர் அற்புத ஆற்றலையே அவர் தீ என்ற குறியீட்டால் அழைக்கின்றார்' என்பர் (மா.மஹாலட்சுமி, ப.137)

தீமைகள் ஒளியால் அழியும் என்பதனை ஓர் உவமை வாயிலாக

சுடர்த்தீ பத்திலே விழும் பூச்சிகள் போல் வரும்
தீமைகள்
கொய்திடுவாள்.

என அழகுற விளக்குகிறார்.

அக்கினிக் குஞ்சு என்ற கவிதை அழகியதோர் குறியீட்டுக் கவிதை. தன் பொருளை உற்று நோக்குவார்க்குப் புதிய புதிய ஆய்வுப் பிம்பத்தைக் காட்ட வல்லது. பற்பல கருத்துகளுக்கு இடம் தருவதாய் விளங்கும் அப்பாடலுக்குப் பலரும் பொருள் காண முற்பட்டிருப்பினும், அது பல்வேறான சூழலை இணைத்தறிதற்கு அப்பால் பொருள் விரிந்து நிற்பதாய் உள்ளது.'விடுதலை முத்தம்மா கதை' என்ற கதையில் வரும்

அக்கினிக் குஞ்சொன்று கண்டேன் _ அதை
ஆங்கொரு காட்டிலோர் பொந்திடை வைத்தேன்;
வெந்து தணிந்தது காடு; தழல்
வீரத்தில் குஞ்சென்றும் மூப்பென்றும் உண்டோ?

என்ற இப்பாட்டு, ஒரு குறியீட்டுப் பொருள் தருவதாகும். ஏமாற்றும் எளிமை கொண்ட பாடல் அது.

அதற்குத் தரும் விளக்கங்கள் பற்பல. அவற்றைக் கீழ்க்காணுமாறு பாரதி ஆர்வலர்கள் விளக்கம் தர முற் பட்டுள்ளனர்.

1. அக்கினிக்குஞ்சு ஒரு நாச சக்தி. நம் உடம்பு அல்லது வாழ்க்கையே காடு.பொந்து என்பது நம் நெஞ்சு. ஒரு சிறு நாசத்திற் இடம் கொடுத்தாலும் நம்வார்வு இழியும் (சி.சு.செ)
2. அக்கினிக்குஞ்சு ஆக்கசக்தியாகிய ஞானம். அஞ்ஞானம் காடாகிறது. பொந்து நம் உள்ளம். ஞானம் என்ற

ஒளிக்குஞ்சுக்கு நம் உள்ளத்தில் இடம் கொடுத்தால் அஞ்ஞானக் காடு எரிந்து சாம்பலாம். (சி.சு.செ)

3. விடுதலைச் சிறு தீ. ஆங்கில ஆட்சியாளராகிய பகைவர் சூழுமிடமாகிய காடு விடுதலைச்சிறு தீயால் அழியும். (சி. கனகசபாபதி)

4. அச்சமும் கவலையும் நிரம்பிய உள்ளமே காடு (விஜயபாரதி)

5. அக்கினிக்குஞ்சு என்ற குறியீடு ஆஷ் துரையைக் கொன்ற வாஞ்சிநாதனையே குறிக்கிறது (பாரதிப்பித்தன்)

6. விடுதலை முத்தம்மா கதையில் வரும் மையக்கருத்தின் அடிப்படையில் பெண்விடுதலையை முன்வைத்தே பாரதி அக்கினிக்குஞ்சு என்ற குறியீட்டால் உணர்த்து கிறார் (சிற்பி)

7. பாரத நாட்டிற்காகப் போராடும் வெற்றி வீரன் ஒவ்வொருவரையும் அக்னிக்குஞ்சு என்று விளித்து சுதந்திரத் தீயினை மேலும் வளர்ப்பதையே அக்னிக்குஞ்சு எனச் சுட்டுகிறார் மனோகரன் (ப. 152).

8. துன்பத்திலும் மாயையிலும் அகப்பட்டுக் கிடக்கின்ற மனதை விடுவிக்க வேண்டுமானால் அல்லது அப்படிப் பட்ட மனதை எரிக்க வேண்டுமானால், தீயாக இருக்கும் பரம்பொருளைப் பொந்தாக இருக்கம் சிறுமனதில் இடைவிடாது வைத்தேன், ஏற்றினேன். இருளாக ஒளியற்ற காடாக இருந்த நான், ஒளிகொண்டேன். ஆசைகளுடன் இருந்த மனம் எரிந்தது, அமைதியானது என்று பாரதி தன் நிலையைக் கூறுவதாகக் கொள்ளலாம். (சீதா. ப.252)

9. ஒரு பெண்ணின் உள்ளம் முழுமையும் பரவி நிற்கும் தீரமான விடுதலை உணர்வுக்கு அக்கினிக்குஞ்சு என்ற சொல்லாடல் கையாளப்பட்டிருக்கிறது. (பிரேமா ப.136)

10. (புராண, இதிகாச, உருசியப்போரின் முடிவினை இயைபுபடுத்தி) அ) பெருங்காடு சூரபன்மன் உள்ளிட்ட அசுரர்க் கூட்டம், தூய பெருங்கனல் முருகனின் நெற்றிக்கண்ணில் தோன்றிய பொறி, முருகன் அசுரர் கூட்டத்தை அழித்தது, குழந்தை நம்மை எதிர்ப்பதாவது என்றெண்ணி அழிந்தது அசுரர்க் கூட்டம். ஆ) இராம இராவணப் போரில் வெந்து தணிந்தது காடு. இ)

கொடுங்கோலன் ஜார் வீழ்ச்சி அடைந்தது. (இரா.சுராஜ்)

எனப் பலவாறு பொருள் காண இடந்தருவதாக உள்ளது அப்பாட்டு. சக்திக்கூத்து என்ற கவிதையில் பாரதி, குகைக்கு ளங்கே இருக்குதடா தீப்போலே அது குழந்தையதன் தாயடிக்கீழ் சேய்போலே என்று சுட்டியிருப்பதனை அக்கினிக்குஞ்சோடு தொடர்பு படுத்திக் காட்ட முடியுமா? என்றும் கண்டறிய வேண்டும்.'

பாரதி, தீயை உருவகமாகவும், உவமையாகவும் பலவிடங் களில் எடுத்தாள்வது அவருக்குள்ள தணியாத ஈடுபாட்டினைக் காட்டும். அதனைக் காட்சிப்படிமமாக்கிக் குறியீட்டுச் சொல்லில் உணர்த்தும்போது, கவித்துவம் ததும்பியிருக்கக் காணலாம். அமைதியும் இன்பமும் தரும் சூழலைக்கூட பாரதி

நாதக் கனவினிலே நம்முயிரைப் போக்கோமோ
ஏழுலகும் இன்பத் தீ ஏற்றும் திறனுடையாய்...

எனவும்

நீசக் குயிலும் நெருப்புச் சுவைக் குரலில்
ஆசைத் ததும்பி அமுதூறப் பாடியதே

எனவும் பாடியிருப்பது புதுமை.

பல இடங்களில் கனலை உருவகப்படுத்துவர்.இன்பத்தீ; தவக் கனல்; நெருப்புச் சுவை; அமுதக்கனல்;நாதக்கனல்; அனற்சுவை; உயிர்த்தீ; ஞானத்தீ; உயிர்ச்சுடர்; நேர்மைப் பெருங்கனல்; தழல்படு விழி; சினத்தீ இவை பல இடங்களில் அறிவு, பண்பு ஆகியவற்றிற்கு எடுத்தாளப்படுவதை அறியலாம்.

காதலைச் சொல்லும் போது கூட ஒளியை உவமையாக்கி உரைத்துள்ளார். 'தூண்டில் புழுவினைப் போல் வெளியே சுடர்விளக்கினைப்போல், நீண்ட பொழுதாக எனது நெஞ்சம் துடித்ததடி' என்று பாடியிருப்பதில், தூண்டிலில் மாட்டிய புழுவிற்குத்தான் அதன் வேதனை தெரியும் என்பதை உவமை வழி உணர்வு தோன்ற எடுத்துக் காட்டுகிறார். காதலைப் பாடும் போது கூட பாரதிக்குத் தீயின் நினைவுதான் வருகிறது

உயிர்த்தீயினிலே வளர்சோதியே என்றன்
சிந்தனையே என்றன் சித்தமே
சுட்டும் விழிச்சுடர்தான் கண்ணம்மா
சூரியச் சந்திரரோ
அழகியல் வெளிப்பாடு.

கொடு நெருப்பாய் அனற்சுவை அமுதாய்

நெஞ்சில் கனல் மணக்கும் பூக்கள்.

அழகியவெளிப்பாடு

கவித்துமான இடங்களில் அழகியல் வெளிப்பாடாகத் தீயை அழகுறச் சொல்லியிருப்பதும் எண்ணிப்பார்க்கத்தக்கது. பாஞ்சாலி சபதத்தில், மாலை வருணனை அருமையானதோர் அழகியல் வெளிப்பாடு. அதிலும் கூட அழகிய படிமமும், உருவகமும் சிந்தையைக் களிகொள்வன.

சுடர்ப்பரிதியைச் சூழவே படர்முகில் எத்தனை
தீப்பட்டெரிவன...
தீயின் குழம்புகள்! செம்பொன் காய்ச்சி விட்ட
ஓடைகள்...

அழகியல் வெளிப்பாட்டில் ஞாயிறை மின்செய்த வட்டு என்று சொல்லியிருப்பது கூட நல்ல அழகியல் வெளிப்பாடு.

இயற்கைப் பண்பிற்கும், வன்செயலுக்குமாக எடுத்தாளுதல்

இயற்கைப்பண்பில் ஞாயிறு வெப்பம் தருவதாகும். வெப்பம் என்ற சொல்லாடலைச் சிலவற்றிற்கு எடுத்தாளும் பாரதி, முரணுற அதனை எதிரெதிர் பண்பில் வைத்து உணர்த்துகிறார். வெப்பத்தால் விளைவது தண்மை, தண்மையால் விளைவது வெப்பம் என்று சொல்லி இவ்விரண்டும் ஒன்றாதலை எடுத்துக்காட்டுவர். வெப்பம் தவம்; தண்மை யோகம்; வெப்பம் ஆண்; தண்மை பெண்; வெப்பம் வலியது; தண்மை இனியது என்று இரண்டிற்குமான பண்பு நிலைகளை எதிரெதிர் வினைகளாக உணர்த்துவர். புரட்சித் தீ என்ற சொல் வழக்கிற்கேற்ப, தீயின் ஆளுமையை இயல்பான பண்பின் அடிப்படையில் வன்செயலுக்கு இயைபுபடுத்துவதனையும் பாரதியிடம் காணலம். உலகியல் அறிவால் உள்ளத்திலிருந்து கொப்பளித்து வரும் வார்த்தைகளால் பாரதி தீயை வன்முறைச் சொல்லாகவும் உணர்த்தியிருக்கிறார்.

‘மாதர்தம்மை இழிவுசெய்யும் மடமையைக்
கொளுத்துவோம்!....
‘எரிதழல் கொண்டுவா. கதிரை வைத்திழந்தான்
அண்ணன் எரித்திடுவோம்’
‘தேடு கல்வியலாத தோர் ஊரைத் தீயினுக்கு
இரையாக்கிடுவோம்’

ஒளியே துணை

பாரதி தீயினைப் பலவாறு போற்றிப் பாடியதோடு மட்டும் அல்லாமல், தீ தமக்கு என்றும் துணை நிற்குமாறு வேண்டுகிறார்.

தமக்கு அறிவையும், உணர்வையும், வாழ்நாளையும் அது தரவல்லது என்ற அவர்தம் கருத்துப் புலப்பாட்டினை அறிதற்குரிய சான்றுகளை ஆங்காங்கே பாடலிலும், வசன கவிதையிலும் கட்டுரையிலுமாகக் காணமுடியும். 'எமதுள்ளம் சுடர்விடுக; நின்னைப் போல் எமது அறிவு கனலுக' என்று தீயினை வேண்டுகிறார் பாரதி. நல்வாழ்க்கையை ஒளியானது தரும் என்ற நம்பிக்கையை முன்வைத்து ஞாயிற்றை வேண்டும் பாரதி, நன்று வாழ்ந்திடச் செய்குவை என்பதனைத் தற்சார்ந்த நிலையில்

என்றன் உள்ளம் கடலினைப் போலே
எந்த நேரமும் நின்னடிக் கீழே
நின்று தன்னகத் தொவ்வோர் அணுவும்
நின்றன் ஜோதி நிறைந்தது வாகி
நன்று வாழ்ந்திடச் செய்குவை ஐயா
ஞாயிற் றின்கண் ஒளிதரு தேவா

என இவ்வாறு எடுத்துக்காட்டுகிறார்.

ஒளி பெற்றுக் கல்வியில் தாம் தேற வேண்டும் எனவும் குறிப்பிடுகின்றார். ஞாயிறு புறவிருளை மட்டும் நீக்குவது அன்று. அகவிருளையும் நீக்குகிறது. நாடு அதன் வழி ஒளி பெறவேண்டும் என்ற பொது வேட்கையையும், தம் உள்ளத்தில் ஒளி ஏற்றவேண்டும் என்ற அக நோக்கையும் முன்வைத்து மொழிவதனையும் காணலாம்.

நாட்டினைத் துயரின்றி நன்கமைத் திடவும்
உள்ளமெனு நாட்டை ஒருபிழை யின்றி
ஆள்வதும் போரொளி ஞாயிறே யனைய
சுடர்தரு மதியொடு துயரின்றி வாழ்தலும்
நோக்க மாகக் கொண்டு நின்பதம் நோக்கினேன்

என்கிறார்.

யோகசக்தி என்ற பாடலில் காளியிடம் வரம் கேட்கையில் தம் உடல் வலிமை, மனவலிமை பெற்று, ஒளிமுகம் கொண்டு தாம் ஓங்க வேண்டும் என்ற கருத்தில்,

தோளை வலிவுடைய தாக்கி உடற்
சோர்வும் பிணிபலவும் போக்கி அரி
வாளைக் கொண்டுபிளந் தாலும் கட்டு
மாறா வுடலுறுதி தந்து சுடர்
நாளைக் கண்ட மலர்போல் _ ஒளி

நண்ணித் திகழும்முகம் தந்து _
தவமேன்மை கொடுத்தருள வேண்டும்.

என வேண்டுவர்.

காளி பற்றிய பிறிதொரு பாடலில், வானின் ஒளியைக்கண்டு தாம் மகிழ்ச்சியோடும், அச்சமின்றியும், புவி மீது எந்நாளும் வாழும்படியான ஆசை மேலீட்டைப் புலப்படுத்தி வானகத்தின் ஒளியைக் கண்டே மனம் மகிழ்ச்சிபொங்கி யானெதற்கும் அஞ்சேன் ஆகி எந்த நாளும் வாழ்வேன் என்கிறார்.

பாரதியைப் பாடிய கவிஞர்கள் சிலர், ஒளியையும் பாரதியையும் இணைத்தே போற்றி யுள்ளதை எண்ணிப் பார்க்கலாம்.

ஒரு மழை மாதத்தில் எட்டயபுரத்தின்
இளைய தெருவொன்றில் அந்தப்
பிஞ்சு சூரியன் தோன்றியது.

– வைரமுத்து

உருகும் பனிக்கட்டியிலும்
உஷ்ணத்தை ஏற்றியவன்
திரளும் மழைச்சரத்தைத்
தீச்சுடராய் மாற்றியவன்
மெல்லெழுத்தில் கூட
மின்னலைப் பாய்ச்சியவன்
வல்லெழுத்தில் இடிமுழக்கம்
வடித்துக் காட்டியவன்.

– தாராபாரதி

வீறுணர்ச்சியின் வெளிப்பாட்டிற்கும், புன்மைகளைப் பொசுக்குவதற்கும், உள்ளத்தில் ஒளியேற்றுவதற்கும், சுடரொளி யாய் நின்று அறிவினை மேம்படுத்துவதற்கும், தம்மை இயக்கும் ஆற்றலைத் தீயாகவும், தமது அறிவைத் தூண்டுதற்குரிய ஒளியாகவும் பாரதி குறிப்பிடும்போது, அஃது உயிர், உடல், உள்ளம், உணர்வு ஆகியவற்றில் ஊடுருவி இருப்பதை ஆழமாக வெளிப்படுத்துவதாகக் கொள்ளலாம்.

இராம. குருநாதன்

ரதமும் சாரலும்

பாரதியின் எண்ணங்களுக்கு அடித்தளமாகப் பண்டைய இந்திய இலக்கியப் புலம் மட்டுமின்றி – மேலைநாட்டு இலக்கியத் தாக்கமும் இருந்துள்ளது. மேலைநாட்டு நூல்களின் பயிற்சி அவருக்குப் புதுப்புதுக் கோணங்களில் இலக்கிய உணர்வுகளை வளர்க்கச் செய்திருக்கிறது என்பதன் அடையாளங்களில் ஒன்று அவர் எழுதிய ஞானரதம். அது ஒருவகையான புதுமை இலக்கியமாகவே கொள்ளத்தக்கது. தமிழில் அதுவரை இல்லாத ஒரு புதிய வகை இலக்கியம் அது. கனவும் கற்பனையும் கலந்து வெற்றுக் கற்பனையாக எழுந்த சில நூல்கள் பாரதி காலத்திலேயே முகிழ்த்தன.

அ.மாதவய்யாவின் திரௌபதி கனவு, வ.ரா.வின் கோதைத்தீவு போன்றவை பாரதி காலகட்டத்தவை. இருப்பினும் அவற்றிற்கு இல்லாத ஒரு தனித்திறனை ஞானரதத்தில் காணமுடிகிறது. புனைவியல் பாங்கினதாக அது திகழ்ந்தாலும் பாரதியின் பன்முக எண்ணங்களின் வெளிப்பாடாக அது விளங்குகிறது. அது போலப் பாவேந்தரின் சஞ்சீவி பருவதத்தின் சாரல் என்ற பாவியமும் பாவேந்தரின் எண்ணங்களுக்கு ஒரு வடிகாலாக விளங்குகிறது.

இவ்விரண்டிலும் காணப்படும் பொதுக்கருத்தினைப் பல வகைகளிலும் அணுகமுடிகிறது. குயில்பாட்டோடு சஞ்சீவி பருவதத்தின் சாரலை ஒப்பிட்டுக் கட்டுரைகள் பல வெளி வந்துள்ளன. 'ரதத்'தோடு 'சாரலை' ஒப்பிடும் சூழல் உள்ளதா என்பதனை ஆராயும் சிறுமுயற்சியே இக்கட்டுரை.

இவ்விரு படைப்புகளுமே நாடு விடுதலை அடையும் முன்பு எழுதப்பட்டவை. பாரதியின் முதல் உரைநடைக் கதை ஞானரதம். பாவேந்தரின் முதற்காப்பியம் சஞ்சீவி பருவதத்தின் சாரல். இவ்விரண்டிலுமே மேலை நாட்டுத் தாக்கம் உண்டு.

இவற்றின் அடிப்படையான கருப்பொருள் வெவ்வேறானவை. சூழ்நிலைகளும் அப்படியே. ஞானரதத்தைப் பாரதி 'விநோதம்' என்றே குறிப்பிடுவதிலிருந்து அது ஒருவகையில் வெற்றுக் கற்பனை என்ற அளவில் அவர் அவ்வாறு சிந்தித்திருக்கலாம். புனைகதை என்ற அளவிலும் இதனைக்கருத இயலாவாறு அதன் போக்கு உள்ளது. பாரதி இதனை எழுதுவதற்கு உரிய நோக்கம் யாது எனத் தெரியவில்லை. ஆனால் பாவேந்தருக்கோ சில அடிப்படையான நோக்கம் இருந்திருப்பதாகவே தெரிகிறது. இவ்விரண்டுமே கற்பனை வடிவம் கொண்ட பயண உலகைக் காட்டுவன. கற்பனை வழிப் புது உலகைக் காணவிழைகின்றன. விண்ணை நோக்கிச் செல்வதற்கு உரிய தெய்விக ரதமாக விளங்குவது ஞானமாகிய ரதம். அண்டை நாட்டை விண்ணில் இருந்து பார்த்தபடி சில கருத்துகளை எடுத்துரைக்கக் காரணமாகிறது 'சாரல்'. இரண்டுமே புதிய உலகுக்குச் சென்று வருவதான புனைவுச்சித்திரம். நூல் தலைப்புகள் இரண்டுமே கற்பனைக்கே உரிய அழகிய சொல்லாடலைக் கொண்டவை. மண்ணுலக ஆசை விண்ணில் பறக்குமாறு அமைந்த பாரதியின் படைப்பு கற்பனை வானில் சிறகடிக்கிறது. பாவேந்தரிலோ பொய்யுரைத்த கற்பனையிலிருந்து மீண்டு மண்ணில் ஓர் உண்மையை வேரூன்ற முயல்கிறது.

ரதத்தில், அறிவுப் படிமம் காட்சிகளை விரிக்கிறது. சாரலில், கனவும் நனவும் கை கோத்தபடி கற்பனையும் உண்மையும் ஒரு சேர இயங்குவன. கற்பனையாக விண்ணில் பறந்தாலும் மறுபடி மண்ணுலகிற்கே வந்தடைவதை இருநூல்களும் தொடக்கமும் முடிவுமாகக் கொண்டுள்ளன. உண்மை வாழ்வு எதார்த்தனமானது என்பதை மெய்ப்பிக்குமாறு இரண்டிலும் காட்சிகள் வந்துபோகின்றன. மாயை, உண்மை இவை இரண்டும் தொடர்புபடுத்த வருவன போலமைந்து இறுதியில் அவை இருவேறு துருவங்கள் என்பதைத் தெளிவுபட விளக்குவதற்கு இருநூல்களிலும் சான்றுகள் உள்ளன.

ஞானரதத்தில் அவை இரண்டும் சம்பங்கு வகிக்கின்றன. அந்த நூலில் மாயத்தோற்றம் சற்றே தூக்கலாகத் தெரிந்தாலும், மண்ணுலகில் உண்மை கால்கொண்டு நிலையான காட்சியை உணர்த்தி நிற்கிறது. சாரலில் பொய்ம்மையான மாயக் கற்பனைகள் தூக்கி எறியப்பட்டுப் பகுத்தறிவு நிலைநாட்டப்படுகிறது.

இன்பமும் காட்சியும் மண்ணுலகின் இருப்பும் உண்மை என்பது உறுதி செய்யப்படுகிறது. பொய்ம்மையிலிருந்து உண்மைக்குத் திரும்புவதற்கு உரிய தூண்டுகோலாக அறிவு வேண்டப்படுகிறது. இதனுடைய வார்ப்பில் பொய்ம்மை, உண்மை ஆகியவற்றிற்கு இடையே உண்மையைத் தூண்ட அறிவின் தேடல் தேவையாகிறது. அறிவைத் தூண்டி உண்மைக்கு இட்டுச் செல்லும் உந்து சக்தியாக இவ்விரு நூல்களிலும் பெண்களே விளங்குகிறார்கள். கதைத் தலைவர்கள் பெண்மையாலேதான் ஒளி பெறுகிறார்கள். அந்த உந்து சக்திக்குக் காதலின்பம் துணை செய்கிறது.

ஞானரதத்தில் கந்தர்வ லோகப் பெண்ணான பருவதகுமாரி, கவிஞரை அழைத்துக் கொண்டு பறக்கிறாள். அவள் வழியே காட்சிகள் கவிஞனுக்கு உணர்த்தப்படுகின்றன. கருத்து வெளிப்பாட்டிற்குக் கவிஞனோடு துணை செய்கிறாள் பருவத குமாரி. கவிஞனுக்கு அவளது பேச்சு அறிவு நிலையை அறிதற்கு வழிவகுக்கிறது. பேச்சின் தத்துவம் கவிஞனது அறிவின் சாளரங்களைத் திறந்து வைத்து அவன் தெளிவதற்கு வாய்ப்புத் தருகிறது. அவள் வழியே உலகியலை அறிந்து கொள்கிறான். உலகத்தில் வாழ்வோர் சோற்றுக்கும் ஆடைக்குமாகப் பொய் பேசுகிறார்கள். வஞ்சனை செய்கிறார்கள். நடிக்கிறார்கள். ஏமாற்று கிறார்கள். திருடுகிறார்கள்... என்பன போன்ற கருத்துகள் அவளால் உணர்த்தப்படுகின்றன. பருவத குமாரி வாயிலாக மனித வாழ்க்கையில் என்ன நிகழ்கிறது என்பது கந்தர்வலோகம் வழியே பாரதியாரால் புலப்படுத்தப்பெறுகிறது.

கந்தர்வ உலகில் பருவத குமாரியிடத்துக் காதல் கொள்கிறான் கவிஞன். கடைக்கண்ணால் பார்த்து அவளிடத்து மயக்கமும் மோகமும் கொள்கிறான். முத்தங்களால் மோகித்து உணர்வில், உயிர்ப்பில் இன்பம் காண்கிறான்.

இதழிலே தண்டனை நிறைவேற்றினேன்....
இதழோடு இதழ் பொருந்திப் பல நிமிஷங்கள் உயிர் கலந்திருந்தோம்

என்று கவிஞன் பருவத குமாரியிடத்துக் கொண்ட காதல் மயக்கத்தை வெளிப்படுத்தும். அது உயிர்ப்பின் திளைப்பில் கலந்த உணர்வு. சஞ்சீவி பருவத்தின் சாரலில் குப்பன் வஞ் சியின் நெஞ்சில் இடம் பிடித்ததோடு, அவளது கடைக்கண் பார்வையின் மயக்கத்தில் மாமலையும் கடுகாகும் சூழ்நிலையை ஏற்படுத்திக் கொள்கிறான். அவளின் அன்புக் கட்டளையை நிறைவேற்றி முத்தங்கள் பல பெற்றுக் கண்ணாடிக் கன்னத்தைப்

புண்ணாக்கிவிடும் அளவிற்கு உன்மத்தம் அடைகிறான். உண்மையான இன்பத்தில் திளைத்து மகிழ்கிறான்.

பருவத குமாரியின் வார்ப்பில் உருவானவளாக வஞ்சியைக் கருத வாய்ப்பிருக்கிறது. கந்தர்வப் பெண்ணான பருவத குமாரி, கவிஞனின் அறிவாற்றலைத் தூண்டி விடுபவளாகப் படைக்கப்பட்டுள்ளாள். அறியாமையிலும் மூடநம்பிக்கை யிலுமாக உழன்ற குப்பனுக்கு அறிவும் துணிவும் ஆற்றலும் தருபவளாகவும் அவனது பகுத்தறிவைத் தூண்டி உண்மை உலகம் எது என்பதனை உணர்த்துபவளாகவும் உள்ளாள் வஞ்சி.

"பெண்ணடிமை தீரு மட்டும் பேசும் திருநாட்டில்"
மண்ணடிமை தீருவது முயற்கொம்பே எனப் பேசும் வஞ்சி, அறிவு சார்ந்தவளாய் வாழ்க்கையில் தளராத நம்பிக்கை உள்ளவளாய், துணிவும் தன்னம்பிக்கையும் தருபவளாய்ப் படைக்கப் பட்டுள்ளாள். குப்பனின் அறிவுக்கும் ஆற்றலுக்குமான தூண்டு சக்தி அவள். பொய்ம்மையை எடுத்துக்காட்டி உண்மையை நிலைநாட்டும் புதுமைப் பெண்ணாகவே வஞ்சி உள்ளாள். அதே சமயத்தில் தனது உரிமையை நிலைநாட்டிக்கொள்ளவும் தவறவில்லை. சாரல் மீதேறி மூலிகைகளைப் பறிப்பதற்குக் கூட அவள் தயங்கினாளில்லை.

உலகியலில் ஆற்றவேண்டிய கடமையையும் பொறுப்புணர்ச்சியையும் அவள்பால் காணலாம்.

ராமனெங்கே! ராமன் அருளெங்கே சஞ்சீவி
மாமலையைத் தூக்குமொரு வல்லமை எங்கே?
கொஞ்சமும் உண்மை இருந்தால்நாம்
பிஞ்சுகள்போல் வாடிப்பிழைப் பரிதாகி
அடிமையாய் வாழோமே

என்றுரைக்கும் திறம் பெற்றிருப்பவள் அவள்.

அறிவின் ஆற்றலைப் பெண்ணிடமிருந்து பெற்றுக் கொள் வதாகக் கருதிய பாரதியும், பாரதிதாசனும் பெண்ணைச் சக்தியின் வடிவமாகக் கண்டு உணர்ந்துள்ளனர். அவர்தம் ஏனைய பாடல்களில் சான்றுகள் உள்ளன வெனினும், இவ்விரு நூல்களில் அழுத்தமான அச்சிந்தனையைக் காணமுடிகிறது.

அவ்விரு கவிஞர்களுமே பெண்மைக்குப் போற்றி கூறி யுள்ளனர். அவளைப் புரட்சிப் பெண்ணாகவே காட்டவேண்டும் என்ற வேட்கை கொண்டவர்களாகவே இருந்திருக்கின்றனர்.

கவிஞனிடம் மனத்தைப் பறிகொடுத்த பருவத குமாரி சிறிதுநேரமே ஞானரதத்தில் உலா வந்தாலும், கவிஞனுக்கு உலகியல் உணர்த்துகிறாள். வஞ்சியும் அவ்வாறே! அவர்கள் இருவருமே அறிவுக்குரிய அடையாளங்களாகத் திகழ்கின்றனர் என்றே எண்ணத் தோன்றுகிறது. பருவத குமாரி, கவிஞனுக்கு அறிவுரை நல்கியது போல, வஞ்சி குப்பனிடம் பொய்ம்மைக்கு எதிரான போக்கை எடுத்துச் சொல்லி அறிவுத்தாகத்தை _ பகுத்தறிவை ஊட்டுகிறாள்.

“சாதாரணக் காதலைப் புராணிய சூழலிலிருந்து பிரித்து இயற்கைச் சூழலோடு இணைத்து இயற்கையாகப் பாடுகின்ற இயற்கையியக் கவிதை” எனச் சஞ்சீவி பருவத்தின் சாரலை மதிப்பிடும் க.செல்லப்பன், பாரதிதாசன் காதலை இலட்சிய ரீதியாகப் பார்க்காமல் சீவனுள்ள உணர்வாகக் காண்கிறார். இக்கருத்தின் எதிரொலிக்கு ‘முத்தம் கொடுத்து முழுநேரமும் தொலைத்தாய்’ என்பதும், ‘அன்பு மிகுந்தே அழகிருக்கும் நாயகரே இன்பமும் நாமும் இனி’ என்பதும் காரணங்களாக இருக்கின்றன. “வஞ்சி, குப்பன் காதலில் புராணியப் போர்வை களையப்பட்டு, அது இயற்கையாக உணரப்படுவதாகக் காட்டுவதோடு, மனிதம் மூட நம்பிக்கைப் போர்வையைக் களைந்து, அறிவையும் அன்பையும் தன் இயற்கையாக உணர்கிறது” என்றும் க.செல்லப்பன் கருத்துத் தெரிவிப்பர்.

பாரதியிலே கவிஞன் பருவத குமாரியிடம் கொண்டிருந்த காதல் மயக்கம் நிழலாடும் நிறைவுக் காட்சியாகிக் கணநேர இன்பமாகக் கதையில் முடிகிறது. பாரதிதாசனிலோ, அது என் நெஞ்சம் உன் நெஞ்சம் என்ற முழுமை நிலையடைந்து முழுநிறைவு அடைகிறது. எனவேதான் பொய்ம்மையும், மாயக்கனவும் அறிவாகிய விழிப்புணர்ச்சியால் விடுபடவேண்டும். அதற்கு ஆக்கமும் ஊக்கமுமாக இருந்து அறிவைத் தூண்டிவிடும் உந்துசக்தியாகப் பெண்மை திகழவேண்டும் என்ற எதிர்பார்ப்பில் பாரதி வழியே பாரதிதாசன் இயங்கியுள்ளார் எனலாம்.

ரதமானது கவிஞரை ஏற்றிக் கொண்டு உபசாந்தி லோகம், சத்தியலோகம், கந்தர்வலோகம், தருமலோகம் ஆகியவற்றைக் காட்டி வருகிறது. சாரலில் மூலிகை, அடுத்த நாட்டவர் பேசுவதைக் காணச் செய்கிறது. இத்தாலி, அமெரிக்கா, இங்கிலாந்து போன்ற நாடுகளில் மக்கள் எண்ணங்களைச் சாரலில் இருந்தே கேட்கச் செய்கிறது. பிறர் நாட்டினர் பேசுவதைக் கேட்கப்போகும் தருணத்தில், மனிதம் பாழ்படக் காரணமாகும் புராணியக்

கதைகளில் தலைவன் சிந்தை செலுத்தப் போய் அவன் கொண்ட அச்சவுணர்வால் காதலிக்கத் தயங்கினாள் வஞ்சி. அவனுக்கு உண்மை எது என்று அறிவுறுத்தும் வஞ்சி, 'மக்கள் உழைப்பில் மாறாத நம்பிக்கை கொள்ள வேண்டும்' என்று தத்துவம்பேசி முத்தம் தருகிறாள். பருவத குமாரி கவிஞனை இயக்கினாற் போல, வஞ்சி குப்பனை இயக்கினாள். இரண்டிலுமே அறிவுத் தேடல் பொதுமையமாக இருப்பதனை உணரலாம். சொல்லும் முறையிலும், எடுத்துக் கொண்ட களனிலும் இவ்விரு நூல்களும் வேறுபட்டிருப்பினும் ஒரு பொதுமை அறம் இரண்டிலும் முந்தி நின்று மனிதருக்கு அறிவுணர்ச்சியையும், பகுத்துக்காணும் பக்குவத்தையும் அறிவுறுத்தியபடி இருக்கிறது.

குப்பன் கேட்ட புராணக்கதை, பகுத்தறிவுக்கு ஒவ்வாத நிலையில் உள்ளது. அவனும் புராணியத்தோடு தன்னை ஒன்றாக்குகிறான். அதில் நம்பிக்கை வைக்கிறான். ஆனால், இது கதைதான் என்பதனை ஏற்றுக் கொள்ளாத அவனை அது கதையே என்பதை வஞ்சி அவனுக்கு உணரவைக்கிறாள். உண்மைக்கு மாறாக இருக்கும் நிலையில் அவனுக்குப் பகுத்தறிவு புகட்டுகிறாள். தன் காதலுக்கு அவனது புராணிக எண்ணங்கள் தடையாக இருக்கும் நிலையை எடுத்துரைக்கிறாள்.

"காதல் நிசம் இக்கனிமுத்தம் மிக்க உண்மை மாதுகேள் உம்தோள் மருவுவது மெய்யாகும் முத்தத்தைக் கொள்க முழுப்பயத்தில் ஒப்படைத்த சித்தத்தை வாங்கிச் செலுத்துங்கள் இன்பத்தில் சித்தம் சலியாதிருக்க வேண்டும் மக்கள் உழைப்பில் மலையாத நம்பிக்கை எக்களிக்க வேண்டும் இதயத்தில்_மக்கள் உழைக்காமுன் மேலிருந்து வந்திடுமோ? எக் காரணத்தாலும் இன்மையிலே உண்மையுண்டோ? நம்பத் தகாதவெலாம் நம்ப வைத்துத் தாங்கள் நலம் சம்பாதிக்கின்ற சரித்திரக்காரர்களால் நாடு நலிவதை நான் இன்று கண்டுணர்ந்தேன்.''

நாடு நலிவடைவதற்குப் பலகாரணங்கள் உள்ளன. எனினும், இவ்விரு கவிஞர்களும் அறிவை முன்வைத்துப் பொய்ம்மை களையப்பட வேண்டும் என்று கருத்தில் இணைகிறார்கள். "இயற்கையின் தத்துவமும் சத்தியும் சாரலில் முழுமையாகத் தெரிகின்றன" என்பர்.

"பொய் கூறுதலை எவ்வளவுக்கெவ்வளவு கடிந்தாரோ அவ்வளவுக்கவ்வளவு உண்மை பூணுதலை வலியுறுத்துகிறார் பாரதி". இன்ப உலகத்தில் செயல்கள் பாரத மக்களின் ஆசார தருமங்களுக்கு மாறுபட்டனவாக இருக்கலாம். அடிமை மக்களால் உண்மை அறிவையும் அதனால் பெறும் இன்பத்தையும் காணமுடிகிறது. நாடு அடிமைத் தனத்தால் கெட்டழிகிறது என

ஞானரதம் உணர்த்தவும், சாரலோ நாடு மூடநம்பிக்கையால் கெட்டழிவதை உணரவைக்கிறது. நடித்தல், போலி, ஏமாற்றுதல், அறிவை விற்றல், இழத்தல், அடிமைகளாகி ஆத்மாவை விற்றல் முதலியவற்றைப் பாரதி எடுத்துக்காட்டுகிறார். பாரதிதாசன், மக்களின் அறியாமையையும் மூடநம்பிக்கையையும் எடுத்துரைக் கிறார்.

ஒன்றில் ஆன்மத்தேடல் பயணமாக உருவெடுக்கிறது. அது மானுடத்தில் பயணமாக விரிகிறது. பகுத்தறிவை நோக்கிச் சாரல் உருவெடுக்கிறது. இரண்டுமே ஒருவித மாயக்கற்பனையில் மிதந்து செல்கிறது. கனவும் நனவும் இரண்டறக் கலந்த கலவை ஞானரதம். பாவேந்தர் இந்த நூல்பற்றி, 'ஞானரதம் போலொரு நூல் எழுதுதற்கு நானிலத்தில் ஆளில்லை' என்று பாராட்டுவார்.

ஞானரதம் என்ற தலைப்பெயருடன் தமிழ்நாடு' என்றும் கண்டிராத துள்ளிக் குதிக்கும் ஒரு புதிய கந்தர்வ நடையில் இயற்கையின் அழகுகளைப் பற்றியும் தேசச் செய்திகளைப் பற்றியும் நெருங்கிய நண்பர்களின் மனமாறுபாடுகளைப் பற்றியும் அற்புதமான கற்பனையுடன் வாரந்தோறும் இந்தியாவில் எழுதிவந்தார். அவற்றை ஒருங்கு சேர்த்து ஞானரதம் என்று புத்தகமாக வெளியிட்டார். அதற்கு இணையான நூல் தமிழ் மொழியில் இல்லை' என்பார் இராமானுஜலு நாயுடு.

கண்ணதாசனில் பாரதி

இருபதாம் நூற்றாண்டின் இணையற்ற கவிஞராய்த் திகழ்ந்தவர் பாரதி. அவர் அனைத்து இலக்கிய வகைகளிலும் தம் அடையாளத்தைக் கல்வெட்டாய் ஆக்கிக் கொண்டவர். தமிழில் அத்தகைய திறம் பெற்றவர் எவரும் இல்லை என்று சொல்லும் அளவிற்குத் தம்மை நிலைநிறுத்திக் கொண்டவர் அவர். பாரதியின் இலக்கியப்புலமை ஒரு புறம். நாட்டுணர்வு மற்றொரு புறம். இவ்விரண்டையும் இணையாகக் கருதி அவற்றின் வழி வையத்தில் தம் புகழை நிறுவியவர். அத்தகைய கவிஞர் சில காலங்களே வாழ்ந்த போதும், பல மொழிகள் கற்றுத் தேர்ந்த அவர் உலக அரசியலையும், உலக இலக்கியத்தையும் அறிந்தவர். ஆங்கிலேயே ஆதிக்கத்திற்கு அறைகூவல் தந்து அல்லல்கள் பல அடைந்தாலும் தமக்குத் தொழில் கவிதை; நாட்டுக்குழைத்தல் என்பதைத் தாரக மந்திரமாகக் கொண்டு வாழ்ந்தவர். கண்ணதாசன் மொழியில் பாரதி புகழைச் சொல்லவேண்டுமானால்,

தமிழ்நா டவனால் தலைநிமிர்ந் திருந்தது
வடநா டவனால் வாழ்வை அறிந்தது
கவிதைச் சுவையைக் கற்றிலா மக்கள்
ஆங்கிலச் சுகத்தில் ஆழ்ந்த காலத்தே
தன்னந் தனியே தமிழிற் பாடிய
வண்ணக் கவிஞன் மரணமில் பாரதி
சுதந்திரம் இந்தத் தூய பூமிக்கு
வாராதென் றேபலர் வாழ்ந்த காலத்தில்
அடைந்துவிட் டோமென ஆர்ப்பரித் தானவன்

கல்லின் அடியில் கனிந்ததோர் கனிமரம்
ஞானப் புலவன் நல்லா சிரியன்
ஈனச் சாதிகள் இடுப்பை ஒடித்தவன்
கானப் பெருங்குயில் கற்பனைச் சிகரம்
ஆயிரம் ஆண்டில் அதிசய மாக
ஒருமுறை பிறக்கும் உயர்ந்த பிறப்பு

என்று பாராட்டியிருப்பவர் கவிஞர் கண்ணதாசன். பாரதி யாரைப் பலவாறு புகழுதற்குக் கண்ணதாசனுக்குத் தகுதியுண்டு. பாரதி மரபில் பூத்துக் கிளைத்தவராகவே கண்ணதாசனைக் கருத வேண்டும்.

பாரதியாருக்கும் கண்ணதாசனுக்கும் கருத்தொற்றுமை விளங்குமாறு அவர்கள்தம் கவிதைகள் பலவும் விரிந்து பரந்து கிடக்கின்றன. அவற்றில் சிலவற்றைக் காணலாம்.

'பாரதத்தை வாழவைக்கப் பாட்டெழுதிப் பாட்டெழுதிப் பூரதத்தில் ஏற்றிவிட்ட பொன்மகன்' என்றே பாரதியாரைப் போற்றும் கண்ணதாசன், பாரதி வழி நின்று யாத்த கவிதைகள் பலவும் கண்ணதாசனுக்கும் புகழ் சேர்ப்பன. 'பாரதியைப் பேணுவதில் தமிழ்நாடு கூடுதலாகக் கவனம் செலுத்தாமலும், கண்டுகொள்ளாமலும் விட்டுவிட்டதே' எனத் தம் கவிதைகளில் பாரதிக்கான ஏக்கத்தைப் பகிர்ந்துகொண்டவர் கண்ணதாசன். பாரதியைப் போலவே கண்ணதாசன் சில பண்புகளில் ஒத்திருந்தவர். கவிஞர்களுக்குள்ள சில இயல்புகள் பொதுவானவை. அந்த வகையில் இருவருக்குமான ஒற்றுமை உண்டு.

கவிச்செருக்கு

கவிஞர்கள் பெருமிதமும், கவிச்செருக்கும் கொண்டவர்களாய் இருப்பதுண்டு. கவிச்செருக்கு கவிஞர்களுக்கான அடையாளமாக இருந்த காலமும் இருந்திருக்கிறது. கவிப்புலமையைக் காட்டுவதில் அவர்களிடம் இறுமாப்பும் தற்புகழ்ச்சியும் இருந்ததற்கான வரலாற்றைத் தமிழ்க் கவியுலகம் நன்கறியும்.

"மன்னுடை மன்றத்து ஓலை தூக்கினும்
தன்னுடை ஆற்றல் உணரா ரிடையினும்
மன்னிய அவையிடை வெல்லுறு பொழுதினும்
தன்னை மறுதலை பழித்த காலையும்
தன்னைப் புகழ்தலும் தகும்புல வோர்க்கே"

என்பது கவிஞர்க்கு உரிய தற்புகழ்ச்சி தகுவதே என்ற நோக்கில் நன்னூல் எடுத்துரைக்கும்.

கவிஞர் சிலரிடம் தன்னடக்கம் இருப்பது போலவே தலைக் கணமும் இருக்கும் என்பது பொதுவிதியாகி விட்டதுபோலும். இதனால்தான் நன்னூல் அதைக் குறித்து நூற்பாவே இயற்றி விட்டது. பண்டைய புலவர் வாழ்க்கை வரலாற்றைப் புரட்டிப் பார்த்தால் இதன் உண்மை புரியும். புலமையின் போர்முகத்து நின்று கொக்கரிக்கும் மனப்பான்மை சங்கப் புலவர்களிடம் இருந்துள்ளது. இது புலமைக்காய்ச்சல் அன்று. புலமை ஆற்றல். நிலை குலைந்தாலும் நிலமகளைப் பார்க்கக் குனிவார்களே அல்லாமல், நீள்புவியில் பிறருக்காகத் தம்மை விற்கும் பேதமையை அவர்களிடம் காணமுடியாது. குறிப்பறிந்து கொடுக்காத மன்னன் குன்றத்தனைய பரிசு கொடுப்பினும் மறுத்துரைக்கும் மாண்பினைப் புலவர்பால் காணலாம். 'அறவிலை வணிகன் ஆய் அலேன்' என்றும் 'எத்திசைச்செலினும் அத்திசைச்சோறே' என்றும், 'பெரிதே உலகம் பேணுநர் பலரே' என்றும் பாடிய சங்கப்புலவர்கள் இதற்குச் சான்றாவார்கள். பாரதி அந்த மரபில் வந்தவராக இருந்துள்ளார்.

பாரதி சின்னப் பயல் என்ற எட்டயபுர நிகழ்ச்சி ஒன்று பாரதியின் புலமைச் செருக்கையும், சிறப்பையும் வெளிப்படுத்தும். அந்நிகழ்ச்சி, அவையில் அவமானப்படுவதை ஏற்க இயலாத மனத்தைக் காட்டும். தம் புலமையால் கவித் திறத்தைக் காட்டிய செய்தி நாம் அறிந்த ஒன்று. இது தற்செருக்கன்று. கவிப் பெருக்கில் வந்த சொற்பெருக்கு. பாரதி தன்னிலை விளக்கமாக வெங்கடேச பூபதிக்கு எழுதிய சீட்டுக்கவிதை, 'பண்ணளவு உயர்ந்தது என் பண்; பாவளவு உயர்ந்தது என்பா' என்று அதில் வரும் தொடர்களும், 'புவியனைத்தும் போற்றிட வான்புகழ் படைத்துத் தமிழ்மொழியைப் புகழில் ஏற்றும் கவியரசர், தமிழ் நாட்டுக்கு இல்லையெனும் வசை என்னால் கழிந்ததன்றே' என்று வரும் தொடரும், 'சுவைபுதிது; பொருள் புதிது; வளம் புதிது சொற்புதிது சோதி மிக்க நவ கவிதை எந்நாளும் அழியாத மகா கவிதை' எனவும் புலவர்களும் தம் கவிதையை வியந்து பாராட்டியிருப்பதனை எடுத்துக்காட்டும். பாரதியின் வார்த்தைகளில் வக்கணை இல்லை; வறுமை படர்ந்திருந்த அவரது வாழ்க்கையின் இருளை விலக்குதற்குரிய வெளிச்சக் கீற்று அது. பாரதி பாணியில் சொல்வதானால், அஃது ஒரு வகையில் 'வெடிப்புறப் பேசு' என்பதையே உணர்த்தி நிற்கும். ஏறு போன்ற பீடுநடை மிக்கவராயிற்றே பாரதி!

கண்ணதாசனிடமும் இப்பண்பைக் காணமுடியும். புகழின் உச்சியில் கவிஞர்களுக்கு அச்செருக்கு இருந்திருப்பது தவறன்று தற்புகழ்ச்சி ஒன்றும் தவறல்லவே என்றுதான் கருத

இராம. குருநாதன் | 127

முடியும். அதுதான் அவர்களைத் தூக்கி நிறுத்தியிருக்கிறது. மேன்மைப்படவும் வைத்திருக்கிறது. ‘என்கவிதை வளமார் கவியின் வாக்கு மூலம்’ என்று சொல்லிய சொல்லில் கண்ணதாசனின் கவிப்புலமை தெரிகிறது. பாரதி பாணியிது. மேலும்,

இலைபுதிது; மலர் புதிது
எனுமாறு என்றென்றும்
என் கவிதை ஓங்கிநிற்கும்

என உரைத்திருப்பது கவிப்புலமையின் வீச்சில் புறப்பட்ட அடிகளாகும்.

மேலும், ‘புகழ் மேவிப் புவிமிசை என்றும் இருப்பேன்’ என்று தமிழ்த்தாய் என்னும் கவிதையில் தம் எண்ணத்தைப் பதிவு செய்துள்ளார்.

அச்சம் தவிர்

கவிஞர்கள் பலர் மென்மையாக இருப்பவர்கள் என்ற கூற்று உண்டு. பல கவிஞர்களின் நெஞ்சம் துணிவும் உறுதியும் கொண்டது. பாரதி இரண்டாம் வகையில் அடங்குவர். பழந்தமிழ்க் கவிஞர்களிடம் இந்த உறுதியைக் காணலாம். எதையும் துணிந்து கூறும் இயல்பினராக இருந்துள்ளனர். நாவுக்கரசர், ‘யாமார்க்கும் குடியல்லோம் நமனை அஞ்சோம்’ என்று பாடவில்லையா? அவரது எண்ணத்தை எதிரொலிப்பது போலவே பாரதியும், ‘அண்டஞ் சிதறினால் அஞ்ச மாட்டோம் யார்க்கும் அஞ்சோம் எதற்கும் அஞ்சோம் எங்கும் அஞ்சோம் எப்போதும் அஞ்சோம்’, என்றும், ‘யான் எதற்கும் அஞ்சேன் எந்த நாளும் வாழ்வேன்’ என்றும் குறித்துள்ளார். அச்சமில்லை அச்சமில்லை என்று பாடியவராயிற்றே!

அச்சம் அகற்றி வாழ் என்றே மற்றவர்களுக்குச் சொல்லித் துணிவு கொண்ட நெஞ்சினரை வரவேற்றவர் பாரதி. கண்ணதாசன் அரசியல் அலைகளில் அலைக்கழிக்கப்பட்டுத் திசைமாறிப் போனாலும், தமக்கெது என்று தம்மை அறிந்தவராகத்தான் வாழ்ந்திருக்கிறார். அவரது தனிப்பட்ட கொள்கை முழக்கமாக, ‘போற்றுவார் போற்றட்டும் தூற்றுவார் தூற்றட்டும் தொடர்ந்து செல்வேன் ஏற்றதொரு கருத்தையென துள்ளம் என்றால் எடுத்துரைப்பேன் எவர்எவரினும் நில்லேன் அஞ்சேன்’ என்று சொல்லியிருப்பது பாரதியின் அடிச்சுவட்டில் கண்ணதாசன் அடியெடுத்து வைத்திருப்பதைக் காட்டும். ‘அச்சம் என்பது மடமையடா’ என்று அவர் திரைப்பாடல் எழுதியிருப்பதும் காண்க.

கண்ணன் காதல்

பொதுவாகக் கவிஞர்களின் வாழ்க்கை ஓர் உணர்வுக்கோலம். உணர்வு வயப்படாதவர் கவிஞராக இருக்கமுடியாது. அறிவும் உணர்வும் சேர்ந்து இயங்கும்போது அவர்களிடமும் காணப்படும் சில செயல்கள் வித்தியாசமாக இருக்கும். சிலரே விதிவிலக்காக இருக்க முடியும். தன்னை உணரும் பக்குவம் வாய்க்கப் பெறாத நிலையில் தங்கள் மனப்போக்கை மாற்றிக்கொள்ளவும் தயங்கார். இப்படிப்பட்ட சூழலில் கவிஞர் இருவரும் இருந்துள்ளனர். மிக இளவயதிலேயே பாரதி தம்மை இறையுணர்வுக்கு ஆட்படுத்திக் கொண்டவர். கண்ணதாசனோ திராவிட இயக்கச் சார்பில் இருந்த நிலையில் நாத்திகவாதி என்ற முத்திரையோடுதான் உலா வந்தார். அவரது ஆழ்மன ஓட்டத்தில் ஆத்திகம் பயணித்தது பிற்பாடுதான். இறையுணர்வும் கண்ணன் மீதான ஆராக்காதலும் அவரிடம் இருந்துள்ளன. தம் பெயரைக் கண்ணதாசன் என்று மாற்றிக் கொண்டவரல்லவா!

கண்ணனைப் பற்றி எத்தகைய கோணங்களில் பாரதி பாடியுள்ளாரோ அத்தகைய கோணங்களில் தாமும் கண்ணனைப் பாடிப் பரவசம் அடைந்தவர் கண்ணதாசன். இருவருமே கண்ணனையும், சக்தியையும் பலவாறு போற்றிப் பாடித் தங்கள் ஆன்மிக நாட்டத்தை வெளிப்படுத்தியவர்கள் ஆவர். பாரதியிடம் இருந்து கண்ணன் காதல், கண்ணதாசனிடம் படர்ந்து பரவியது. தங்களது உள்ளத்து உணர்வுகளை வடிப்பதற்கு ஒரு நெருக்கமான நேயத்தை இருவருமே கண்ணன் பற்றிய பாடல்களில் ஆழமாகவும், அகலமாகவும் பதிவு செய்துள்ளனர். இன்னும் சொல்லப்போனால், கடவுட்காதலை இருவருமே சிற்றின்பத்தின் வழியேதான் அணுகியுள்ளனர். அது பேரின்பத்திற்கான வழியாகவும் கொள்ளத்தக்கது என்று உணர்ந்தவர்கள் அவர்கள்.

பாரதியின் கண்ணன் பக்தி, மேலீட்டு எல்லையைக் கடந்தது. கண்ணதாசனிடமும் அதனைக் காணமுடிகிறது. ‘கண்ணனை இழந்தால் தமக்கு உலகில் வாழ்வில்லை” என்ற முடிவுக்குவந்த பாரதி, கண்ணன் தம் ஆவியில் வந்து இணையச் சொல்லியும், இதயத்தில் அமரச் சொல்லியும் கண்ணனை வேண்டுவார். ‘உயிரின் அமுதாய் விளங்கும் கண்ணனிடம் உரிமையோடு சிலவற்றைக் கேட்கிறார். ‘கல்வி, வீரம், புவியாட்சி, தருமம் முதலியவற்றைக் கண்ணனிடம் வேண்ட அவன் அதற்குச் செவி சாய்க்காவிடில், சிறிது நேரத்திற்குள்ளாகத் தம் உயிரை நீக்கிவிடச் சொல்கிறார். யாண்டும் எக்காலத்திலும் அவன்

இன்னருள் பாடுநற்றொழில் புரிவதாகப் பாடுகிறார். கண்ணனை அழைக்கும் போதில் அவன் போக்குச் சொல்லாமல் அரை நொடியில் வந்திடுவான், ஈனக்கவலைகள் எய்திடும் போதில், இதம் சொல்லி மாற்றிடுவான். மழைக்குக் குடை போன்றவன்; பசிக்கு உணவு போன்றவன் நோய்க்கு உற்ற மருந்தாவான்; அல்லவர்க்கு அழலினும் கொடியவன் முதலிய வகைகளில் கண்ணனின் இயல்புகளைச் சித்திரிப்பார் பாரதி.

கண்ணதாசனுக்கு எல்லாமும் கண்ணன்தான்; எங்கேயும் கண்ணன்தான். பார்க்கும் இடமெங்கும் அப்பரந்தாமன்தான் அவருக்கு நினைவுக்கு வருகிறான். கண்ணனுக்கு இணையாகக் கடவுள் உண்டோ?என்பார். 'அந்தியிலும் சந்தியிலும் அர்த்த சாமத்திலும் சிந்தையினில் கண்ணனை நான் சேவித்தே வாழுகிறேன். பாத்திரம் நான், அதில் பால் என் கண்ணன்; பசிக்கு விருந்தாவான்;நோய்க்கு மருந்தாவான்;மழைக்குக் குடையாவான்; கேட்டவர்க்குக் கேட்டபடி வருவான். கேள்விக்குப் பதிலாக வருவான்; தீயோர் வந்தால் நெருப்பாவான். அவனை நினைக்க கவலைகள் மறந்துவிடும்' என வரும் கருத்துகளும், தொடர்களும் பாரதியின் சாயலில் வெளிவந்தவையாகும்.

கவிஞர்கள் இருவருமே சிருங்கார ரசத்தைக் கவிதைகளில் சாறாய் வடித்து ஊற்றாய்ப் பெருக்கி நெஞ்சில் ஊற்றியவர்கள். காதலை வெளிப்படுத்திக் காட்டும்போது,

காதலினால் மானுடர்க்குக் கலவி உண்டாம்;
கலவியிலே மானுடர்க்குக் கவலை தீரும்
காதலினால் மானுடர்க்குக் கவிதை உண்டாம்
காதலினால் சாகாமல் இருத்தல் கூடும்
கவலைபோம் அதனாலே மரணம் பொய்யாம்.

பாரதி அறுபத்தாறு என்ற கவிதையில் குறிப்பிட்டிருப்பது காதல் நெஞ்சம் கொண்டிருப்போரை உணர்ச்சிக்கு ஆட் படுத்தும். தெய்விகக் காதலைப் போற்றும் கண்ணதாசன், கண்ணைக் காக்கும் இரண்டிமை போலவே

காதல் இன்பத்தைக் காத்திடுவோமடா?
உயிரைக் காக்கும் உயிரினைச் சேர்த்திடும்
உயிரினுக்கு உயிராய் இன்பம் ஆகிடும்
உயிரினும் இந்தப் பெண்மை இனிதடா?

என்று பாடிக் காதலுக்கு உயரிய இடத்தைத் தருகிறார். கோவிந்தன் பாட்டில்,

என்கண்ணை மறந்துன் கண்களையே
என்னகத்தில் இசைத்துக்கொண்டு

நின்கண்ணால் புவியெல்லாம் நீயெனவே
நான்கண்டு நிறைவு கொண்டு...

எனப் பாரதி கடவுட் காதலைப் பாடுவார். இப்பாடலின் கருத்தை ஒட்டிக் கண்ணதாசன், மானிடக் காதலைப் பாடும்போது, 'நான் பேச நினைப்பதெல்லாம் நீ பேச வேண்டும்.. நான் காணும் உலகங்கள் நீ காண வேண்டும்' நீகாணும் பொருள்யாவும் நானாக வேண்டும்' என்று திரைப்படப்பாடல் ஒன்றில் விரித்துப் பாடியிருப்பதைக் காண்க.

மதுவும் மங்கையும்

மானிடக் காதலை இருவருமே போற்றியவர்கள். காதல் உணர்வுகளை இருவரும் தன்னுணர்ச்சியாகவும் சில இடங்களில் வெளிப்படுத்தியுள்ளனர். குயில்பாட்டில் குயிலி ஒரு பெண்ணாக நின்று தனக்கு வாழ்வளித்தவளாய் இருந்தவளை நோக்கி, பாரதி, 'கண்ணெடுக்காது என்னைக் கணப்பொழுது நோக்கினாள்; சற்றே தலை குனிந்தாள், என்ற அடிகளில் குறளின் கருத்தொப்ப விளங்குவதையும் இங்குப் பொருத்திப் பார்க்கலாம்.

நோக்கினாள் நோக்கி இறைஞ்சினாள் அஃதவள்
யாப்பினுள் அட்டிய நீர்

என்பது குறள். கண்ணதாசன் ஒரு திரைப்பாடலில். பாரதியின் கருத்தினை எதிரொலிப்பது போல், 'நேற்றுவரை நீயாரோ எனத் தொடங்கும் திரைப் பாடலில், உன்னைநான் பார்க்கும்போது மண்ணை நீ பார்க்கின்றாயே' என்ற அடிகளோடு சிறிது ஒத்திருப்பதைக் காணலாம். இருவரும் காதலைத் தன்னுணர்ச்சியளவில் வெளிப்படுத்தும்போது, பாரசீகக் கவிஞன் உமர்கய்யாமை நினைவூட்டிச் செல்கின்றனர். கிரேக்க இன்பவியல் கோட்பாட்டின் வட்டத்தில் அடங்கி, அடங்காத சிற்றின்பத்தை இருவருமே உணர்வுப்படச் செதுக்கி யுள்ளனர். மங்கையும் மதுவும் இருவரின் கவிதைகளில் உணர்வோவியமாகத் தீட்டப்பட்டிருக்கிறது. இவ்விருவரில் கண்ணதாசனிடம் அது பல பரிமாணங்களை எடுத்துள்ளது.

தின்னப் பொருளும் சேர்ந்திடப் பெண்டும்
கேட்கப் பாட்டும் காண நல்லுலகும்
களித்துரை செய்ய....

என்னும் அடிகள் உமர்கய்யாமிடமிருந்து பாரதி செய்த மொழிபெயர்ப்பே. கண்ணனைப் பற்றிய பாடலொன்றில்' 'எண்ணும் பொழுதிலெல்லாம் அவன் கை இட்ட இடத்தினிலே

தண்ணென்று இருந்தடி' என்றும், பிறிதோரிடத்தே, கூடிப்பி ரியாமலே ஓரிராவெலாம் கொஞ்சிக் குலாவியங்கே' என்றும் இன்ப ரசத்தைப் பிழிந்து தருகிறார்பாரதி. வள்ளிப் பாட்டிலும்,' 'குழல் பாரத்திலே இதழீரத்திலே முலையோரத்திலே அன்பு சூடி நெஞ்சம் ஆரத்தழுவி அமர நிலை பெற்றதன் பயனை இன்றுகண்டேன்' என்றும், 'வட்டங்களிட்டும் குளமகலாத மணிப் பெருந் தெப்பத்தைப் போல நினை விட்டுவிட்டுப் பல லீலைகள் செய்து நின்மேனி தனைவிடலின்றி அடி எட்டுத் திசையும் ஒளிர்ந்திடுங்காலை இரவியைப் போன்ற முகத்தாய் முத்தம் இட்டுப் பல முத்த மிட்டுப் பலமுத்தமிட்டுனைச் சேர்ந்திட வந்தேன்' என்றும் பாடியுள்ள நிலைகளைப் பார்க்கும்போது, காமரசத்தில் ஒருவர் களிப்பெய்தலாம்.

பேரின்பத்திற்கான வாயில் சிற்றின்பமே என்று ஓசோ கூறியுள்ள சூழலை உணரலாம். மது என்ற தலைப்பில் பாரதி ஒரு போகி பாடுவதாக வரும் பாடலும் இந்தச் சூழலை மேலும் பெருக்கும். மது நமக்கு மாதரின்பம் என்ற கருத்தை முன்வைத்து அதனைப் பாடியுள்ளான். இன்பவியல் கோட்பாட்டின் உச்ச நிலையை இவ்வகையில் 'மதுவோடும் மங்கையோடும் இணைத்துக் காணும் அவன், பச்சை முந்திரித் தேம்பழங்கொன்று பாட்டுப்பாடிநற் சாறு பிழிந்தே இச்சை தீர மதுவடித்துண்போம்; இஃது தீதென்று இடையர்கள் சொல்லும் கொச்சைப் பேச்சிற் கைகொட்டி நகைப்போம்.'

"கொஞ்சம் மாதரும் கூட்டுண்ணும் கள்ளும் இச்சகத்தினில் இன்பங்களன்றோ? இவற்றில் நல்லின்பம் வேறொன்று முண்டோ? தேங்கமழ் மென்மலர் மாலை தோளின் மீதூறப் பெண்கள் குலாவச் சற்றும் நெஞ்சம் கவலுத லின்றித் தரணி மீதில் மதுவுண்டு வாழ்வோம்புல்லும் மார்பினோ டாடிக் குதித்திடும் போகம் போலொரு போகமிங் குண்டோ?

என்று போகியின் பார்வையில் வைத்துப் பாடியிருப்பது இன்பவியல் கூறும் நெறியோடு தொடர்புடையது.

போதைமயக்கத்தை உண்டுபண்ணுவதானஇத்தகுபாரதியின் சிருங்கார ரசச் சித்திரங்கள் செதுக்கி வைத்த சிலையழகாய்க் கண்ணதாசனிடம் களி நடம் புரிவன. இது தொடர்பாக அவர் உள்ளதை உள்ளபடி கூறுதற்கு இசைவாகவும், இனிய அமுதாகஷி கவும் விளங்குவன. 'கோப்பையிலே என் குடியிருப்பு, ஒருகோல மயில் என்துணை யிருப்பு' என்ற முத்திரைக் கவிதையை இரத்தத் திலகம் என்ற படத்தில் பாடியுள்ளார் கண்ணதாசன். கண்ணதாசன், தடுமாறும் போதையிலும் கவிபாடும் கவிஞராகத் திகழ்ந்தவர். மதுவும் மங்கையும் சொர்க்கதிற்கான வாசல்கள்

என்பது அவரது கணிப்பு. தமிழ்நாட்டின் ரஸ்புதின் என்று அழைக்கத்தக்க வகையில் மது அவரை ஆட்கொண்டிருந்தது.

மதுவே வா! மயிலே வா!
வாழும் காலம் வரைக்கும்
புதியதுவாய்த் தோன்றும்
பொருளே வா எப்போதும்

என்னுடன் நீங்கள் இருவரும் இருப்பீரேல் பொன்னுலகம் காண்பேன். என்று தம் நோக்கத்தைத் தெளிவுறக் கூறுகிறார். மேலும்,

பார்க்கின்ற அனைத்தும் பார்த்து
மருவற்ற பெண்கூட்டத்தின்
மடியிலே புரண்டு நித்தம்
ஒருகிண்ணம் மாற்றி மாற்றி
உலகத்தை அனுபவிப்பேன்.

இப்படித் தம் இயல்பினைப் பட்டவர்த்தவனமாக எந்தக் கவிஞனும் வெளியிட்டதில்லை என்ற அளவிற்குத் தன்னுணர்ச்சியை வெளிப்படுத்துவர்.

கண்மணி! உன்றன் காலை வணங்குகிறேன்
உன்மணி வாய்ச்சரம் ஊற்றிக் கொடு தினமும்
என்மணி வாயோடு இணைந்தே கிடந்துவிடு

என்றெல்லாம் காமவின்பம் களி கூரப் பாடும் கண்ணதாசன், மதுவையும் மங்கையையும் பற்றிய பாடல்களிலெல்லாம் தம்மை இழந்து பாடுகிறார்.

ஓர்கையில் மதுவும்
ஓர்கையில் மங்கையரும்
சேர்ந்திருக்கும் வேளையிலே
ஜீவன் பிரிந்தால்தான்
நான்வாழ்ந்த வாழ்க்கை நலமாகும்
இல்லையெனில் ஏன்வாழ்ந்தாய்
என்றே இறைவன் எனைக் கேட்பான்

என்று தாம் வாழ்ந்த வாழ்க்கையில் பொருளிருப்பதான உணர்வைப் புலப்படுத்துவர்.

'வசமான பெண்ணும் வளமான கிண்ணமும் மரண பயத்தைத் தவிர்க்கும்' என்பது அவரது கணிப்பு. ஆனால், அவர், தம் இறுதிக் காலத்தில் அவ்வாறு வாழ்க்கை கழிந்ததற்கு வருந்திய நிலையில், கழிவிரக்கம் தோன்றும் வகையில் பாடல் யாத்துள்ளார். 'பெண்ணை விட்டென்ன பேரின்பம்; வழிகாட்டும்

இராம. குருநாதன் | 133

பெண்களை விட்டென்ன கடவுள் நெறி' என்று கேட்டவர், உணர்ச்சிகளின் வெப்பம் தவிர்ந்து அதிலிருந்து விடுபட்டு ஞான நெறியில் தாம் செல்லவேண்டும் என்பதனை நெஞ்சில் விதைத்து, அர்த்தமுள்ள இந்துமத வாசலில் அடியெடுத்த வைத்தார் என்பதை உலகம் அறியும்.

பாரதி அறுபத்து ஆறு என்ற கவிதையில், குள்ளச்சாமியார் ஞானம் உணர்த்தியதாகச் சுட்டும் நிகழ்வில்,'மையிலகு விழியாளின் காதலொன்றே வையத்தில் வாழும் நெறி' என்று குறிப்பிடும் போது பாரதி, காதலுக்குச் சிறப்பிடம் தந்திருப்பது எண்ணிப் பார்க்கத்தக்கது. அதே சமயம் சித்தரின் நிலையிலிருந்து, 'மையறு வாள்விழியாரையும் பொன்னையும் மண்ணெனக் கொண்டு மயக்கற்றிருந்தார், எனவும், 'கச்சணிந்த கொங்கை மாதர் கண்கள் வீசும்போதினும் அச்சமில்லை' என்று பாட அவருக்குத் தோன்றி யதற்குக் காரணம் யோக நிலை அவருக்குக் கூடி வந்ததெனலாம். மகா சக்தி பஞ்சகத்தில், 'நீசருக்கு இனிதாம் தனத்தினும், மாதர் நினைப்பினும் நெறியிலா மாக்கள் மாசுறு பொய்நட்பு அதனினும் பன்னாள் மயங்கினேன் அவையினி மதியேன்' என்று பாடுகிறார்.

குழந்தையும் தெய்வமும்

குழந்தையையும் தெய்வத்தையும் இணைத்துக்காண்பது கவிஞர் மரபுகளில் ஒன்று. குழந்தையைத் தெய்வமாகக் காணும் மனநிலையைக் கவிஞர் இருவரும் போற்றியுள்ளனர். பாரதி குழந்தைபற்றிக் குறிப்பிடும்போது அதனைத் தெய்விக ரூபம் என்றும், வனப்பு இலக்கியம் என்றும் சுட்டியிருப்பதைப் பார்க்கிறோம். இறைவியைக் குழந்தையாகப் பாவித்து இருவருமே பாடியுள்ள பாடல்கள் உள்ளத்தைக் கொள்ளை கொள்ளும். குழந்தையைத் தெய்வமாகக் காணும் பாரதி, 'நித்த நுமது அருகினிலே குழந்தை என்றும், நிற்பனவும் தெய்வமன்றோ' என்று பாடுகின்றார்.

கண்ணதாசன், குழந்தையும் தெய்வமும் குணத்தால் ஒன்று

என்று பாடுவதோடு, 'பிறந்து வந்தபோதும் நெஞ்சம் திறந்துகொண்டது _ அந்தப் பிள்ளையோடு தெய்வம் வந்து நெஞ்சில் குடியிருந்தது' எனத் திரைப்படம் ஒன்றில் பாடுவார்.

மேலும், கண்ணிலே குடியிருந்து கருணை தரும் தெய்வம் ஒன்று

எனக் குழந்தையைத் தெய்வநிலைக்கு உயர்த்துகிறார். 'செல்வங்களே _ தெய்வங்கள் வாழும் இல்லங்களே' என்று

விளித்துப் பாடியிருப்பதில், தெய்வங்கள் வாழும் இல்லங்களாக மழலைச் செல்வங்களைக் காண்கிறார். மேலும், 'பாசமுள்ள பார்வையிலே கடவுள் வாழ்கிறான், அவன் கருணை கொண்ட நெஞ்சிலே கோயில் கொள்கிறான்', என்று குழந்தையைப் பார்த்துப் பாடுவதாக வரும் பாடலில் இறைவனையும் குழந்தையையும் இணைத்து வைக்கிறார். தாயே தன் மகவைப் பற்றிப் பாடும்போது, குழந்தை கூடத் தாயாகிறது அது தெய்வத்தையும் பேசவைக்கிறது என்ற கருத்துப்பட வரும் ஒரு பாடலில்,

வாழாத மனிதரையும்
வாழ வைக்கும் சேயல்லவோ
பேசாத தெய்வத்தையும்
பேசவைக்கும் தாயல்லவோ

என்று குழந்தையைத் தெய்வ நிலைக்குக் கொண்டாடுவதைப் பார்க்கிறோம்.

நாட்டுப்பற்று

கவிஞர்கள் இருவரும் நாட்டுப்பற்றில் மிகுந்த நாட்ட முடையவர்கள்; விடுதலைக்கு முன் பெற்றிருந்த பாரதியின் உணர்வுகளை, நாடு விடுதலை அடைந்த பிறகு கண்ணதாசன் தம் பாடல்களில் முன்னவருடைய கருத்துகளை அடியொற்றிப் பாடியிருப்பதைக் காணலாம். நாடும் சமூகமும் பற்றிய சிந்தனைகளை ஒன்று போலவே எண்ணியிருப்பதனை அவர்தம் பாடல்களில் காணலாம்.

ஒன்று பட்டால் உண்டு வாழ்வு _ நம்மில்
ஒற்றுமை நீங்கிடில் அனைவருக்கும் தாழ்வு
***
எல்லோரும் ஓர் குலம் எல்லோரும் ஓரினம்
எல்லோரும் இந்நாட்டு மக்கள்
ஒரு தாயின் வயிற்றில் பிறந்தோர்
தம்முட் சண்டை செய்தாலும் சகோதரர் அன்றோ
***
முப்பது கோடி முகமுடையாள் உயிர்
மொய்ம்புற ஒன்றுடையாள் _ இவள்
செப்புமொழி பதினெட்டுடையாள் _ எனில்
சிந்தனை ஒன்றுடையாள்

என்று பாரதி ஒற்றுமையின் வலிமையை உணர்த்துவர்.

விண்மீன் குலத்தில் வேற்றுமை வந்தால்
வீர பாரதத்திலும் வேற்றுமை தோன்றும்
நான் பாட்டால் அளந்தது படியளவாகும்
பாரத ஒருமை கடலளவாகும்.

'ஒன்றுதான் தேசம் ஒன்றுதான் சிந்தை ஒன்றுதான் ஒருதாய் மக்கள் நாமென்போம் ஒன்றே எங்கள் குலமென்போம்' என்று வரும் அடிகளில் இந்திய மண்ணின் ஒற்றுமையைப் பாரதி வழியே கண்ணதாசன் வழிமொழிந்துள்ளதைக் காணலாம்.

வறுமை ஒழிப்பு

இந்தியச் சமூகத்தில் தீராத சிக்கல் வறுமை. இதை எண்ணிய இரு கவிஞர்களுமே அதனைப் பாடல்களில் எடுத்துக் காட்டியுள்ளனர். பாரதி வறுமை ஒழிக்கப்பட வேண்டும் என்ற கருத்தில் உரத்துச் சிந்தித்துள்ளார். 'இல்லை என்ற கொடுமை இல்லையாக வைப்பேன்'; 'தனி ஒருவனுக்கு உணவில்லையெனில் ஜகத்தினை அழித்திடுவோம்'; 'வறுமை என்பதை மண்மிசை மாய்ப்பேன்' என்றவாறு வறுமையிலிருந்து இந்தியர் மீள வேண்டும் என்பதற்காகக் குரல் கொடுத்துள்ளார். கண்ணதாசன் இதே பாணியில் அல்லாமல் மனிதர் வறுமை இன்றி வாழ வழி சொல்கிறார். மனிதர் தன்னிறைவு பெற வேண்டும் என்ற கருத்தினையும், யாவருக்கும் எல்லாமும் கிடைக்க வேண்டும் என்ற பொதுவுடைமைச் சிந்தனையையும் முன்வைக்கிறார்.

எல்லாரும் எல்லாமும் பெற வேண்டும் இங்கு
இல்லாமை இல்லாத நிலை வேண்டும்
***
பஞ்சைப் பராரிகள் துஞ்சி இரந்துண்ணும்
பட்டினிக் கோலத்தை மாய்ப்போம் நெஞ்சின்
பாரத்தை வேருடன் சாய்ப்போம்
***
எல்லோர்க்கும் எல்லாமும் கிடைக்க வேண்டும்
இல்லை யெனில் இந்நாடு அழிய வேண்டும்.

என்று வரும் சிந்தனைகளில் பொதுவுடைமைத் தத்துவம் இழையோடிப்பதைக் காண்கிறோம். பாரதி மரபில் கண்ணதாசன் கருத்துகள் வழி வழி வந்திருப்பதனை ஒருவர் உற்றுணரலாம்.

பாரதி ஒரு பாடலில்

சொல்லக் கொதிக்குதடா நெஞ்சம் வெறும் சோற்றுக்கோ
வந்ததிப்பஞ்சம்.

என்று மறவன் பாட்டில் எழுதிச் செல்கிறார். பசிக் கொடுமையைக் கண்ணதாசன் பாரதி சாயலில் இதனைப் புலப்படுத்தும்போது,

அடிவயிறு பற்றிவிட்டால் அடுத்து நடப்பதென்ன?
கொடிய பசி வந்துவிட்டால் குமுறும் எரிமலைதான்
கூழுக்கு அழுவோர்க்கு அதைக் கொடுக்கவில்லையெனில்
குத்திக் கிளப்பிவிட வேண்டும்

என்ற வகையில் சிந்திக்கிறார். திருவள்ளுவர் கயமை அதிகாரத்தில் கூறியுள்ள ஒரு குறளுக்கு விளக்கமாகக் கண்ணதாசன் இதனை எழுதியுள்ளார்.

நல்ல குடும்பம்

இனிய மனை வாழ்க்கை இன்பம் தரவல்லது என்ற கருத்தினை இருவருமே போற்றியிருக்கின்றனர். பாரதி அறுபத்தாறு என்ற கவிதையில்,

மனைவியே சக்தி என்று சொல்லிக் கடவுள் நிலை அவளாலே எய்த வேண்டும் என்கிறார். பாரதி வழி வந்த பாரதிதாசன், நல்ல குடும்பம் ஒரு பல்கலைக்கழகம் என்றார். கண்ணதாசன் நல்ல குடும்பம் தெய்விகம் என்கிறார். நல்ல மனைவியைத் தெய்வத்திற்கு இணையாக்குகிறார். மண்ணுக்குள் எவ்வுயிரும் தெய்வமென்றால், மனையாளும் தெய்வமன்றோ!

என்று சொல்லும் பாரதியின் கருத்தினை ஏற்று, 'குலமகள் வாழும் இனிய குடும்பம் கோயிலுக்கு இணையாகும்' என்கிறார். கணவன் மனைவி அன்பினையும் பாசத்தையும் சொல்லும் கண்ணதாசன், பாரதியின் துணைக் கொண்டே,

உன்னைக்கரம் பிடித்தே வாழ்க்கை
ஒளிமயமானதடி பொன்னை
மணந்ததனால் சபையில்
புகழும் வளருதடி
ஆலம் விழுதுகள் போல் உறவு
ஆயிரம் இருந்துமென்ன
வேரென நீயிருந்தாய் அதில்
வீழ்ந்துவிடா திருந்தேன்

என்று மனைவி குடும்பத்திற்கு வேராக இருந்து கணவனைக் காத்து நிற்கும் பண்பினை வெளிப்படுத்துகிறார்.

பெண்மை வாழ்க

பெண்களுக்கு இழைக்கப்படும் கொடுமை கண்டு பலவாறு சிந்தனை செய்துள்ள கவிஞர்கள், அவர்கள் ஆணாதிக்கத் திலிருந்து பெண்கள் விடுபட வேண்டும் என்ற கருத்தினர் ஆவர். அவர்களை அடிமைகளாக்கி அடக்கி ஒடுக்கி வைப்பதை எதிர்த்தவர்கள். பெண்ணுக்கு விடுதலை வேண்டும் என்று குரல் கொடுத்தவர்கள். ஆண்களைப் போலச் சம உரிமை வேண்டும் என்று வற்புறுத்தியவர்கள். பெண்கள் நாட்டின் கண்கள் என்ற கருத்தினரான கண்ணதாசன் பெண்கள் குறித்துத் தம் கருத்துகளைப் பாரதி நோக்கில் தந்திருப்பதைக் காணலாம். புதுமைப் பெண் கண்ட பாரதி அவர்களுக்கான சம நீதியைத் தம் கவிதைகளில் மட்டுமின்றிக் கட்டுரைகளிலும் எழுதிச் செல்கிறார். ஆணுக்கு நிகராகப் பெண் அனைத்து நிலைகளிலும் உயர வேண்டும் என்ற வேட்கையை நெஞ்சில் விதைத்தவர் அவர்.

பெண்ணுக்கு ஞானத்தை வைத்தான் _ புவி
பேணி வளர்த்திடும் ஈசன்
மண்ணுக்குள்ளே சிலமூடர் _ நல்ல
மாதர் அறிவினைக் கெடுத்தார்
கண்கள் இரண்டினில் ஒன்றைக் குத்திக்
காட்சி கொடுத்திடலாமா?
பெண்கள் அறிவை வளர்த்தால் _ வையம்
பேதைமை அற்றிடும் காணீர்

என்று பாடிப் பெண்கள் முன்னேற்றத்தை வலியுறுத்துவர்.

பெண்மை அறிவுயரப் பீடுயரும், பெண்மையால்தான் ஒண்மை ஓங்கும் உலக

என்றுரைத்துள்ளார். பெண்ணில்லாமல் சுகமில்லை; பெண்ணில்லாமல் சுவையில்லை; பெண்ணில்லாமல் உலகில்லை என்று தமக்கே உரிய பாணியில் பாரதி சிந்திக்கிறார். மனையறம் இல்லையென்றால் பெண்ணின் பிறப்பே பேதைமை ஆகும் என்றும் உரைப்பர்.

கண்ணதாசன்,

சித்திரத்தில் பெண்ணெழுதிச்
சீர்படுத்தும் மாநிலமே

ஜீவனுள்ள பெண்ணினத்தை
வாழவிட மாட்டாயா?

என்று கேட்கிறார்.

தாய்மைப் பண்பு

தாய்மையைப் போற்றும் பண்பினில் இருவரும் ஒன்றாகவே சிந்தித்துள்ளனர். அன்னையே தெய்வம் என்ற கருத்தியலைப் போற்றுபவர்களாய் இருவரும் விளங்குகிறார்கள். 'உண்டாக்கிப் பாலூட்டி வளர்த்த தாயை உமையவள் என்று அறிவீரோ' என்றும்,

தாய்க்குமேல் இங்கே ஓர் தெய்வமுண்டோ

என்றும் கேட்கும் பாரதி இளவயதில் தாயை இழந்தவர். சிறுவயதில் தாயை இழந்த பாரதிக்கு பாரதத் தாயே தாயாக விளங்கினாள். வலிமை சேர்ப்பது தாய்முலைப்பாலடா, மானம் சேர்ப்பது மனைவியின் வார்த்தைகள் என்று கூறிக் குழந்தைக்கு வலிமையும், வீரமும் இளவயதுமுதலே வரவேண்டும் என்று கருதும் தாயைப் படம்பிடித்துக் காட்டுகிறார். கண்ணதாசனும், 'கருவினில் வளரும் மழலையின் உயிரில் தைரியம் வளர்ப்பவள் தமிழன்னை' என்று பாடித் தமிழ்த்தாயை அன்னைத் தமிழாகக் காண்கிறார்.

நூறாண்டு வாழ

இரு கவிஞர்களும் நீண்ட நாள் வாழ ஆசைப்பட்டவர்கள்; அது பேரவாவாக அவர்களிடத்து இருந்துள்ளது. பாரதி நூறு ஆண்டுகள் வாழ நினைத்தவன். வாய்ப்பு நேரும்போதெல்லாம் தம் கவிதையிலும், கட்டுரைகளிலும் அதனை வெளிப்படுத்தியுள்ளார். மாநிலம் பயனுற வாழ்வதற்காகத் தாம் நூறாண்டு வாழவேண்டும் என்ற எண்ணம் அகமனத்தின் வெளிப்பாடு. இறைவனிடத்து அதற்கான முறையீட்டை முன் வைக்கிறார். 'வைய முழுதும்' என்ற பாடலில் அவர் நூறு வயது புகழுடன் வாழ்ந்து உயர்நோக்கங்கள் பெற்றிட வேண்டும் என்ற கருத்தை மொழிகிறார்.

வளமான செல்வமும் நூறு வயதும் இவையும் தர நீ கடவாயே

என்று கணபதியை வேண்டி வணங்குகிறார்.
நோவு வேண்டேன்; நூறு வயது வேண்டினேன் என்றும்
பாடுகிறார். மகாசக்தி விண்ணப்பத்தில்
மரணமும் அஞ்சேன்; நோய்களை அஞ்சேன்

என்கிறார். கண்ணதாசனும் இறைவனிடத்துத் தமக்கு நீண்ட ஆயுளைக்கேட்டுள்ளார். 'நூறு வயதாகும்வரை ஓடிவிளையாடி வர நோயிலா மேனி வேண்டும்' என்று பாடித் தமக்கு நீண்ட ஆயுள் கேட்கிறார்.

மரணமில்லாப் பெருவாழ்வு

கவிஞர்கள் காலத்தின் கட்டாயத்தால் பிறந்து புகழ்குவித்துப் பின்னர் மண்ணில் மறைந்து போனாலும் மக்கள் மனத்தில் என்றும் அழியாது நிலைபெற்றிருக்கிறார்கள். காற்று அலைத் தாலும், கடலலை கொண்டு போனாலும், அவர்களுக்கு அழிவு என்பது இல்லை. புகழுடைய வாழ்விற்கு உரிமையினர் அவர்கள். அவர்களைப் பொறுத்தவரை இறப்பு என்பது உடலளவில் இருக்கலாம். புகழளவில் அவர்களுக்கு அழிவு கிடையாது. கவிதை நிலையானது போலவே, கவிஞர்களும் நிலையானவர்களே! 'பார் மீது நான் சாகாதிருப்பேன்' என்பது பாரதி கூற்று. 'நான் நிரந்தரமானவன் அழிவதில்லை எந்த நிலையிலும் எனக்கு மரணமில்லை' என்பார் கண்ணதாசன். இவர்கள் நோக்கில் மரணமில்லாப் பெருவாழ்வு என்பது இதுதான் போலும்!

நத்தம்போல் கேடும் உளதாகும் சாக்காடும்
வித்தகர்க் கல்லால் அரிது.

உதவிய நூல்கள்:

1. பெ.சு.மணி _ பாரதி இலக்கியத்தில் வேத இலக்கியத்தின் தாக்கம், பூங்கொடி பதிப்பகம்.
2. இரா. சந்திரசேகரன் ஆய்வுக்கோவை, பாரதியார் பல்கலைக்கழகம், கோவை (தொகுப்பு)

ஒப்பியல் நோக்கில் கவிஞர் நால்வர்

தமிழகக் கவிஞர்கள் கூட்டத்தை அன்றிலிருந்து இன்றுவரை எண்ணினால், அது விண்மீன்களைப் போல எண்ணிக்கையில் மிகுதி. ஒருசமயம், விண்மீன்களை எண்ணினாலும் கவிஞர்களின் தொகையை எண்ணிவிட இயலாது.

ஆற்று மணல்போல் ஆயிரம் புலவோர்,
காற்றுவெளியில் கலந்திருந்தாலும்,
சாற்றும் படிக்குத் தனித்திறன் படைத்த
ஊற்றுப் புலவோர் ஒரு சிலபேரே

என்று கண்ணதாசனுக்குச் சொல்லத் தோன்றுகிறது. அப்படிப்பட்ட கவிஞர்களில் சிலரில் பாரதியார், பாரதிதாசன், பட்டுக்கோட்டையார், கண்ணதாசன் ஆகியோரைத் தனித்திறன் படைத்த முன்னோடிக் கவிஞர்களாகக் கொள்ளலாம். பாரதியார் விடுதலை இயக்கத்தில் நாட்டங்கொண்டவர்; பாரதிதாசன் திராவிட இயக்கம் சார்ந்தவர்; பட்டுக்கோட்டையார் பொதுவுடைமை இயக்க ஈடுபாடுடையவர்; கண்ணதாசன், திராவிட இயக்கத்தைத் தொடக்க காலத்தில் பின்புலமாகக் கொண்டு இயங்கிவந்தாலும் தேசியம் என்ற கருத்தியலைத் திரைப்பட ஆளுமையோடு பேணிவந்தவர். இந்நால்வரிடமும் இருக்கும் ஒப்புமைகளை விளக்கவியலாகக் காட்டுவதை நோக்கமாகக் கொண்டது இக்கட்டுரை. இக்கவிஞர்களின் கவிதைகளில் காணப்பெறும் கருத்துகளை ஒப்புநோக்கி அறிய இயலும் என்ற அடிப்படையில் இக்கட்டுரை எழுதப்பட்டதாகும். கவிஞர் கண்ணதாசன் கவிதைகளை மற்ற மூவரின் கவிதைகளோடு ஒப்புமைப்படுத்திக் காண்பதைத் தலைமை நோக்கமாகக் கொண்டது. வெவ்வேறான தலைப்புகளில் ஒப்பிட்டு காட்டுதற்கு இடமுண்டு.

கவிஞர்கள் பார்வையில் கவிஞர்கள்

கவிமரபில், முன்னோர் மொழி பொருளைப் போற்றுவது என்பது வழிவழி வருவதாகும். பழைய மரபில் கவிதை பாடும் உணர்வு கைவரப் பெற்றவராக இருந்தாலும், கவிஞர்கள் தமக்கெனப் புதிய பாதையை வகுத்துக் கொண்டு தம்மை அடையாளப்படுத்தி வந்திருப்பதை இலக்கிய வரலாற்றில் காணலாம். முன்னைய கவிஞர்களின் தாக்கம், பின்னர் வந்த கவிஞர்களுக்கு ஊற்றுக்கண்ணாக இருந்திருக்கிறது. அதே சமயத்தில் முன்னைய கவிஞர்களிடமிருந்து தாம் வேறு பட்டதையும் உணர்த்தியுள்ளனர். இது ஒரு வகையில் பழைய மரபு என்றாலும், காலத்திற்கேற்றவாறு புதிய திசை நோக்கிப் பயணப்படுவது இலக்கிய உலகில் இருந்துவந்துள்ளது.

பழங்காலப் புலவர்கள் ஏனைய புலவர்களைப் போற்றியதை இலக்கிய வரலாற்றின் நீண்ட நெடும்பாதையில் காணமுடியும். 'கபிலர் இன்றிருப்பின் நன்று' என்று கபிலரை மற்றொரு சங்கப் புலவர் போற்றியிருக்கிறார். சங்க காலப் புலவர்களைப் பிற சங்கப் புலவர்கள் போற்றிய மரபும், மன்னர்கள் புலவர்களைப் போற்றிய மரபும், புலவர்கள் மன்னர்களைப் போற்றிய மரபும் இருந்துள்ளன.

பன்னிரெண்டாம் நூற்றாண்டின் கால கட்டத்திலும், அதன் பின்னும் புலமைக் காய்ச்சல் இருந்துவந்துள்ளது. பாரதி காலத்தே கூட இத்தகைய மரபு தொடர்ந்தது. 'பாரதி சின்னப்பயல்' என்று சொன்ன நிகழ்வினைச் சான்றாக அறிய முடிகிறது. பெருமிதம் புலவர்களிடையே இருக்கலாம். புலமைச் செருக்கு இருக்கக்கூடாது என்பதையே இது போன்ற நிகழ்வு உணர்த்தும். பாரதி தம் முன்னோரை மதிக்கத் தெரிந்தவர்; பகைமை பாராட்டும் பண்பு அவரிடம் இருந்ததில்லை. பெருங் கவியுள்ளம் கொண்ட அவரிடம் பெருமிதம் இருந்துள்ளது. அது புலவர்களுக்குரிய பெருமிதம். அதுவும் கூட ஒரு வகையில் சங்கப் புலவர்ளை நினைவூட்டிச் செல்லும் உணர்வே. 'பெரிதே உலகம்; பேணுநர் பலரே' என்றும், 'எத்திசைச் செலினும் அத்திசை சோறே' என்றும் கூறிய சங்கப் புலவர்களின் பெருமிதம் எண்ணுதற்குரியது.

புலவர்களைப் போற்றிய புலவர் பாரதி. 'கம்பனைப் போல், வள்ளுவன்போல், இளங்கோவைப் போல் பூமிதனில் யாங்கணுமே கண்டதில்லை' என்று கூறுகிறான். பாரதியின் வழிவந்த பாரதிதாசன், பாரதியைச் 'சிந்துக்குத் தந்தை' என வரும் தொடர் முதல், 'தமிழால் பாரதி தகுதி பெற்றதும் தமிழ்

பாரதியாரால் தகுதி பெற்றதும்' என்று வரும் தொடர்வரை போற்றிப் பாடியிருப்பது பாரதிக்கு அழியாத கல்வெட்டாகும். பாரதிக்கும் பாரதிதாசனுக்கும் நெருங்கிய தொடர்பு இருந்த காரணத்தாலே தம் பெயரை மாற்றி அமைத்துக் கொண்டார் பாவேந்தர். பாரதிதாசனின் முதற்பாடலான 'எங்கெங்குக் காணினும் சக்தியடா' என்ற பாடலால், தம் கவிதா மண்டலத்தைச் சார்ந்த கவிஞராகவே பாரதிதாசனை பாரதியாருக்கு அணுகத் தோன்றியது. அது போல, பட்டுக்கோட்டையாரும் பாரதிதாசனோடு சில காலம் உடனுறைந்த காரணத்தால், பாடல் எழுதுவதற்கு முன் 'பாரதிதாசன் வாழ்க' என்று எழுதிவிட்டுத்தான் பாடலை எழுதத் தொடங்குவார். பாரதியைப் பாடும் பட்டுக்கோட்டையார், "வறுமையினைச் சுமந்துகொண்டு விடுதலைத்தாய், வருகைக்கு முழக்கமிட்ட பாரதி" என்றும், 'பாரதிக்கு நிகர் பாரதி' என்றும் போற்றிப் புகழலானார். பட்டுக்கோட்டையார், பாரதியின் பாடல் இயல்புகளில் காணப்படும் பாடுபொருள்களின் அடிப்படையில்,

"பாதகம் செய்பவரைப் பாட்டாலே உமிழ்ந்தான்;
பஞ்சைகளின் நிலையைப் பார்த்துள்ளம் நெகிழ்ந்தான்;
பேதங்களை வளர்ப்பவரைப் பித்தரென்றே இகழ்ந்தான்"

என்று பாடிப் போற்றுவதைக் காணலாம். கவியரசர் கண்ணதாசனும் 'மரணத்தை வென்ற கவி', என்ற தலைப்பில மைந்த கவிதையிலும், 'பாரதி' என்ற தலைப்பிலமைந்த கவிதை யிலும் பாரதியைப் போற்றியுள்ளார்.

'பாரதி' என்ற தலைப்பில் அமைந்த கவிதையில், இந்தியாவைக் கப்பலாய் உருவகித்து, அதனை 'இயக்கிய அற்புதக் கைகளைத் தட்டிக்கொடுத்தும், தனிவலு சேர்த்தும், முட்டுக்கொடுத்து முடுக்குறச் செய்தவன்' பாரதி என்கிறார். மற்றும், தென்னாட்டின் தீர்க்கதரிசி; எந்நாட்டவரும் ஏற்றும் மேதை என்றெல்லாம் புகழும் கவியரசர், பாரதி, கல்லின் அடியில் கனிந்ததோர் கனிமரம்; ஞானப்புலவன்; ஈனச்சாதியின் இடுப்பொடித்தவன்; கானப்பெருங்குயில்; கற்பனைச்சிகரம்; ஆயிரம் ஆண்டில் அதிசயமாக ஒரு முறை பிறக்கும் உயர்ந்த பிறப்பு' என்ற வகையில் பாடியிருப்பது புகழின் உச்சம். 'மரணத்தை வென்ற மகாகவி'யில், பாரதி, ஒரு கவிச் சந்ததியை வைத்துவிட்டுச் சென்றான்' என்று கூறியிருப்பது, வழிவழி வந்த பாரதி மரபினரை எண்ணவைக்கும். 'கருக்கிருட்டில் பாழ்குழியில் கால்பதித்த செந்தமிழை உருக்குமொளி மண்டபத்தில் உலவ விட்டவன்; நெஞ்செலும்புக் கூடாகி நிலை குலைந்த மானிடரை, அஞ்சுலை விட்டு அழைத்துவந்தவன்,'

என்றெல்லாம் பாரதியைக் கண்ணதாசன் போற்றுவர்.

"பாரதத்தை வாழ வைக்கப் பாட்டெழுதிப் பாட்டெழுதிப் பூரதத்தில் ஏற்றிவிட்ட பொன்மகன்" என்று பாரதியாரைப் படம் எடுத்துக்காட்டுகிறார் கண்ணதாசன். பாரதியின் சிந்தையணுவிலும், இரத்தத்திலும் நாட்டு விடுதலைக்கான உணர்வு இருந்திருப்பதைப் பதிவு செய்கிறார் கண்ணதாசன். 'தமிழுக்குத் தொண்டுசெய்வோன் சாவதில்லை; தமிழ்த்தொண்டன் பாரதிதாசன் செத்ததுண்டா? என்று பாரதிதாசன் குறிப்பிட்டதைப் போல, 'சந்திரர் சூரியர் உள்ளவரையிலும், சாவினை வென்றுவிட்டான்' என்று கண்ணதாசன் சொல்லிய கூற்றால், கவிஞர்கள் சாகாவரம் பெற்ற வர்கள் என்ற கருத்திற்கு வரமுடிகிறது. பாரதி கவியரசோடு உரையாடுவதுபோல் வரும் 'பாரதியைக் கண்டேன்' என்ற பாடலும், பாரதியையும், பாவேந்தரையும் ஒப்பிட்டுப் பாடி யிருக்கும் 'பாரதியும் பாரதிதாசனும்' என்ற பாடலும் பாரதியின் புகழைப் பறைசாற்றுவதோடு, தமிழரின் நிலை கண்டு பாரதி மனம் வருந்திய நிலையை ஒருசேரக் காட்டும். பாரதியும், பாரதி தாசனும் என்ற நீண்ட கவிதையில், அடுத்தடுத்த இரண்டடிகளில் அவ்விருவரின் புலமையை உணர்த்துகிறார் கண்ணதாசன். பாரதி விட்டுச்சென்ற சிலவற்றைப் பாரதிதாசன் தொடர்ந்தார் என்ற பாணியில் கவிதை விரிகிறது. பாரதி பல்லவி சொல்லப் பாட்டைப் பாரதிதாசன் முடித்தார் என்று இருவருக்குமான கவிதை உறவைப் பலபடப் போற்றியுரைத்துள்ளார்.

கண்ணதாசன், 'காலத்தால் நிலைத்த கவி' என்ற பாடலில், பாவேந்தரின் பாடல்கள், தேனில் தோய்த்த சொற்களும், திகைப்புறும் எழுத்துச் சேர்க்கையும், வானிலா போன்ற அழகிய உவமையும் கொண்டு ஊனிலே உயிரிலே கலந்து உவப்பூட்டும், என்கிறார். கவிதைக்கான பாடுபொருள்களை எல்லாம் நன்றாகத் தொடுத்தவர் பாவேந்தர் என்றுரைத்திருப்பதோடு, 'ஞாலத்தை ஈர்த்த வேந்தன்; நல்லறிவாளன்; மேனிக்கோலத்தில் மறவர் சிங்கம், என்றெல்லாம் போற்றுவர். பாரதிதாசன் என்னும் பாவலன் பெயரைக் கேட்டால், அழகிய ரதியும் கூட நடனம் புரிவாள் என்றும், மன்மதன் யாழை மீட்டுவான், என்றும் புனைந் துள்ளமை எண்ணுதற்குரியது. பாரதிதாசன் பாடல்களில் சந்தமும், இசையினிமையும் ஒருங்கிணைந்து வரும் என்பதையும், மெய்ப்பாடு தோன்றும்படியான பாவனையை உண்டாக்கும் என்பதையும் உணர்த்தவே அவ்வாறு கூறினார் போலும்! 'பாட் டாளியின் முதற்குரல்' என்ற தலைப்பிலமைந்த கவிதையிலும் பாரதிதாசனைப் புகழ்ந்துரைப்பர். 'வழுவிலாக் கனிகளை வடித்த மாமரம்; வற்றாச் சுனைநீர் வழங்கிய சுனையவன்;

அழுத பிள்ளைக்கோ அவன் தாலாட்டு; அகத்துறை இளைஞர்க்கு அவனோர் இலக்கணம்; பூவார் சோலை புது மணத்தென்றல்; நீரார் கடலின் நித்திலக்குவியல்; புரட்சி நெருப்பில் புடம் போட்டெடுத்த புத்துலகத்துப் புகழ்பெறும் சிற்பி' என பாரதி பற்றிப் பாரதிதாசன் ஆக்கிய அனைத்தும் அவனுக்கும் பொருந்தும்' என்று சொல்லிச் சென்றதைப் பார்க்கும்போது வாழ்கின்ற காலத்தில் ஒருவரை அதுவும் தமிழ்ப்பணிக்குப் புரிந்த அரும்பணியை எண்ணி இவ்வாறு கவிதையில் வாழ்த்தி வாழவைப்பது கவிஞர்களைத் தமதுநோக்கில் கண்டுரைத்த சிறப்பிற்குரிய சித்திரமாகும். கண்ணதாசன், பாவேந்தரின் கவிதையில் கட்டுண்ட காரணத்தால், தமக்குக் கவிபாட வந்ததென்கிறார். 'ஊன்பாய்ந்து உயிர்பாய்ந்து மணக்கும் உன்றன் உயர்கவிதை கண்டதனால் கவிஞனாகி'யதாகச் சொல்கிறார்.

பட்டுக்கோட்டையாரின் பாடல் திறத்தைக் கண்ணதாசன் குறிப்பிடும்போது, 'மன்னர் மணிமுடியில் வாழ்ந்திருந்த செந்தமிழைத் தென்னவர் பொருளாக்கித் தீங்கவிதை தந்த மகன்' என்று போற்றிப் பாராட்டுகிறார்.

தன்னை உணர்தலும் உணர்த்தலும்

கவிஞர்கள் கற்பனையிலும் உணர்ச்சியிலும் தங்கள் உள்ளத்தைப் பறிகொடுப்பவர்கள்; தன்னந்தனிமையின் ஏகாந்த குயில்கள் அவர்கள்; தமக்கென அமைத்துக்கொள்ளும் தனிமைக் கூண்டில் இருந்துகொண்டு தம்மைச் சோதித்து அறியும் சூழல் அவர்களுக்கு இயல்பாக வாய்த்திருக்கிறது. வாழ்ந்த வாழ்வை எண்ணிப்பார்த்து அதில் தான் அனுபவித்த வசந்தத்தை எடுத்துச் சொல்லத் தயங்காதவர்கள்; அதுபோல், சோதனைச் சுழலுக்குள் சிக்கித் தவித்துச் சிதறுண்ட நிலையிலும் கூட முகாரி பாடாது தம் நிலையை முன்னிறுத்தி வாழ்வில் அடைந்துள்ள பக்குவத்தை எடுத்துரைக்கவும் தயங்காதவர்கள். அவர்கள் தங்கக் கூண்டிலே இருந்துகொண்டு கவிதை எழுதுபவர்கள் அல்லர். தாம் கொண்டிருந்த கொள்கையையும், சமூக வெளியில், நிகழும் நடப்புகளையும் பாட மறந்தவர்கள் அல்லர். சமூகத்தைப் பாடாத கவிஞர்கள் கவிஞராகார். இலக்கியத்தின் இதயமே சமூக வெளிப்பாட்டின் துடிப்புத்தானே! அதைப் பாடாமல் இருப்பார்களா? இருப்பினும் தாம் கடந்து வந்த பாதையைக் காட்டத்தவறினார்கள் அல்லர்.

கவிஞர்கள், தம்மை உணர்ந்த காரணத்தால் தம் தகுதிப்பாட்டைத் தாரணிக்கு எடுத்துச் சொல்லித் தமக்கென்ற ஓர் அடையாளத்தைப் பெற்றிருப்பவர்கள். தம்மை உணர்ந்த

ஞானிகளாகவும், மற்றவர்களுக்குத் தம் எண்ணங்களை பகிர்ந்து விருந்து படைப்போராகவும் இருந்துள்ளனர். பாரதி இந்தச் சோதனையில் முற்றுமாகக் கட்டுண்டவர். 'தனிமையிலே சாரமிருக்குதம்மா' என்று பாடிய வராயிற்றே! கண்ணதாசனும், "தனிமை அது; தனிமையதில் தத்துவங்கள் கோடி" என்று சொல்லியிருப்பதும் தனிமை ஒரு வரமே என்பதை உணர்த்தும்.

ஒருவர் தம்மைத் தாமே உணர்ந்து கொள்வதற்கு வாழ்க்கைச்சூழல் காரணமாகிறது. ஒவ்வொருக்கும் அனுபவமே பாடமாகிறது. தம்மை உணர்ந்து உயர்ந்தோரும் உண்டு; தம்மை அறிந்திருந்தும் கூடத் திசைமாறிப் போவது முண்டு. சிலர் புடம் போட்ட தங்கமாய்த் தங்களை உருவாக்கி உலகில் புகழுடைய வாழ்விற்குள் தங்களைப் பொருத்திக் கொள்கிறார்கள்; பலர் மனம் திரிந்தபோக்கில் பல்வகையான சூழல் களில் தங்களை இழந்து தடுமாறிப் போயிருக்கிறார்கள். இவ்விதமான இருபோக்குகளையும் உணர்ச்சி மையத்தின் உட்கருவாக வெளிப்படும் கலைமனம் இருப்பதை உலக இலக்கிய வாதிகளிடையே காணலாம். சாதாரண மக்களைக் காட்டிலும் கலைமனம் கொண்ட கவிஞர்களிடத்து இவ்வகையான அலைமனம் இருந்துவந்திருக்கிறது. அவர்கள் தங்களைத் தாங்களே உணர்ந்துகொண்டு முன்னேற்றம் கண்டிருக்கிறார்கள். முகாரி பாடியும் ஓய்ந்திருக்கிறார்கள். கவிஞர்களிடம் காணப்படும் இத்தடுமாற்றம் அவர்களின் மன மாற்றத்தை உணர்த்தும்.

பாரதி, பாரதிதாசன், பட்டுக்கோட்டையார், கண்ணதாசன் ஆகியோர் தம் சொந்த வாழ்க்கையில் இவ்விதமான அனுபவத் தழும்புகளைப் பெற்றிருந்தனர். இவர்களில், கண்ணதாசனிடத்துக் காணப்பட்ட மனமாற்றம் அவரது படைப்புகளில் பெரிதுமாகப் பேசப்பட்டுள்ளது. தன்னை அறிந்தவராக இருந்துள்ள அவரே தம் வாழ்க்கை நுகர்ச்சிகளைப் பலவாறு எடுத்துரைத்துள்ளார்.

காலமாக் கடலைக் கடக்கும் தோணிநான்
கற்பனை உலகின் கரைகளைக் கண்டவன்
தொட்டவை யெல்லாம் தொழிலாய் மலர்ந்தன
பட்டவை யெல்லாம் பசுமை எய்தின
எட்டா தனவெல்லாம், என்கையில்
கிட்டா தனவெல்லாம் கிட்டின

என்று தாம் வாழ்ந்த வாழ்க்கை நுகர்ச்சியை வெளிப் படுத்துவர். தனிமையில் தங்களைப் பரிசோதித்துக் கொண்டவர் களாகவே கவிஞர்கள் விளங்கினர். அதில் ஒருவித இன்பம் இருப்பதையும் உணர்ந்துரைத்துள்ளனர். தன்னை மறந்த லயம்

என்று பாரதி சுட்டியிருப்பது எல்லாக் கவிஞருக்குமான ஒரு பொதுச் சிந்தனை. இந்தத் தனிமையால் அவர்கள் சமூகத்திலிருந்து விலகிவிட்டவர்களாகக் கருதமுடியாது. சமூகத்தில் இருந்து கொண்டே தங்களைத் தாங்களே சோதனை இட்டுக் கொண்டவர்கள் அவர்கள். கவிஞர்களின் தனிப்பட்ட சொந்த வாழ்க்கை அவர்களை அவ்வாறு நினைக்கத் தூண்டியிருக்கிறது என்பதனை, கண்ணதாசன் தன் வரலாறாக எழுதிய வனவாசம். மனவாசம், சுயசரிதம், எனது வசந்த காலங்கள் ஆகிய நூல்களிலிருந்து அறியலாம்.

கண்ணதாசன் தம்மைப் பற்றிப் படர்க்கைக் கூற்றால் கூறும்பொழுது,

“அந்தச் சிறுவயதிலேயே ஒரு துறவியின் மனோநிலையை அவன் அடைந்துவிட்டிருந்தான். மாலையில் விளையாடும் நேரத்தைத் தவிர, பாக்கி நேரங்களில், நிகழும் உலகின் தொடர் பற்றவனாகவே அவன் இருந்தான்”

என்று சொல்லியிருப்பது இளம் வயது உணர்வின் வெளிப்பாடு. அது பள்ளிப்பருவத்தைப் பாதியில் விட்டதன் எதிரொலியாகவும், ஏழ்மையின் ஏக்கம் இதயத்தைத் தட்டியெழுப்பியதன் பின்னணியாகவும் இருந்துள்ளது. கவிஞரின் முதிர்ச்சியில் அனுபவத்தின் ஊற்றுக் கண்ணிலிருந்து பிறக்கிறது.

> இப்படி_ உட்புறக் காற்று அப்புறம் போகுமுன் கட்குடம்
> மைக்குடம் காய்ந்து சாயுமுன் ஓரா யிரங்கவி உலகுக் களித்து
> நூறா யிரம்தரம் நானே படித்துத் தேரா மனதும் தேர்ந்து
> தெளிந்து எழுதிய ஏட்டை என்கையில் எடுத்துத் தலைவன்
> புத்தகச் சாலையில் வைப்பேன் அதுவரை என்னைத் தனிவழி
> விடுங்கள்.

இது தம்மை உணர்ந்தும், பிறர்க்குத் தம் கருத்தியலை உணர்த்து வதுமான செய்தியைத் தருகிறது. தமது பண்பாகத் தம் மனத்தை நோக்கி,

> மானிடரைப் பாடி
> மாறுவதும் ஏசுவதென்
> வாடிக்கையான பதிகம்
> மலையளவு தூக்கியுடன்
> வலிக்கும்வரை தாக்குவதில்
> மனிதரில் நான் தெய்வமிருகம்
> உதவாத பலபாடல்
> பல உணராதார் மேற்பாடி

ஓய்ந்தனையே
பாழும் மனமே!

என்கிறார் கவியரசர்.

தற்சிந்தனையோடு தாம் கடந்து வந்த பாதையை ஒருவர் எண்ணிப் பார்ப்பது உண்டு. நல்லனவற்றை இனியேனும் கடைப்பிடிக்க வேண்டும் என்ற எண்ணம் மனத்தின் உறுதி சார்ந்தது. ஆனால், பழக்கமாகி விட்ட சில வேண்டாதவைகளை ஒதுக்கித் தள்ளுவது கடினமானது. அகன்ற பின்னும் மீண்டும் கூடிக் கொளும் பாசி போல, மனம் பழைய நினைவுகளின் அடிச் சுவட்டிலிருந்து அத்துணை எளிதாகக் கடந்த கால நிகழ்வுளைப் புறந்தள்ளிவிட முடியாது. இதன் எதிரொலியைத்தான் மேற் கண்ட பாடல் நினைவூட்டுகிறது.

கண்ணதாசனிடம் இறுதிவரை குழந்தை உள்ளம் இருந் துள்ளது; வாழ்க்கையில் அவர் அல்லற்பட்டாலும் சில வேண்டாத பழக்கங்களை அவரால் விடமுடியவில்லை. மகிழ்ச்சியின் எல்லையில் மங்கை, மது என்ற இருநிலைகளின் எல்லைகளைத் தொட்டுச் சுவையுணர்ந்தவர் அவர். அவற்றால் தாம் அடைந்த மகிழ்ச்சியையும், அனுபவித்த துயரையும் பின்னாளில் உணர்ந்து தமது உள்ளத்தைப் பக்குவப்படுத்த முயன்றவர்.

இறைவனா விடுவான் என்னை?
இருகாலும் விலங்கு போட்டுக் குறையுள்ள மனிதனாக்கிக்
குரங்கென ஆட்டுவித்து முறையாக வயது போக
முதுமையும் நோயும்
தந்து சிறைவாசம் முடிந்ததே போல்
ஜீவனை முடித்தவைப்பான்

என்ற நோக்கில் தன்னிரக்கம் தோன்றப் பாடியுள்ளார். தம்மை உணர்ந்த நிலையில், தம் கவலைகளை அழுகையால் கொட்டித்தீர்த்த பாடல்களிலிருந்து அவர் கடந்து வந்த பாதையைக்கணிக்கலாம். தன்னுணர்ச்சியாக அழுகையை வெளிப் படுத்திய கவிஞர்கள் அவர் போல் யாருமில்லை என்ற முடிவுக்கு வரலாம். 'கண்ணிலே நீரெதற்கு! காலமெல்லாம் அழுவதற்கு' என்று பாடியவராயிற்றே! அழுகையை இறைவன் தமக்கு வரமாகத் தந்தானோ என்ற அளவிற்குக் கண்ணீரின் கரைசலில் ஞானத்தைத் தேடமுயன்றவர் அவர்.

அழுவதைக்கண்டு ஊரார்
ஆறுதல் சொல்வார் என்றே
விழிகளில் கண்ணீர் வைத்தான்
வியத்தகு இறைவன்

என்று சொல்கிறார். அழுகை அவருக்கு அழகான கவிதை தந்திருப்பது அவர் உணர்ந்த வாழ்க்கையின் நுகர்ச்சி. அழுகை மனத்தைத் தூய்மையாக்கும்; இதயத்தின் கவலை போக்கும் என்று சொல்லக் கற்றவர். இதனால்தான்

என்னை அழவிடு என்னை அழவிடு
அன்னை என்னை
அழவே படைத்தாள்
வானம் அழுவது மழை என்னும்போது
வையம் அழுவது பனியெனும்போது
கானம் அழுவது கலையெனும் போது
கவிஞன் அழுவது கவிதையா காதோ?

என்று கேட்கிறார்.

அவலத் துன்பம் அழுகை வெளிப்பாட்டின் உச்சம், 'ஊரார் இறப்பிலே அழுவதெல்லாம் இதுவரை அழுதுவிட்டேன்' என்ற அடிகளிலிருந்து அவரது ஆழ்ந்த கவலையுள்ளத்தை உணரலாம். உணர்ச்சிமனம் கொண்ட கவிஞர்களுக்கு இது இயல்பே. பாரதியை, விடுதலைத் தாகம் ஒருபுறமும். குடும்பச் சூழல் மறுபுறமும் அலைக் கழித்ததுண்டு. 'சுகத்தினை வேண்டித் தொழுதேன்; எப்போதும் அகத்தினிலே துன்புற்று அழுதேன்' என்று பாடுகிறார்; மனம் வருந்தி வாடுகிறார். இருப்பினும் துன்பத்திலும் துவண்டுபோகாமல், தோல்விகள்வரினும் எதிர்கொண்டு ஆன்ம வலிமையில் பாரதியும், கண்ணதாசனும் செயல்பட்டிருந்ததைக் கவிதையில் உணர்த்தியுள்ளனர். கண்ணதாசன், துயரங்கள் தம்மைத் துரத்தியபோதும் சோர்ந்து விடாத இயல்பிலும் இருந்துள்ளார்.

போற்றுவார் போற்றட்டும் புழுதிவாரித் தூற்றுவார்
தூற்றட்டும் தொடர்ந்துசெல்வேன் ஏற்றதொரு கருத்தை
எனதுள்ளம் என்றால் எடுத்துரைப்பேன்
எவர்வரினும் நில்லேன் அஞ்சேன்

என்று பாடியிருப்பதை நோக்கத் தமக்கு நேர்ந்த துயரங் களையோ அல்லது தம்மைப் பற்றிப் பிறர் கூறிய தூற்றலையோ ஒரு பொருட்டாக நினைக்கவில்லை என்றே தோன்றுகிறது. இதன் எதிரொலியைத்தான் இன்னொரு பாடலும் எதிரொலிக்கிறது

ஆயிரமாய்த் தொல்லைகளை வாழ்வில் கண்டேன்
அடுக்கடுக்காய் இன்னல்கள்
அணைத்தும் நின்றேன் ஆயினும்என்?

அச்சத்தால் உயிர்விட்டேனா?
ஆகட்டும் பார்ப்போம் என்று எதிர்த்துச் சென்றேன்

என்ற பாடலில் தம் உள்ளத்தில் பதிந்திருந்த அச்சம் தவிர் என்பதை உணர்ந்து செயல்பட்டதாகக் கூறுகிறார். கவிஞர் கண்ணதாசன் கவிதையால் வாழ்வு பெற்றவர்; கவிதைக்கும் வாழ்வு தந்தவர். எனவேதான் தம்மைப்பற்றிய பெருமிதத்தால்,

'மானிட இனத்தை ஆட்டிவைப்பேன்_அவர் மாண்டு விட்டால் அதைப்பாடி வைப்பேன் நான் நிரந்தமானவன் அழி வதில்லை_எந்த நிலையிலும் எனக்கு மரணமில்லை' என்று சொல்லமுடிந்தது. சொல்வதற்கு அவரிடம் துணிவும் இருந்தது.

என்னைப் பற்றி எழுதிடுங் காலை
சிரிப்பும் அழுகையும் சேர்ந்தே பிறக்கும்;
யானே யானாய் என்னுள் அடங்கினேன்
வானும் மண்ணும்என் வாழ்வைஎன் செய்யும்?

என்ற மனப் பக்குவத்தைத் தமது இறுதிக்காலத்தில் கொண்டிருந்தவர் அவர். கவிஞர்கள், தம்மை உணர்வதிலும், பிறர்க்குத் தம் உள்ளத்துணர்வைத் துணிவாக உணர்த்துவதிலும் தன்மானம் கோலோச்சும்; அதில் பெருமிதமும் கலந்திருக்கும். பாரதியின் சீட்டுக்கவியாலும், பிற பாடல்கள் சிலவற்றாலும் அவரது பெருமிதத்தையும் தன்மானத்தையும் உணரலாம். பாரதிதாசனும், பட்டுக்கோட்டையாரும், கண்ணதாசனும் அந்த வகையில் தங்கள் உணர்வுகளை வெளிப்படுத்தி இருக்கின்றனர். வாழ்வில் நிகழும் சில நிகழ்ச்சிகள், தங்களுக்கு மற்றவரால் ஏற்பட்ட மனக்குறைகள் ஆகியன அவ்வாறு தங்கள் பண்புகளை வெளிக் காட்டத் தூண்டின. இத்தகைய பண்புகளைத் தம் பாடல்களில் பலவாறு கூறிச் சென்றுள்ளனர்.

அச்சம் என்பதை அறியாத அவர்கள், துச்சம் என்றெண்ணி எதையும் தூக்கி எறிவதில் தயக்கம் காட்டமாட்டாதவர்கள். அதே சமயத்தில் தங்களின் இருப்பு நிலையையும், தகுதியையும் தமக்குரிய புகழையும் தங்கள் புலமையால் அவர்கள் நிலை நிறுத்தியவர்களாவர்.

"பண்ணளவு உயர்ந்தது என் பண்;
பாவளவு உயர்ந்தது என் பா"
"தமிழ் மொழியைப் புகழில் ஏற்றும் கவியரசர்,
தமிழ்நாட்டுக்கு இல்லை என்ற
வசை என்னால் கழிந்த தன்றே!"
"சுவை புதிது, பொருள் புதிது, வளம் புதிது சொற்புதிது,

சோதிமிக்க நவகவிதை, எந்நாளும் அழியாத மகா கவிதை''

என்றெல்லாம் சொல்வதற்கான தகுதிப்பாட்டினைப் பெற்றவர் பாரதி.

கண்ணதாசனும் தம் கவிதை பற்றி,

'இலைபுதிது; மலர் புதிது எனுமாறு என்றென்றும் என் கவிதை ஓங்கி நிற்கும்'

என்று கூறியதோடு, 'என்கவிதை வளமார் கவியின் வாக்கு மூலம்' என்கிறார். இன்னும் ஒரு படி மேலே சென்று, 'கவிஞன் யானோர் காலக் கணிதம் கருப்படு பொருளை உருப்பட வைப்பேன் புவியில் நானோர் புகழுடைத் தெய்வம்' என்று குறிப்பிட்டிருப்பதும் நோக்குதற்குரியது.

பட்டுக்கோட்டையார் தமக்கு ஏற்பட்ட சிறுசிறு நிகழ்வு களைக்கூடத் தன்மானத்தோடு நோக்கியிருப்பதைக் காணலாம். தம் செருப்பு நடுத்தெருவில் நைந்துபோனதை எண்ணிய அவர், 'உறுப்பறுந்து போகுமுன் உளங்கலங்காத் தமிழ்மகன் இந்தச் செருப்பு அறுந்துபோனதற்காக சிந்திப்பான்' என்று பாடிச் சென்றுள்ளார். இது உண்மை நிகழ்ச்சி என்றாலும், கவிஞரின் சொல்லாடலில், அறுந்துபோய்ப் பயன்படாத ஒன்றை உதறித்தள்ளி மேலே செல்வதற்கான முயற்சியையும், சிறுமை கண்டு சிந்திக்காமல் தன் பணியைத் தொடரச் செய்யும் எண்ணமும் வெளிப்பட்டிருப்பதை உற்று நோக்கலாம். இதன் எதிரொலியைத்தான் தம் வாழ்வில் ஒரு நிகழ்ச்சியைக் கவிதையாக்கித் தம் தன்மானத்தை எடுத்துரைத்துள்ளார். படமுதலாளி தமக்குப் பணம் தராமல் காலம் கழித்தமையையும், நேரில் சென்றபோது காக்க வைத்தமையையும் எண்ணித் 'தாயால் வளர்ந்தேன் தமிழால் அறிவு பெற்றேன் நாயே உன்னை நேற்று நடுத்தெருவில் சந்தித்தேன் நீயார் என்னை நில்லென்று சொல்ல' என்ற அடிகளை ஒரு தாளில் எழுதிவிட்டுச் சென்றது, பாரதி சொன்ன வெடிப்புறப் பேசு என்பதற்கான விளக்கமாகக் கொள்ளலாமா? இவ்வாறு பேசுவதற்குக் கவிஞர்களால்தான் முடியும். பாரதிதாசனும் கூடத் தாம் கொண்ட தமிழ்ப்பற்றினை ஏசுவோரைக் கண்டு, 'நாய்பல நாற்புறம் வாய்திறக்கினும், தாய்மொழித் தொண்டில் தவறியதில்லை' என்று உரைத்திருப்பதும் உரத்த குரலின் உச்சமே. கண்ணதாசன் தம் எண்ணங்களைப் பட்டவர்த்தனமாகத் தெரிவிக்கும் பண்பு கொண்டவர். அரசியலைப் பற்றிய சிந்தனைகளில் பல சமயம் தூக்கி எறிந்து பேசியிருப்பதைக் காணலாம். தமக்குச் சரி என்று பட்டதை உணர்த்தியும், தமக்கு ஒத்துவராததை அறிந்துகொண்டு

உரத்த குரலில் வெடிப்புறப் பேசியும் இருப்பதை அவரது சில பாடல்கள் உணர்த்தும். அதே சமயத்தில் தமக்கு முன் வாழ்ந்த கவிஞர்களைப் பாராட்டிய அவர், தமக்கென்று தனிவழியில் பயணம் செய்ததைச் சுட்டும்போது,

பண்போர் கம்பன், பாரதி, தாசன்
சொல்லா தனசில சொல்லிட முனைவேன்

என்று உணர்த்தும்போது அவரது தனிவழிப் பாதையும், பயணமும் நமக்குப் புரிய வரும். திரை இசைப்பாடல்களில் நிகழ்ச்சியின் சூழ்நிலைக்கு ஏற்ப எழுதிய அவரது எண்ணம் பல கோலங்களை வரையும். பல கோணங்களில் எடுத்துரைக்கும். அவரது தனிப்பட்ட வாழ்கை முறை அரசியலையும் ஆன்மிகத் தையும் தழுவியும், முரண்பட்டு விலகியும் இருந்த நிலைக்கு ஏற்பவே அவற்றைக் கவிதையில் மாறுபட்ட கோணங்களில் உணர்த்தலானார். திரைப்பட ஆளுமையில் அவர் கால்பதித்த தடத்தைக் கொண்டு அவருடைய இயல்பினை அறிவதற்கு வாய்ப்புண்டு. தமக்கு இருக்கும் சில பண்புகளை அவர் வெளிப் படையாகஎடுத்துரைக்கும்போது அவருக்கே உரித்தான வகையில் அமைந்த பாத்திரத்தை இரத்த திலகம் என்னும் திரைப்படத்தில் தேர்ந்துகொண்டு, 'கோப்பையிலே என்குடியிருப்பு, ஒரு கோல மயில் என் துணையிருப்பு' என்று பாடினார். இப்பாடல் உமர்கய் யாமின் சாயலில் எழுதப்பட்டிருப்பினும், அதில் தமக்கே உரிய கருத்தியலைப் பதிவு செய்திருப்பது நோக்குதற்குரியது. தம் கவி ஆளுமையால் இப்புவியினை வெல்லமுடிவதாகக் காட்டும் முனைப்பினைத் தெரிவிப்பர். எவையெவை தமக்குரியனவாக வேண்டும் என்ற பாரதியின் சாயலையும் கண்ணதாசனிடத்துக் காணலாம்.

"தின்னப் பொருளும் சேர்ந்திடப் பெண்டும்
கேட்கப்பாட்டும் காண நல்லுலகும் களித்துரை செய்ய..."

என்ற நோக்கில் பாரதி உமர்கய்யாமை நினைவில் கொண்டு எழுதுவார். மேலும், 'காணி நிலம் வேண்டும்,' என்று வரும் பாடலிலும் தமக்கு வேண்டுவனவற்றைக் குறிப்பிடுவர். ஆயின் அது பாடலிலும் வேறு சூழலில் பாடியது.

கண்ணதாசனைப் போலத் தம் எண்ணங்களை அப்படியே பதிவு செய்த கவிஞர்கள் இல்லை என்று சொல்லிவிடலாம். உலகக் கவிஞர்கள் மது, மங்கை இவற்றில் மயங்கிய உணர்வுகளைப் பல்வேறான பார்வைகளில் தம் சொந்த அனுபவத்தைச் சொல்லியிருப்பது போல், கண்ணதாசனும் தம் வாழ்க்கை நுகர்ச்சியில் அவற்றைக் கூறியுள்ளார்.

மதுவே வா! மயிலே _ வா! வாழும் காலம் வரைக்கும்
புதியதுவாய்த் தோன்றும் பொருளே வா எப்போதும்

என்னுடன் நீங்கள் இருவரும் இருப்பீரேல் பொன்னுலகம்
காண்பேன்

என்றும்,

பார்க்கின்ற அனைத்தும் பார்த்து மருவற்ற பெண்கூட்டத்தில்

மடியிலே புரண்டு நித்தம் ஒரு கிண்ணம் மாற்றி மாற்றி
உலகத்தை அனுபவிப்பேன்

என்றும்,

கண்மணி! உன்றன்
காலை வணங்குகிறேன் உன்மணி வாய்ச்சரம் ஊற்றிக்கொடு
தினமும் என்மணி வாயொடு
இணைத்தே கிடந்துவிடு என்றும்,
ஓர் கையில் மதுவும் ஓர்கையில் மங்கையும்
சேர்ந்திருக்கும் வேளையிலே ஜீவன் பிரிந்தால்தான்
நான் வாழ்ந்த வாழ்க்கை நலமாகும்
இல்லையெனில் ஏன்வாழ்ந்தாய் என்றே இறைவன் எனைக்
கேட்பான்

என்றும் பாடியிருப்பது தன்வரலாற்றில் தடம் பதித்த உண்மையின் வெளிப்பாடு. "வசமான பெண்ணும் வளமான கிண்ணமும் மரண பயத்தைத் தவிர்க்கும்' என்றார். இறுதிக் காலத்தில் அவர் மனம், அவ்வாறு வாழ்ந்தமையை எண்ணி கழிவிரக்கம் கொண்டது. 'பெண்ணை விட்டென்ன பேரின்பம்' என்று சொன்ன அவர், பிற்பாடு, அதிலிருந்து வெகுவாக விலகிவர முயன்றார். தடுமாறும் போதையிலும் அவர் கவிபாடும் திறமுடைய வராயிற்றே! பாரதி, ஒரு போகியின் நோக்கில் பாடப் பெற்ற கீழ்காணும் பாடல் கண்ணதாசனின் வாழ்க்கை நுகர்ச்சியோடு ஒத்துப்போகிறது.

"கொஞ்சும்மாதரும்கூட்டுண்ணும்கள்ளும்
இச்சகத்தினில் இன்பங்களன்றோ?
இவற்றில் நல்லின்பம் வேறொன்றும் உண்டோ?
தேங்கமழ் மென்மலர் மாலை
தோளின் மீதூரப் பெண்கள் குலாவச் சற்றும்
நெஞ்சம் கவலுதல் இன்றித் தரணி
மீதில் மதுவுண்டு வாழ்வோம்

புல்லும் மார்பினோடு ஆடிக்குதித்திடும்
போகம் போலொரு போகமிங்கு உண்டோ?''
என்பார் பாரதி.

கடவுள் பற்றிய கருத்தியல்

தொடக்கத்திலிருந்தே கடவுள் நம்பிக்கை கொண்டிருந்தவர்; பாரதி. பாரதிவழிவந்த பாரதிதாசனிடமும் அந்த நம்பிக்கை இருந்து பின் தடம் புரண்டது; பெரியாரின் பாசறைக்கு வந்த பின்னர், கடவுள் மறுப்பாளரானார்; பட்டுக்கோட்டையாரிடம் ஓரளவு அந்த எண்ணம் தளிர்விட்டிருந்தாலும் முற்றுமாக எதிர்த் தாரில்லை. கண்ணதாசன் தொடக்க காலத்தே நாத்திகம் பேசி வந்தவர்; திராவிட இயக்கச் சார்பினராக இருந்த காலத்தில் இறைநம்பிக்கை அற்றவராயிருந்து கால ஓட்டத்தில் கடவுள் பற்றிய சிந்தனையைக் கொண்டிருந்தார். இருப்பினும் பாரதியைப் போல இறைவனைப் பற்றிப் பாடினாலும் சமூகச் சிந்தனையை வைத்துப் பாடியிருப்பதில் ஒன்றாக இணைகிறார்கள். பாரதி தெய்வத்தைப் பாடிய போதெல்லாம் அதில் தேசபக்தியையும், மக்கள் நலனையும் இணைத்தார். கடவுளைக் குறித்துச் சமயச்சான்றோர் பாடிய பாடல்களுக்கும், இவர்கள் பாடிய பாடல்களுக்குமான அடிப்படை வேற்றுமை இவை எனலாம். கவிஞர்கள், தெய்வம் உண்டு எனவும், இல்லை எனவும் பாடி யிருப்பதைக் காணலாம். 'ஒன்றே குலம் ஒருவனே தேவன்' என்ற நிலைப்பாட்டை எடுத்த திராவிட இயக்கக் கோட்பாட்டில் இயங்கிய பாரதிதாசன், ஒரு கடவுள் உண்டு என்ற நம்பிக்கை கொண்டிருந்தார். தொடக்க காலத்தே அவர் பாடிய பாடல்களில் முருகன், உமை முதலாய தெய்வங்களைப் போற்றியுள்ளார். திராவிட இயக்கத் தொடர்பு ஏற்பட்டதன் விளைவாகத் தெய்வ நம்பிக்கையிலிருந்து விடுபட்டு, தெய்வத்தின் பெயரைச் சொல்லி ஏமாற்றும் போலிக் கூட்டத்தினரைச் சாடியிருக்கிறார். இதுவும் கூட ஒரு வகையில் பாரதிக்கும் உடன்பாடாக இருந்திருக்கிறது. பட்டுக்கோட்டையாரும், கண்ணதாசனும் இந்தப் போக்கில் எடுத்துரைத்துள்ளார்.

உண்மையே தெய்வம் என்ற நிலைப்பாட்டில் இந்நால் வருக்கும் உடன்பாடு இருந்துள்ளது. இறைமை பற்றிய பாடல்களில் தம்மைப் பறிகொடுத்தவர்களாகவே பாரதியும், கண்ணதாசனும் காணப்படுகிறார்கள். ஆண்டவனிடம் கேட்டுப் பெற வேண்டும் என்ற சிந்தனையை இவ்விருவரின் பாடல்களில் இருந்து உணரமுடிகிறது. இறைவனிடம் முறையிட்டுச் சித்தி பெற நினைக்கிறார்கள். விநாயகரிடத்துத்

தமக்குச் சித்தி அருள வேண்டுகிறார் பாரதி. சித்தி பெற்றுவிட்டால், பொன்னால் ஒரு கோயில் எடுப்பதாகவும் சொல்லியுள்ளமை நம்மைச் சிந்திக்கவைக்கும். விநாயகரிடம், “நாட்டினைத் துயரின்றி நன்கமைத்திடுவதும், உள்ளமெனும் நாட்டை ஒருபிழை யின்றி ஆள்வதும் பேரொளி ஞா யிறே அனைய சுடர்தரு மதியொடு துயரின்றி வாழ்தலும் நோக்கமாகக் கொண்டு நின்பதம் நோக்கினேன் காத்தருள் புரிக” என அகச்சூழலில், உள்ளத்தைப் பிழையில்லாமல் நடத்திச் செல்வதை வேண்டுகிறார். பக்தி நெறியை பாரதியார் உளவியல் வழிநின்றே அணுகியிருக்கிறார். தெய்வம் குறித்து அவர் பாடிய அனைத்துப் பாடல்களிலும் ஏதாவது ஒரு வகையில் உள்ளங்கலந்து பேசுவதும், முறையிடுவதும் இதனை மெய்ப்பிக்கும். மற்றும் தன்னிலை விளக்கத்திறகுரிய வகையில் அமைந்துள்ளதையும் காணமுடிகிறது. சித்தர் மனநிலையிலிருந்தும் பாடியுள்ளார்.

கடவுளிடத்துத் தாம் கொண்டிருக்கும் நம்பிக்கை, வெற்றுக் கனவாகிப் போய்விடக்கூடாது; வெற்றிக் கனவாகி வாழ்வில் ஒளியேற்ற அந்நம்பிக்கை துணை செய்யும் என்ற எண்ணத்தை உள்ளத்தில் வரித்துக் கொண்டவர் அவர். கடவுள் பற்றிய பாடல்கள் பெரும்பாலும் இதனை வெளிப்படுத்தும். பல கடவுளர்களையும் பாடிக் களிக்கிறார். எனினும், கண்ணனும், சக்தியும்தான் பல பாடல்களில் இடம் பெற்றுள்ளனர். அதிலும், சக்தியே அவருக்கு விருப்பக் கடவுளாக விளங்குகிறாள். தெய்வம் துணை செய்யும் என்ற ஆழ்ந்த நம்பிக்கையில் கட்டுண்ட பாரதி, அனைத்தும் தெய்வங் களால் இயங்குவன என்ற கருத்துடையவர். பக்தியினால் உலகம் மேனிலை அடையும் என்று எண்ணிய அவர், கடவுளைப் பாடுந்தோறும் நற்சிந்தனையை இணைத்துக் காண்கிறார். தமக்கு இறைவன் அருளும் கருணையும் கிட்டுமாயின், யாவரையும் துயரின்றிச் செய்வதாகவும், ‘வறுமை என்பதை மண்மிசை மாய்ப்பேன்’ என்பதாகவும் உணர்த்துவர். ‘சக்தி தம்மைப் பக்தி செய்து பிழைக்கச் சொன்னாள்’ என்று கருதிய பாரதி, வையத் தலைமையைத் தமக்கு அருள வேண்டுமெனக் கேட்டுள்ளார். தாம் விரும்பியவற்றைக் காளி தருவாள் என்ற ஆவலை வெளிப்படுத்திய அவர், அம்பிகையிடம் சரண் புகுந்தால் அதிக வரம் பெறலாம் என்று கூறுகிறார். நீண்ட புகழையும், வாழ்நாளில் நிறைந்த செல்வத்தையும் பேரழகையும் வேண்டுமட்டும் விரைவாகத் தமக்குத் தரவேண்டும் என்று விநாயகரிடம் வேண்டுகிறார். தாம் வேண்டுவது அனைத்தும் அருள்வது விநாயகரின் கடன் என்றும் முறையிடுகிறார்.

பாரதியிடம் இருந்த பக்தி மேலீட்டினைக் கொண்டு பாரதிதாசனை அளக்கமுடியாது. எனினும் அவர் பக்திப் பாடலையும் பாடியிருப்பதையும் மறுக்க முடியாது. கடவுள் மறுப்பாளராகவே இறுதிவரை இருந்திருப்பதற்குத் திராவிட இயக்க உணர்வு காரணமாகும். தொடக்க காலத்தில் ஆத்திக உணர்வு கொண்ட பாரதிதாசன், பாரதியாரின் தொடர்பு தமக்குக் கிடைத்ததற்கு முன்னர்த் தமக்கிருந்த மனநிலையை ஒரு பாடலில் எடுத்துரைப்பர். அதில் தம்மை உணர்ந்தவராகவும், தமதெண்ணம் பாரதியாரின் நட்பு நெருக்கத்திற்குப்பின் வேறுதிசையில் மாறிப்போனதையும் குறிப்பிடுவர். “முப்பதாண்டு முடியும் வரைக்கும் நான் எழுதிய அனைத்தும் என்ன சொல்லும்? கடவுள் இதோ என்று மக்கட்குக் காட்டிச் சுடச்சுட அவனருள் துய்ப்பீர் என்றும் ஆயினும் கடவுள் உருவம் அனைத்தையும் தடவிக் கொண்டுதான் இருந்ததென் நெஞ்சம்” என்ற கருத்தை முன்வைப்பர். கடவுட் பற்றில் தமக்கிருந்த ஆழமான நம்பிக்கையை வெளிப்படுத்தியிருப்பதை இது காட்டும்.

காலமாற்றமும் சிந்தனை வளர்ச்சியும் அவரை மடைமாற்றம் செய்ய வைத்தன. பாரதியாரிடத்து நீங்காத கடவுள் பற்று இருந்திருந்தது. பாரதியோடு பழகிய கனக சுப்புரத்தினத்திடத்துக் கடவுள் பற்று பிற்பாடு, கடவுள் மறுப்பாக மாறிய சூழலில், நாத்திகம் அவர் நெஞ்சில் தஞ்சம் புகுந்தது. பாரதிதாசன் பக்தி நெறியிலிருந்து விலகி நாத்திகத்தில் ஈடுபாடு கொள்வதற்குப் பெரியாரின் கடவுள் மறுப்புக் கொள்கையும் ஒரு காரணம். பாவேந்தர் அப்பற்றிலிருந்து வேறுபட்டுப் போனதற்கு பாரதியும் ஒரு காரணமாக இருந்துள்ளார். இதனை அவரே சொல்கிறார். “விபூதி நாமங்களைப் போட்டுக் கொண்டு பஜனை மடங்களில் பாடியும் ஆடியும் அவலமாகக் காலம் போக்கிக் கொண்டிருந்த என்னை இன்றுள்ள நிலைக்குக் கொண்டுவந்தவர் பாரதியார்தான்” என்கிறார்.

நாத்திகம் பேசுவதும், பக்தி நெறியில் பின்னர்த் தாங்கள் கரைந்து கலந்துபோவதும் கண்கூடு என்பதற்குக் கண்ணதாசன் போன்றோர் எடுத்துக்காட்டாவர். ‘பக்தியிலே பன்னூறு கவிதை யாப்பேன்’ என்கிறார் கண்ணதாசன். அவரிடம் தொடக்கத்தில் இருந்த இறைப்பற்றிற்கும், கால வேகத்தில் அவரது மனப்போராட்டத்தில் முகிழ்த்த இறைவுணர்வுக்கும் வேறுபாடு உண்டு. அது குறித்த தமது தடுமாற்றத்தை அவரே வெளிப்படுத்துகிறார்.

'கடவுளை ஒருநாள் கல்லென்றவனும் கல்லை ஒருநாள் கல்லென்றவனும் உண்டென்றதனை இல்லையென்றவனும் இல்லையென்றதனை உண்டென்றவனும் உயர்பெரும் தரணியில் ஒருவன் ஒருவனே நானே என்பதை நன்றாய் அறிவேன், என்று தன்னிலை விளக்கமாக எடுத்துச் சொல்கிறார். பாரதியின் பாதையில் தம் பக்தி உணர்வைப் பலவாறு கண்ணதாசன் புலப்படுத்தியுள்ளார். மற்ற கடவுளர்களைவிட இருவருமே கண்ணனின் மீதும், சக்தியின் மீதும் மிகுதியும் ஈடுபாடு கொண்டதாகத் தெரிகிறது. பாரதி கண்ணனைப் பாடிப் பத்திநெறியில் புதுமைகளைப் புகுத்தியவர்.

பாரதியிடம் ஆழ்வார்களின் தாக்கம் உண்டு. பாரதியிடம் இருந்த கண்ணன் காதல் கண்ணதாசனிடமும் இருந்துள்ளது. இவ்விருவரின் கண்ணன் பக்தியை ஆராய்வோமானால் சிற்றின்பத்தின் வழியே கூடப் பேரின்பத்தை அடையலாம் என்ற கருத்தியலை முன்வைத்தவர்களாகவே தோன்றுகிறார்கள். இது ஒருவகையான கடவுட்காதல். பார்க்குமிடமெங்கும் நீக்கமற நிறைந்திருப்பவன் கண்ணன் என்றே இவ்விருவரும் உணர்ந்துள்ளனர். கண்ணனை எவ்வெவ்வாறு பாரதி பாடியுள்ளாரோ அந்த வகைகளில் கண்ணதாசனும் பாடி யிருக்கிறார். கண்ணனிடத்தில் அவனிடத்து நெருக்கமான உறவு கொண்டிருப்பதாகவே அவர்களின் பாடல்கள் அமைந்துள்ளன. பாரதி பத்தி மேலீடு புலப்படுமாறு தம்மைக் கண்ணனிடம் ஒப்படைத்ததுபோல், கண்ணதாசனும் தம்மை ஒப்படைத் துள்ளார். கண்ணனை இழந்தால் தமக்கு வாழ்வில்லை என்ற நிலையில் பாடிய பாரதி, தம் ஆவியில் வந்து கண்ணனை இணையச் சொல்கிறார்; இதய இருக்கையில் அமரச் சொல்கிறார். தம் உயிரில் அமுதமாய் விளங்கும் கண்ணனிடம், கல்வி, வீரம், புவி ஆட்சி, தருமம் முதலியவற்றை வேண்டுகிறார். அவன் ஒருசமயம் தம் வேண்டுதலுக்குச் செவி சாய்க்காமல் போனால், சின கணங்களில் தமது உயிரை நீக்கிவிடச் சொல்கிறார். தம் பண்புகளைக் கூட மாற்றியமைப்பதில் கண்ணன் விருப் புடையவனாகக் காட்டுகிறார். அழைக்கும்போதில் அரை நொடிக்குள் வந்திடுவான், தம்மை ஈனக் கவலைகள் வாட்டும் போது இதம் சொல்லி மாற்றிடுவான் என்கிறார். பசிக்கு உணவு ஆவான்; மழைக்குக் குடையாவான்; நோய்க்கு மருந்தாவான்; அல்லவர்க்கோ அவன் நெருப்பிலும் கொடியவன் என்றெல்லாம் கண்ணனை ஓவியமாகத் தீட்டிக் காட்டியவர் பாரதி.

கண்ணதாசனுக்கு எல்லாமே கண்ணன்தான். பார்க்கும் இடமெங்கும் பரந்தாமன் உருவந்தான் அவருக்கு நினைவு

இராம. குருநாதன் | 157

வருகிறது. கண்ணனுக்கு இணையான கடவுள் இல்லை என்ற கணிப்பு அவருடையது.

‘அந்தியிலும் சந்தியிலும் அர்த்த சாமத்திலும் தம் சிந்தனையில் அவனையே சேவித்து வாழ்வதாகக் குறிப்பிடுகிறார். பாத்திரம் நான்; அதில் பால் என் கண்ணன்; அவன் பசிக்கு விருந்தாவான்; நோய்க்க மருந்தாவான்; மழைக்குக் குடையாவான்; கேட்டவர்க்குக் கேட்டபடி தருவான்; கேள்விக்குப் பதிலாக வருவான்; தீயோர் வந்தால் நெருப்பாவான்’ என்றெல்லாம் கண்ணனிடம் சிந்தை இழந்து பாடுவார் கவியரசு. கண்ணனை நினைக்க கவலைகள் மறந்துவிடும் என்று திண்ணமாய் எடுத்துரைக்கிறார். பாரதி எத்தனை கோணங்களில் படம் பிடித்துக்காட்டினாரோ அத்தகைய கோணங்களில் கண்ணதாசனும் கண்ணனைப் படம் பிடித்துள்ளார்.

பட்டுக்கோட்டையார், திரையிசையில் பக்தி உணர்வைச் சூழல் கருதிப் பாடியவர். “விண்ணும் மண்ணும் நீயானால் வெயிலும் மழையும் நீயானால் விளங்கும் அகில உலக மீது நீயில்லாத இடமேது?” என்று கேட்கிறார். சத்தியமே லட்சியமாய்ச் சேவை செய்ய பராசக்தியிடம் வரம் கேட்கிறார். உமையம்மை அகத்தும் புறத்தும் ஒளியாகவும், ஞானவெளியாகவும் இருப்பதாகப் பாடுகிறார். அம்பிகையிடம் ஒரு காரியத்திற்காக நம்பி வந்ததாகத் திரைப் படத்தில் ஒரு பாடல் எழுதியுள்ளார். இவையெல்லாம் கடவுள் நம்பிக்கையில் அவர் ஈடுபாடு கொண்டிருந்தமைக்குப் போதிய சான்றுகளாகா. ஏனெனில், திரைப்படத்திற்கு எழுதும் பாடல்களாகத்தான் அத்தகைய பாடல்களைக் கருத வேண்டியுள்ளது. அன்றைய நாளில் பரவலாக அறியப்பட்ட ‘தில்லை அம்பல நடராசா’ என்று அவர் பாடிய பாடலையும் அப்படித்தான் எடுத்துக் கொள்ள வேண்டியிருக்கிறது. திரைப் படங்களுக்காகத் தெய்வம் பற்றிய பாடல்களைக் கொண்டு கடவுள் நம்பிக்கை அவரிடம் இருந்தது என்ற முடிவுக்கு வர முடியாது. இருப்பினும், ‘ஒரு கடவுள் உண்டு’ என்ற பாரதி தாசனின் கருத்தினை ஏற்றுக் கொண்டிருக்கிறார் என்று கருதவும் இடமுண்டு. ‘ஊருக்கெல்லாம் ஒரு சாமி’ என்று அவர் குறிப்பிட்டிருந்தாலும், ‘தேடுகின்ற பொருளில் எல்லாம் தெய்வம் வாழ்வதறிகிலேன்’ என்று சொல்லிய சொற்கள் வழி அவர் கடவுள் நம்பிக்கை கொண்டவரா என்று ஐயுற வேண்டியிருக்கிறது. இந்த ஐயம் அவரிடம் இருந்துள்ளதை,

“செப்பும் கல்லும் தெய்வமென்று நம்புவோர்கள் பக்தரென்று
சித்தர்கள் உரைத்த மொழி மெய்தானா?

சிற்பிகள் செதுக்கி வைத்த சித்திரச் சிலைகளுக்குள்
தேவி வந்திருப்பதும் பொய்தானா?''

என்ற அவரது கேள்வி இதனை உறுதி செய்கிறது. பட்டுக்கோட்டையாரிடத்து இறை நம்பிக்கை இருப்பினும் அல்லது இல்லாவிட்டாலும், அவர் கடவுளின் பெயரால் இழைக்கப்படும் பொய்ம்மைகளைச் சாடாமல் விட்டதில்லை. கோயில்களில் நிகழும் செயல்களை இடித்துரைக்கும்போது,

"பசியும் சுண்டல் ருசியும் போனால்
பத்தியிலே பஜனை இல்லே
சுத்தமான போலிகளின் வேஷத்திலே
தொடர்ந்துன் கண்ணெதிரில்
நடந்துவரும் மோசங்களை
ஆட்டம்போட்டுப் புரள்வதுதான்
ஆண்டவன் சேவையா?''

என்று கேட்கிறார். கடவுள் பெயரைச் சொல்லிக் காசு பறிக்கும் கூட்டத்தைக் கண்டு அந்த அநியாயத்தைக் கடவுளிடமே முறையிடுகிறார். கடவுளைவிட மனிதனுக்கு அடிப்படை உணர்வுகளை வளர்க்க வேண்டும் என்ற நோக்கம் இருந்துள்ளது. மனிதர்கள், இறைவன் இருக்கிறானா இல்லையா என்ற வெற்றுப் பேச்சுப் பேசி வீணாகப் பொழுதுகழிப்பதைவிட மானிட நேயத்தையே பெரிதும் பாவேந்தரும் பட்டுக்கோட்டையாரும் வலியுறுத்தியுள்ளனர். பட்டுக்கோட்டையார்,

"கடவுள் இருப்பதும் இல்லையென்பதும்
கவைக்கு உதவாத வெறும் பேச்சு
கஞ்சிக்கில் லாதவர் கவலை நீங்கவே
கருத வேண்டியதை மறந்தாச்சு _ பழங்
கதைகளைப் பேசிக் காலம் வீணாச்சு''

என்று சொல்கிறார். பழங்கதைகள் என்பது இங்குக் கடவுள் குறித்த புராணங்களே என்பதனைச் சொல்லவும் வேண்டுமோ? மனிதரின் பசி போக்க அந்தப் பரந்தாமன் படியளப்பானா என்ற கேள்வி பட்டுக்கோட்டையாரின் வரிகளில் தொக்கிநிற்கிறது. இவ்வாறு உணர்த்தியிருப்பது அவருடைய பொதுவுடைமை சார்ந்த சிந்தனையை வெளிப்படுத்துகிறது. மனிதர் நல்ல வழியில் நடப்பாரானால், அவர்களுக்கு உண்மை துணை செய்யும் என்றும், அவரவர் வணங்கும் தெய்வம் உதவ முன்வரும் என்றும் சொல்லி, கோவிலுக்குச் சென்றுதான் வணங்கவேண்டும் என்பதில்லை என்ற கருத்தினை முன்வைக்கிறார் கண்ணதாசன்.

நம்மை நாமே நடத்தி நல்லவழி கண்டுகொண்டால்
உண்மை துணைக்குவரும் உதவிக்குத் தெய்வம்வரும்
கோவிலுக்குச் சென்று கூத்தாடத் தேவையில்லை
கும்பிடும் ஓர்தெய்வம் கொள்கையெனக் கண்டுகொள்

என்று பாடியிருப்பதை நோக்க மேலே கூறிய கருத்து ஓரளவு புலனாகும். பாரதிதாசனை ஒத்து விளங்குகிறார். பாரதிதாசன் கடவுள் பெயரால் ஏமாற்றும் போலிகளைச் சாடுகிறார்.

"கடவுள் நம்மைக் கைவிடு வதேனோகும்பிட்டுக் கடவுளை நம்பி னோர்தமை உண்ண உணவின்றி உடுக்க உடையின்றி இருக்க இடமின்றி விரட்டுகின்றதே நம்மைத் தாழ்த்தி நசுக்கி ஒடுக்கிச் செம்மையாய்ப் பிழிந்து சுரண்டும் செல்வர்க்கு மட்டும் கடவுள் வாரி வழங்குவதோ?"

என்று கேள்வி கேட்டதில் உள்ள அறம் நேர்மையான கூற்றாகும். கண்ணதாசனிடம் தொடக்கத்தில் நாத்திகம் பேசினாலும் அவரிடம் பின்னாளில் முகிழ்த்த கடவுள் பக்தி குறிப்பிடத்தக்கது. அவர் தெய்வத்தை நம்புவதாகவே பல பாடல்களை இயற்றியிருக்கிறார். அவற்றில் அவர் உள்ளம் உருகிப் பாடிய பாடல்கள் அவரது தன்னுணர்ச்சியை வெளிப்படுத்துவனவாய் உள்ளன. 'எதிலும் பரம்பொருள் காண்பவன் நான்' என்றே தம் கருத்தை வலியுறுத்துவர்.

இயக்கச் சார்பில் கவிஞர்கள்

இந்திய விடுதலைக்கு முன்னும் பின்னுமான காலத்தும், விடுதலையடைந்த காலத்தும் கவிஞர்கள் அவ்வக்கால கட்டத்தைச் சார்ந்து பாடல் புனைவதும், இயக்கக் கொள்கைகளை அதன் வழி வெளிப்படுத்துவதும் வழி வழி வந்த மரபாம். இந்திய விடுதலைக்கு முன்னர் வாழ்ந்தவர் பாரதி. நாட்டுவிடுதலை இயக்கமாகச் செயற்பட்ட காலத்தில் கவிதை எழுதத் தொடங்கியவர்; இந்திய அளவில் விடுதலை வேள்வியில் தம்மை ஈடுபடுத்திக் கொண்ட முன்னோடிக் கவிஞர் பாரதி. அவரது படைப்புகளில் விடுதலை உணர்வின் வெளிச்சக்கீற்றுகள் மக்களிடம் ஒளி பாய்ச்சின. நாட்டு விடுதலையை மட்டு மின்றிச் சமூக விடுதலையையும் இந்திய விடுதலையையும் அவர் போலத் தமிழிலும் பிற இந்திய மொழிகளிலும் பாடியோர் இல்லை. அவரது எண்ணம், எழுத்து ஆகியவை விடுதலை உணர்வுகளுக்கே காணிக்கை யாக்கப்பட்டன. இந்திய விடுதலைக் கனவு இறுதிவரை பாரதியிடம் தொடர்ந்து இருந்துவந்தது. தெய்வத்திடம் அதற்காக முறையிட்டவர், தமிழக மக்களிடம்

விடுதலை உணர்வினை முன்எடுத்துச் செல்லவும் அரும் பாடுபட்டார். அவரது பாடல்கள் பரவலாகப் பேசப்பட விடுதலை பற்றிய பாடல்களே காரணமாக இருந்தன. இருப்பினும் மக்களின் ஏழ்மை நிலைகண்டும், பெண்களின் அடிமைத்தனம் கண்டும் நெஞ்சம் கொதிக்கிறார்.

பாரதி வாழ்ந்த கால கட்டம், பொதுவுடைமை இந்தியாவில் பரவாத காலம். ஆனாலும் கூட உருசியப்புரட்சியையும், மார்க்சிய சித்தாந்தங்களையும் கவிதைகளிலும், கட்டுரைகளிலும் ஓரளவு பதிவு செய்திருக்கிறார். மார்க்சியம் பற்றிய கருத்தியலை முற்றுமாக அறிதற்கு வாய்ப்பில்லாவிட்டாலும் அதனைப் பற்றிய தேடல் முயற்சி இதழ்களில் எழுத அவர்க்குத் தேவை யாக இருந்திருக்கிறது. அவரிடம் முற்போக்கு எண்ணம் இருந்ததால்தான் சமூக விழிப்புணர்ச்சியை அவர் மக்களிடம் எடுத்துச் சென்றார். பாரத சமுதாயம் என்ற கவிதையில் பாரதி,

"முப்பது கோடி ஜனங்களின் சங்கம்
முழுமைக்கும் பொது வுடைமை,
ஒப்பில்லாத சமுதாயம்
உலகுக்கு ஒருபுதுமை''

என்று கூறியிருப்பது அவர் பொதுவுடைமை பற்றிய கருத்தியலைத் தமிழக மக்களுக்கு அறிமுகம் செய்து வைத்தது போலவே இருக்கிறது. அவரது அடிப்படை நோக்கம் சமதரும சமுதாயம் என்பதைப் பல பாடல்களில் எடுத்துரைத்துள்ளார்.

"ஏழையென்றும் அடிமையென்றும்
எவனும் இல்லை ஜாதியில்
இழிவுகொண்ட மனிதரென்பது
இந்தியாவில் இல்லையே
வாழி கல்வி செல்வம் எய்தி
மனம்மகிழ்ந்த கூடியே
மனிதர் யாரும் ஒருநிகர்
சமானமாக வாழ்வமே''

என்பதையே தம் கருத்தில் கொண்டிருந்தவர் அவர்.

'மனிதர் உணவை மனிதர் பறிக்கும் வழக்கம் இனியுண்டோ என்றும், கஞ்சி குடிப்பதற்கில்லார் அதன் காரணங்கள் இவையென்னும் அறிவுமிலார் பஞ்சமோ பஞ்சம் என்றே நிதம் பரிதவித்தே உயிர்துடிதுடித்துத் துஞ்சி மடிகின்றனரே' என்றும் பாடியிருப்பது மானிட நேய உணர்வில் கொண்டிருந்த உணர்வின் உச்சத்தைக் காட்டும். அன்றைய நிலையை மட்டும்

காட்டவில்லை இது. இன்றைக்கும் அதுதான் நிலை. உணவை மட்டுமா பறிக்கிறார்கள்? உரிமை களையும், உடைமைகளையும் கூடப் பறிப்பது இன்றைய நிலை! பாவேந்தரும் விடுதலை உணர்வு பற்றிய பாடல்களை முன் வைத்துச் சில கருத்துகளைக் கூறியிருப்பினும் பாரதி போலக் காத்திரமாக உணர்த்தினாரில்லை. இந்தியா விடுதலை பெறுவதற்கு முன் இருந்த உணர்வு பிற்பாடு அருகிப் போனது. இந்தியா முழுமையாக விடுதலை அடைந்ததால் பாவேந்தரிடத்துத் தமிழ் மக்களின் சமூக விடுதலை உணர்வு பெரிதுமாக அவரது பாடல்களின் பாடுபொருளானது. பாவேந்தர் திராவிட இயக்கம் சார்ந்திருந்த காரணத்தால் தன்மானம், மொழிப்பற்று, பெண்கள் முன்னேற்றம், தொழிலாளர் நலம், மூட நம்பிக்கை, பகுத்தறிவு முதலியவற்றில் ஆழமாகக் கவனம் செலுத்தினார். பெரியாரின் கொள்கை முழக்கம் அவரை ஈர்த்த காரணத்தால் அவற்றையே தமது பாடல்களில் எதிரொலிக்கச் செய்தார். இருப்பினும் பொதுவுடைமை என்ற கருத்தியலையும் அவர் நன்கு அறிந்து வைத்திருந்தார். பொதுவுடைமைக் கோட்பாடு அவரை ஈர்ப்பதற்கான காரணங்களில் ஒன்று மனிதர்களைப் பிரித்துவைத்திருக்கும் வர்க்க முரண்பாடு.

“புதியதோர் உலகம் செய்வோம் _ கெட்ட
போரிடும் உலகத்தை வேரொடு சாய்ப்போம்
பொதுவுடைமைக் கொள்கை திசையெட்டும் சேர்ப்போம்
புனிதமோடு அதைஎங்கள் உயிரென்று காப்போம்
இதய மெல்லாம் அன்பு நதியினில் நனைப்போம்
இதுஎனது என்னுமோர் கொடுமையைத் தகர்ப்போம்’’

என்று பாடியிருப்பதில் பாவேந்தரின் பொதுநலச்சிந்தனை காத்திரமாக வெளிப்பட்டுள்ளது. போரற்ற சமுதாயத்தையும், அன்பில் திளைக்கும் மானிட சங்கமத்தையும் இப்பாடலில் ஏற்றுப் போற்றும் பாவேந்தர், ஒருவனுக்கே உடைமை என்ற தனியுடைமையை எதிர்த்தவர். புரட்சிக் கவியில்,

“சாதி உயர்வென்றும் தனத்தால் உயர்வென்றும்
போதாக் குறைக்குப் பொதுத் தொழிலாளர் சமூகம்
மெத்த இழிவென்றும் மிகுபெரும்பாலோரை யெலாம்
கத்திமுனை காட்டிக் காலமெல்லாம் ஏய்த்துவரும்
பாவிகளைத் திருத்தப் பாவலனே நம்மிருவர்
ஆவிகளையேனும் அர்ப்பணம் செய்வோம்’’

என்ற பாவேந்தரின் மானிடப் பொதுநல நோக்கு வெடிப்புறப் பேச்சாக வெளிப்பட்டுள்ளது. பாரதிதாசன் திராவிட இயக்கக் கொள்கையைப் பின்பற்றினாலும், அவர்காலத்துப் பரவலாக

அறியப்பட்ட இயக்கங்கள் பற்றிய தெளிவு அவரிடம் இருந்துள்ளது.

"இரண்டு கறவைகள் உன்னிடம் இருந்தால் அண்டைவீட் டானுக்குஒன்று அளித்தல் சோசலிசம். கறவைகள் இரண்டில் கடிதொன்றை விற்றுக் காளை வாங்குவது காபிடலிசம். அவ்விரண் டினையும் ஆள்வார்க்கு விற்றுக் தேவைக்குப் பால்பெறச் செய்வது கம்யூனிசம்"

என இவ்வாறு மற்றவர்களுக்குப் புரியும் விதத்தில், சோசலிசம், முதலாளித்துவம், பொதுவுடைமை பற்றிய விளக்கங்களை எளிதாகச் சொல்லிச் சென்றார். பாரதியைக் காட்டிலும் பாரதிதாசன் பொதுவுடைமையை நன்றாக அறிந்திருந்தர் எனக் கருதும் கலாநிதி, 'பாரதி சுரண்டலை எதிர்த்துப் பாடியிருப்பினும் மார்க்சியத்தை முழுதுமாகப் புரிந்து கொண்டவரல்லர்' என்று குறிப்பிடுகிறார்.

பாரதிதாசன் பொதுவுடைமை குறித்த மாற்றுக் கருத்தில் உள்ளார் என்பதைச் சிலர் உரைத்தபோது தாம் பொதுவுடைமைக் கொள்கைக்கு எதிரானவர் அல்லர் என்பதை,

"பொதுவுடைமைக்குப் பகைவனா நான் பொதுவுடைமைக் காரர் எனக்குப் பகைவரா இல்லவே இல்லை இரண்டும் சரி யில்லை பாரதி பாட்டில் பற்றிய பொதுவுடைமைத் தீ என்றன் பாட்டு நெய்யால் வளர்ந்து கொழுந்துவிட்டெரிந்து தொழி லாளரிடத்தும் உழைப்பாளிடத்தும் உணர்வில் உணர்ச்சியில் மலர்ந்துபடர்ந்ததை மறுப்பவர் யாரே." என இவ்வகையில் தெளிவு படுத்தியிருக்கிறார். மற்றும், பொதுவுடைமையின் அடிப்படைக் கொள்கையை அறிந்தே, சமூகத்தை நாட்டை வழி நடத்திச் செல்ல வேண்டும் என்று உரைத்திருப்பதும் எண்ணிப் பார்க்கத்தக்கது.

"எல்லார்க்கும் தேசம் எல்லார்க்கும் உடைமையெல்லாம்
எல்லார்க்கும் எல்லா உரிமைகளும் ஆகுகவே
எல்லார்க்கும் கல்வி சுகாதாரம் வாய்த்திடுக
எல்லார்க்கும் நல்ல இதயம் பொருந்திடுக"

என்றும்,

"ஒரு மனிதன் தேவைக்கே இந்த தேசம்
உண்டென்றால் அத்தேசம் ஒழிதல் நன்றே"

என்றும்,

"எல்லார்க்கும் எல்லாம் என்றிருப்ப தான
இடம்நோக்கி... நடக்கின்ற திந்த வையம்
பிறர் நலத்தை

எனதென்றும் தனியொருவன் அங்கே இல்லை
நல்லதே எல்லோரும் அவ்வையகத்தே
கொலை வாளினை எடடா _ மிகு கொலையோர் செயல்
அறவே''

என்றும் வரும் கருத்துகள் அடிப்படையில் பொது வுடைமைக்கு நெருக்கமாக உள்ளன. இவ்வாறெல்லாம் பாடியிருப் பதை நோக்க, பொதுவுடைமைக் கருத்தியலில் அவர் நாட்டம் கொண்டிருந்ததை உணர்த்தும். சமுதாயத்தில் நிகழும் செயற் பாடுகளைப் பாரதியைக் காட்டிலும் வன்மையாகச் சாடியவர் பாவேந்தர். பாரதியின் கவிதைகள் அதற்கு அடித்தளம் இட்டது என்பதையும் நினைவுகூர வேண்டும். 'சிலரின் உழைப்பில் பலர் வாழ்வது ஒழிதல் நன்றாம் என்றும், 'கூழுக்குப் பலர் வாடவும் சிற்சிலர் கொள்ளையடிப்பதும் நீதியன்று' என்றும் கூறியவர் கடவுள் பெயரைக் காரணமாகச் சொல்லி உழைப்பாளிகளைச் சுரண்டும் கயமைகளை எதிர்த்து,

''நடவுசெய்த தோழர் கூலி
நாலணாவை ஏற்பதும்
உடலுழைப் பிலாத செல்வர்
உலகையாண் டுலாவலும்
கடவுளாணை என்று சொல்லும்
கயவர் கூட்டம் மீதிலே
கடவுளென்ற கட்டறுத்துத்
தொழிலாளரை ஏவுவோம்''

என்று வன்மையான குரலில் அத்தகையோரை நோக்கிக் கூறுகிறார். பட்டுக்கோட்டையாரும் தொடக்கத்தில் திராவிடச் சிந்தனையில் ஓரளவு ஈடுபாடு கொண்டிருந்திருப்பினும் பொதுவுடைமைக் கொள்கையில் கருத்தூன்றியிருந்தார். தாம் எழுதிய திரையிசைப் பாடல்களில் பொதுவுடைமைக் கருத்தியலை பரந்த அளவில் பயன்படுத்தியுள்ளார். திரை யிசையில் பலரும் அறிந்த,

''தனிஉடைமைக் கொடுமைகள் தீரத் தொண்டு செய்யடா;
தானாய் எல்லாம் மாறும் என்பது பழைய பொய்யடா''

என்ற பாடலின் வழியே பொதுவுடைமைச் சிந்தனையை நெஞ்சில் பதிய வைக்கிறார். எல்லாவற்றையும் பொதுமைப்படுத்த வேண்டும் என்ற நோக்கில், 'நெஞ்சில் ஈரம் இல்லாத நேர்மையற்ற ஈனர் மாய்க என்றும், ஏழைகளை மிதித்து வாழும் எத்தர் வீழ்க' என்றும் குறிப்பிடுகிறார்.

"கோழையென்று நம்மை எண்ணும் கொள்கை போக்குவோம் _ கிளர்ச்சி கொண்டு தாக்குவோம் கூடிநின்று கொடியுயர்த்திக் கொட்டி முழக்குவோம் செல்வர் கொட்டம் அடக்குவோம்"

என்று தம் இயக்கத்தின் கொடியை அடையாளமாகக் கொண்டு களத்தில் இறங்குவதாகச் சுட்டியுள்ளார். 'ஏற்றத்தாழ்வு இருக்கும் இடம் எங்குமே மாற்றம் காணவே பறக்கும் செங்கொடி', என்று சொல்லும் இடத்தும் செங்கொடியால் சீர்திருத்தம் விளைவிக்கலாம் என்ற கருத்தை விதைப்பர். பொதுவுடைமைபற்றி எத்தகைய நிலையிலெல்லாம், திரைப்படப் பாடல்களில் சிறக்கச் சொல்ல முடியுமோ அத்தகைய நிலைகளில் தம் இயக்கச் சிந்தனை யைப் பரவலாக்கியிருக்கிறார். 'இருக்கிற தெல்லாம் பொது வாய்ப் போனால் பதுக்கிற வேலையும் இருக்காது' என்ற சிந்தனை சிவப்புச் சிந்தனையின் வெளிப்பாடாகும். இவ்வாறு இயல்பாகவும் வெளிப்படையாகவும் எளிமையாகவும் பொதுவுடைமை உணர்வை விதைத்துள்ள பட்டுக் கோட்டையார் குறிப்பாகவும் குறியீட்டிலும் கூடத் தம் கருத்துகளை எடுத்துரைத்துள்ளார். முதலாளிகளை 'ஈரமில்லாப் பாறை' என்று சுட்டியிருப்பது இதற்கோர் எடுத்துக்காட்டு. பாரதிதாசன், பட்டுக்கோட்டையார், கண்ணதாசன் ஆகிய மூவரையும் இயக்கச் சிந்தனை சார்பாக ஒப்பிட்டுக்காட்டும் பா.வீரமணி,

"பாரதி என்னும் பெருமரத்தில் இருபெருங்கிளைகளாக விளங்கியவர்கள் பட்டுக்கோட்டையாரும், கண்ணதாசனும். பாரதிதாசனாரின் புதுமைக் கருத்துக்களோடு, மார்க்சிய சிந்தனைகளையும் ஏற்றுத் தம் சிந்தனைகளை வளமாக்கிக் கொண்டு புரட்சிக் கவிஞரின் கருத்துத் தோன்றலாக விளங்கியவர் பட்டுக்கோட்டையார், பாரதிதாசனாரின் மொழி வளத்தின் தோன்றலாக விளங்கியவர் கண்ணதாசன். கற்பனை வளமும் சொல் நயமும் நிறைந்த பாடல்களைப் பட்டுக்கோட்டையார் எழுதியிருந்தாலும் கருத்தும் சிந்தனையும் உள்ள பாடல்களையே அவர் பெரிதும் இயற்றியுள்ளார். சமூகச் சிந்தனையுள்ள பாடல் களைக் கண்ணதாசன் எழுதியிருந்தாலும், மொழி வளமும் கற்பனை நலனும் சிறந்த பாடல்களையே அவர் பெரிதும் இயற்றி யுள்ளார். பட்டுக்கோட்டையார் சில இடங்களில் தென்ற லாகவும் விளங்குபவர், பற்பல இடங்களில் புயலாகவும் விளங்குபவர் கண்ணதாசனோ சில இடங்களில் வேகக் காற்றாகவும், சில இடங்களில் தென்றலாகவும் விளங்குபவர் பட்டுக்கோட்டையார் பெரிதும் சிந்தனை நோக்குடையவர். கண்ணதாசன் பெரிதும் கற்பனை நோக்குடையவர்" (பட்டுக் கோட்டையாரின் பாட்டுத்திறம். பக். 145_146) என்று சொல்லி

யிருப்பது நடுநிலையான கருத்து. தொடக்க காலத்தில், கண்ணதாசன் திராவிட இயக்கச் சார்பில் மிக ஆழமாகக் காலூன்றியவர். திராவிட இயக்கக் கருத்தியலையும், சோசலிசக் கருத்துகளையும். பாடலில் பதிவு செய்தவர். இருப்பினும், பொதுவுடைமைக் கருத்துகள் சிலவற்றைத் தம் பாடல்களில் பதிவு செய்துள்ளார். திரைப்பாடல் ஒன்றில் மிக எளிமையாகப் பொதுவுடைமைக் கொள்ளையை,

எல்லாரும் எல்லாமும் பெறவேண்டும் _ இங்கு
இல்லாமை இயலாத நிலை வேண்டும்
வல்லான் பொருள்குவிக்கும் தனிவுடைமை _ நீங்கி
வரவேண்டும் திருநாட்டில் பொதுவுடைமை

என்ற பாடல் உணர்த்துகிறது. நிலப்பங்கீடு, மக்கள் இரந்துண்ணா நிலை, ஒற்றுமை உணர்வு, தனிவுடைமை கொண்ட செல்வர் கொள்கையை, ஏற்காமை போன்றவற்றைக் கீழ்க்காணும் பாடல் முன்வைக்கிறது.

பரந்ததோர் நிலத்தை ஒருவர் கொள்ளாமல்
பங்கு போட்டமைப்பது எம்வேலை
இரந்துண்ணும் பேரே எவரு மில்லாமல்
எழிலுறச் செய்வது எம்வேலை
கரங்களின் வலிமை காட்டிய உலகம்
கனத்தவர் கொள்வதை ஏலோம்.

மக்கள் பசி இன்றி வாழவேண்டும் என்பது சோசலிசத் திற்கும், பொது வுடைமைக்கும் உள்ள பொதுவான சிந்தனை. இதனைக்கருத்தில் கொண்டு வன்மையான கருத்தில் பட்டுக் கோட்டையார், ‘கஞ்சியில்லை என்ற சொல்லைக் கப்பல் ஏற்றுவோம்; செகத்தை ஒப்ப மாற்றுவோம்’ என்பார். இந்த வகையில் கண்ணதாசனும்,

அடிவயிறு பற்றிவிட்டால்
அடுத்து நடப்பதென்ன
கொடியபசி வந்துவிட்டால்
குமுறும் எரிமலைதான்
பசியால் புரட்சிவரும்
பாமரர்கள்
சேர்ந்தெழுந்தால்
அசையாத மாளிகையும்
ஆடிப் பொடிபடுமாம்

என்று பாடி உள்ளம் கொதிக்கிறார். உணர்ச்சியுள்ளோரைத் தட்டி எழுப்புகிறார். மேலும் பசியால் விளையும் கொடுமையை எண்ணியவராக

பணியால் திருட்டு வரும்
பகை வளரும் பொய்விளையும்
பசியால் உறவினிலும்
படுகொலைகள் மெத்தவரும்
பசியால் புரட்சி வரும்

என்று உணர்த்துகிறார். பசிப்பிணி பற்றி மணிமேகலையில் சாத்தானார் கூறிய கூற்றின் எதிரொலி இது. அறத்தின் வழியாலும், மறத்தின் வழியாலும் பொதுமை நலம் மக்களிடையே வளரவேண்டும் என்ற நோக்கத்தில், 'மறவழி யாலும் அறவழி யாலும் மக்களிற் பொதுமையைக் காண்போம்' என்கிறார்.

பொதுவுடைமை, சமதருமம் ஆகியன ஒருபுடை ஒப்பன. மக்கள் இயக்கத்தின் ஒப்பற்ற இவ்விரண்டும் இணைந்திருந்து செயற்பட்டிருக்குமானால் மாநிலம் சிறந்திருக்க வழியுண்டு என்ற கருத்தை இக்கவிஞர்கள் வலிமையுடன் வலியுறுத்தியுள்ளார்.

பெண்ணின் பெருமை

இருபதாம் நூற்றாண்டுக் கவிஞர்கள் பெண்ணை இழிவானதொரு கண்ணோட்டத்தில் கூறியதில்லை. பெண்கள் பற்றிய தீவிரமான பார்வை புனைகதைகளில் முதலில் தொடங்கியது. அதன் பின்னர்க் கவிதைகளில் பரவலாகப் பெண்களுக்கான ஆக்கமான கருத்துகள் பெருகின. பாரதியும் அவரது சமகாலப் படைப்பாளிகள் சிலரும் இக்கருத்தோட்டத்தில் முன்னோடிகளாக இருந்துள்ளனர். பாரதி தம் படைப்புகளில் ஆணாதிக்கப் போக்கின் எதிர்வினைகளை முன் வைத்துப் பல கட்டுரைகளையும், கவிதைகளையும் தீட்டியவர்.

“பெண்கள் அறிவை வளர்த்தால் வையம்
பேதைமை அகற்றிடும் காணீர்”

என்றார்

பெண்களை ஆண் சமுதாயம் அடக்கி வைத்தது ஒருபுறம். அவர்களை அறியாமையில் உழலவைத்தது மறுபுறம். பெண்மை என்பது பேதைமைத்து என்ற கருத்தை மாற்றிக் காட்ட வேண்டும் என்ற உணர்வினை மக்களிடையே விதைத்துப் புதுமைப்பெண்கள் உருவாக வேண்டும் என்ற எழுச்சியைப் பரப்பியவர் பாரதி.

"பெண்ணுக்கு ஞானத்தை வைத்தான் _ புவி பேணி
வளர்த்திடும் ஈசன், மண்ணுக் குள்ளே சிலமூடர் _ நல்ல
மாதர் அறிவைக் கெடுக்கின்றார்"

என்று அவர் காலத்திய உணர்வுகளைப் பதிவு செய்தமை எண்ணிப் பார்க்கத்தக்கது. ஆணுக்குப் பெண் நிகர் என்று கொள்வதால், அறிவில் இவ்வுலகம் ஓங்கித் தழைக்கும் என்பதை வலியுறுத்தியவர். பெண்ணுரிமை, பெண்கல்வி, மறுமணம் போன்றவை அக்கால கட்டத்தில் மறுக்கப்பட்டதை எடுத்துரைத்துப் பெண்களுக்கான முன்னேற்றப் பாதைக்கு வழிகாட்டியாகப் பலர் இருந்துள்ளனர். குடும்பத்தில் பெண்களால் பெருமை விளையும் என்ற கருத்தியலை முன்னிறுத்திய பாரதி,

"காதல் செய்யும் மனைவியே சக்தி;
கடவுள் நிலை அவளாலே எய்த வேண்டம்"

என்று கூறி அவர்களுக்கு உயர்வு தந்தவர். 'நல்ல குடும்பம் ஒரு பல்கலைக் கழகம்' என்ற கருத்தியலால், பெண்களுக்கு உயர்வான இடத்தை அளித்தவர் பாவேந்தர். குடும்பம் அன்பினால் மட்டும் சிறப்பதன்று; பெண்களின் அறிவினாலும் சிறப்பது என்பதை வழி மொழிந்தவர் அவர். 'கல்வியில்லாத பெண்கள் களர் நிலம்', என்ற வன்மையான கருத்தையும் எடுத்துரைத்தவர். குடும்பம் மனைவியாலே சிறக்கும் என்பதை பாரதியும், பாவேந்தரும் உரைத்தவாறு அவர்களுக்குப் பின் வந்த கவிஞர் பலரும் சொல்லி யுள்ளனர்.

"உவந்தொருவன் வாழ்க்கை சரியாய் நடத்த
உதவுபவள் பெரும்பாலும் மனைவி யாவாள்
அவளாலே மணவாளன் ஒழுங்கு பெற்றான்"

என்று கூறிப் பெண்ணுக்குப் பெருமை தருகிறார் பாவேந்தர். மேலும் அவர், 'அன்பே உருவாவள் பெண்; அவளால் பிணிகள் அண்டாது; மறக்குல மாண்பிற்குரியவள்', என்றும் குறிப்பிடுவர். பெண்களின் வாய்மொழிச் சொற்களை உவமை வழி உணர்த்தும் பாவேந்தர், 'பாரதியின் தமிழ்போன்ற சொல்லாள்' என்று பாரதியை உவமையாக்கியது ஒரு புதுமை. பாரதியின் சீடரான பாவேந்தர் இவ்வாறு உவமை சொன்னதன் மூலம், பாரதி வழி நின்று பெண்களுக்கு அன்பின் மென்மையும், மறக்குல வன்மையும் வேண்டும் என்று குறிப்பாகத் தெரி வித்துள்ளார். 'மானம் சேர்ப்பது மனைவியின் வார்த்தைகள்' என்ற பாரதியின் கருத்தின் வார்ப்புப் பாவேந்தரின் வரிகளில்

எதிரொலிக்கக் காணலாம். பெண் நல்லதை நடத்திக்காட்டும் பல்கலைக்கழகம். அது அவள் இல்லறத்தைத் திறம்பட நடத்திக் காட்டுவதில்தான் உள்ளது. இல்லறத்தை அவள் அல்லறமாக்கி விட்டால் அது கணவனுக்கு இழுக்கு; மற்றவர் பார்வையில் அவனுக்குரியசிறப்பும் சிறுமை அடையும்; பெருமை தன் பீடு அழியும். இதனால்தான் ஏறுபோல் பீடு நடை ஆடவர்க்கு இல்லாமல் போகும் என்றார் வள்ளுவர். 'நன்மனைவி உடையார் கடலுலகப் பெரும்புகழும் வாழ்நாளும் உடையார்' என்ற பாவேந்தரின் சொற்களும் இதனடிப்படையில் அமைந்ததாகும். கண்ணதாசனும் இதனை உணர்ந்தே,

> வாழ்க்கை என்பது வஞ்சியர் தமக்கு
> மணந்தவனுடனே வாழும் வாழ்க்கையே
> மாளிகை செல்வம் வாகன சுகங்கள் மற்றவை கூடினும்
> மனைறம் இன்றேல்
> பெண்ணின் பிறப்பே பேதைமை ஆகும்

என்று சொன்ன கருத்தும் இந்தச் சிந்தனையின் எதிரொலியே. பட்டுக்கோட்டையார் பெண்களை உயர்த்துவதில் ஒரு படி மேலே சென்று, 'உயிரைக் காக்கும் உயிரினைச் சேர்த்திடும் உயிருக்குயிரான இன்பமாகிடும் உயிரினும் மேலான பெண்மை இனிதடா' என்று போற்றுகிறார். மேலும், 'பெண்ணென்ற கோயில் அன்பு குடி கொள்ளும் பேரின்ப வாயில்' என்கிறார். பெண்மை இல்லாத வாழ்வில், செம்மை இல்லை; அதைப் பேணி வளர்க்காமல் நன்மை இல்லை' என்றும் பெண்மையைப் பெரிதாகப் பாராட்டுகிறார். மேலும், கணவன் துணையே நிலையான செல்வம், கணவன் உயிரே மனையாளின் தெய்வம்' என்றும் போற்றுவர். 'நல்ல குடும்பம் நல்ல மனைவி தெய்வீகம் என்ற கவிப்பேரரசு கண்ணதாசனின் கருத்து இங்கு நினைவு கூரத்தக்கது. குடும்ப உறவில், ஒருவருக்கொருவர் அன்பு செலுத்திப் புரிந்துணர்வு கொண்டிருப்பாராயின் இல்லறம் சிறக்கும் என்பதைக் கவிஞர் பலரும் எடுத்துரைத்துள்ளனர். உயர்வானாலும், தாழ்வானாலும் இன்ப துன்பம் வரினும் வாழ்க்கையைக் கணவன், மனைவி இருவரும் சமமாகப் பகிர்ந்து கொண்டால் அதுவே இனிமையான இல்லறத்திற்கு இன்பம் சேர்க்கும்.

> ஆயிரம் கல்வி அறிவெனத் தேறினும்
> ஆடவன் வாழ்வும் அன்புடை மனைவி
> இல்லா தாயின் இல்லா தாகும்
> இல்லற மென்னும் நல்லறம் சேர்ந்து
> இன்பம் துன்பம் இரண்டிலும் இணைந்து
> ஏற்றமோ தாழ்வோ எதையும் பகிர்ந்து...

இராம. குருநாதன்

என்ற கருத்தினை முன் மொழிவர் கண்ணதாசன். வேரினைத் தாங்கும் விழுதினைப் போல் கணவன் மனைவி உறவு அமைய வேண்டும் என்ற கருத்தினை 'ஆலம் விழுதினைப் போல் ஆயிரம் இருந்துமென்ன' என்ற திரைப்படப் பாடலில், வேரினைத் தாங்கும் விழுதினைப் போல் வீழ்ந்து விடாமல் தாங்கிப் பிடிக்கும் நிலையைக் கணவன் மனைவி உறவிற்கு உவமையாக்குவர் கண்ணதாசன். அக்கால கட்டத்தில் பெண் வாழ்க்கையில் கைம்பெண் கொடுமை, பொருந்தா மணம் ஆகியன எண்ணிப்பார்க்க இயலாத சமூகக் கொடுமைகளாகும். அக்காலப் படைப்பாளிகள் பலரும் இவற்றை எதிர்த்துத் தம் கருத்துகளைப் பாடலில் பதிவு செய்துள்ளனர். பாரதியும், பாரதிதாசனும் இவற்றைக் கடுமையாகச் சாடியுள்ளனர். பட்டுக் கோட்டையாரும், கண்ணதாசனும் இவ்வரிசையில் தம் கருத்துகளைப் பாடிச் சென்றுள்ளனர். பாவேந்தர் கைம்பெண் கொடுமையைப் பலா, நிலா, தென்றல், சோலை, கனி, வீணை என்றெல்லாம் அழகியல் வழி வருணித்தாலும், அவரது அடிமனம் விதவை சார்பாகவே பேசத் தூண்டியுள்ளது. பலாவின் சுவையும், நிலாவின் குளிர்ச்சியும், தென்றலின் சுகமும், சோலையின் நறுமணமும், வீணையின் இன்ப ஒலியும் இன்றிக் கெடுவனவாகவே அவருக்குக் காட்சி அளிக்கிறது பெண்ணின் கைம்பெண்ணின் கோலம். இயற்கைக்கு மாறான காட்சியாகவும், சமூகத்திற்கு எதிரான உணர்வை விதைப்பதாகவுமே அவரது வருணனைகள் கருதத்தக்கன. கைம்மை எனக் கூறிப் பெண்குலத்தைக் கூர்வேல் கொண்டு பாய்ச்சுகிறோம் என்கிறார். கைம்பெண் கொடுமையைப் பல பாடல்களில் குறிப்பிடுகிறார் பாவேந்தர். பொருந்தா மணத்தைப் பற்றியும் அவ்வாறே குறிப்பர். பட்டுக்கோட்டையார் கைம்பெண் நிலையையும், பொருந்தா மணத்தையும் ஒரு சேரப் பாடும்போது, 'மனைவி இறந்த பின் வயதான தாத்தாவும் மறுமணம் பண்ணிக்கிட உரிமையுண்டு; இளம் மங்கையை முடிப்பதுண்டு; மண்டை வரண்டுதன் கணவனை இழந்தவள் கட்டழகி யானாலும் கடைசியில் சாகமட்டும் உரிமை யுண்டு" என்று உணர்த்துவர்.

சமூகம், பெண்ணுக்குரிய உரிமையையும் முன்னேற்றத்தையும் தடுத்தே வந்துள்ளது; அவர்களை வாழவிடவில்லை; அவர்கள் வாழ வழியில்லை என்ற கருத்தினைப் புலப்படுத்தும் விதத்தில் கண்ணதாசன்,

மங்கலக் கணவன் மடிந்தபின் அவளும்
மாள்வதே விதியென வகுத்தோம்

மங்கையர் குலங்கள் மட்டுமே
வாழ்வின் மறுமணம் பெறுவதைத் தடுத்தோம்
பொங்குமோர் பருவம் பொசுக்குமே யென்னும்
புத்தியில் லாமலே கழித்தோம்
இங்குநாம் பெண்ணுக்கு இடர்செய்தோ
மன்றி இதுவரை வாழவா விடுத்தோம்

என்று கூறுகிறார். பெண்ணுக்குப் பெருமை தரும் தமிழ்நாட்டைப் பார்த்து, அவர் 'ஜீவனுள்ள பெண்ணினத்தை வாழவிடமாட்டாயா' என்று கேட்கிறார்.

கொழுநனை இழந்தாள் குறுகிய நாளில்
குங்குமம் மஞ்சளும் இழந்தாள்
அழுவதொன் றின்றி
அமைதியொன் றின்றி
அழியவே பிறப்பென நினைந்தாள்
விழுதுகள் போலக் கூந்தல் விழுந்தும்
வெண்மலர்ச் சரங்களை மறந்தாள்
பழுதிலாப் பாவை பழமையைக் காக்கப்
பருவமே பொய்யெனக் கிடந்தாள்

என்ற இப்பாடலில் கைம் பெண்ணின் துயர் நிலையைக் கவிச்சொல்லின் ஆழமான பதிவாக, 'பருவமே பொய்யெனக் கிடந்தாள்' என்று கழிவிரக்கம் தோன்றக் குறிப்பிடுகிறார். கண்ணதாசன் தமக்கு முன்னர் வாழ்ந்த கவிஞர்களின் வழியே புதுமைக்கருத்துகளில் பாடல்கள் புனைந்திருப்பினும், பெண்கள் பற்றிய அவர் உலகம் தன்னுணர்ச்சிப் பாடல்களில் தனித்தீவாகவே காணத்தக்கது. பெண்ணின் அழகியல் துய்ப்பில் அவரைப் போல முன்னவர்கள் பாடியதில்லை. கண்ணதாசன் தாம் வாழ்ந்த நாள்களில் அனுபவித்த சிற்றின்ப நிலையைப் பலவாறு குறிப்பிட்டிருப்பது நினைத்தற்குரியது. அதிலிருந்து விடுபட்டுப் பேரின் நிலைக்கு மாறவேண்டும் என்று ஆசைப்பட்டது அவரது இறுதிக் காலத்தில்தான்! தன்னுணர்ச்சியின் தாகமும், அனுபவிக்க வயதில்லையே என்ற ஏக்கமும் பாடல்களில் வெளிப்படுமாறு 'பெண்ணை விட்டென்ன பேரின்பம்' என்று சொன்னவர்தானே அவர்!

உழைப்பவர் உலகம்

அரசியல் இயக்கங்களில் ஏனையவற்றைக் காட்டிலும் உழைப் பவர்களைப் பற்றிய கண்ணோட்டத்தை முன்னெடுத்துச் சென்றது பொதுவுடைமை இயக்கமே. உலகத் தொழிலாளர்களே

ஒன்றுபடுங்கள் என்று அறைகூவல் விடுத்தது அவ்வியக்கம். உழைப்பின் மேன்மையை வெகுவாகப் போற்றியது. பாரதியும் பாரதிதாசனும் தம் கவிதைகளில் உழைக்கும் வர்க்கத்தை மேன்மைப்படுத்திக் கவிதை பாடினர். இந்த உலகம் உழைப் பவர்க்குரியது என்ற கருத்தின் அடிப்படையில்,

“உடலைக் கசக்கி உதிர்த்த வியர்வையின் ஒவ்வொரு
துளியிலும் கண்டேன் இவ்வுலகு உழைப்பவர்க் குரியது
என்பதையே’’

என்கிறார் பாவேந்தர். உழைப்பவர் தாழவும், அவர்களின் உழைப்பை உறிஞ்சியோர் வாழவும் வழி வகுத்திருக்கும் இழி நிலையை இச்சமூகம் உருவாக்கியிருப்பதைப் பற்றிக் கவிஞர்கள் சிந்தித்துள்ளனர். பட்டுக்கோட்டையார் தம் பாடல் ஒன்றில் உழைப்பவரை உறிஞ்சி வாழும் உல்லாச மனிதர்களின் செயல்களை எண்ணிப்பார்த்து உவமை வழியே தம் கருத்தை எடுத்துரைக்கும் போது,

“உழைப்பாளர் பலனை ஒட்ட உறிஞ்சி
ஒதுக்கிப் பதுக்கும் உல்லாச மனிதரின்
கள்ளத் துணிவையும் கருங்காலிச் செயலையும்
கொல்லும் ஈட்டிபோல் குருத்துகள் நின்றன’’

என்கிறார். குருத்தை வருணிக்கும் அவருக்கு உழைப்பாளரை உறிஞ்சும் பெரிய மனிதரின் செயல் நினைவுக்கு வருகிறது. உழைப்பவர்களில் முதன்மையானவர்கள் பயிரை வளர்த்து உணவை அளிக்கும் விவசாயப் பெருங்குடியினர். உழவன் தாழ்ந்த நிலையிலேயே இன்னும் வாழ்ந்து கொண்டிருக்கிறான். அவனது உழைப்பால் வயிறு வளர்ப்பவர்களே சமூகத்தில் மிகுதி. ‘உழைக்கிற வர்க்கம் சோறு போடுது; படித்த வர்க்கமோ நாட்டைக் கூறுபோடுது’ என்றார் பட்டுக்கோட்டையார். மேலும், ‘உலகம் செழிப்பதெல்லாம் ஏர் நடக்கும் நடையிலே, ஓதுவார் தொழுவாரெல்லாம் உழுவார் தலைக்கடையிலே’ என்று பாடி உழைப்பின் தலைமைத் தன்மையரைப் போற்றும் கவிஞருக்குக், கணவன் மனைவிக்கு உவமை சொல்லும்போது கூட, ‘உழவனும் ஓயாத உழைப்பும் போல’ என்றே சொல்லத் தோன்றுகிறது. ‘காடு விளைஞ்சிருக்கு மச்சான்; நமக்குக் கையும் காலும்தானே மிச்சம்’ என்ற திரைப்படப்பாடல் வரிகள் மக்கள் மனத்தில் இன்றளவும் நின்று நிலைபெற அதன் எளிமையும் கருத்தும் காரணம் என்பதை உணரலாம். அவர்களின் உழைப்பு நின்று போனால் உலகம் சுழலாது என்ற கருத்தையும் விதைக்கிறார். ‘ஏரோட்டும் ஏழை இதயம் குமுறினால் போராட்டம் எழுமே’ என்று விவசாயிகளின் சார்பில் எழுச்சிக்குரல் எழுப்புகிறார்.

கண்ணதாசன், இதனை முன்வைத்தே, ஏரோட்டம் நின்று போனால், உங்கள் 'காரோட்டம் என்னவாகும்' என்ற கருத்துப் படத் திரைப்படப்பாடல் மூலம் பதிவு செய்துள்ளார்.

உழவுத் தொழிலால் நாடும் வீடும் நலமுறும்; அதற்கு எல்லோரும் பாடுபடவேண்டும் என்றும், ஒன்றாக இணைந்து செயற்பட்டால் நன்மை விளையும் என்ற எண்ணத்தை விதைக்கும் பட்டுக்கோட்டையார், 'ஏற்றமுன்னா ஏற்றம் இதிலே இருக்குது முன்னேற்றம், எல்லோரும் பாடுபட்டா இது இன்பம் விளையும் தோட்டம், எறும்புபோல வரிசையாக எதிலும் சேர்ந்து உழைக்கணும், ஒடிஞ்சிப்போன நமது இனம் ஒண்ணா வந்து பொருந்தணும்' என்று எளிமைப்பட வேண்டுகோள் விடுகிறார். மெய் வருத்தக் கூலி தரும் என்ற வள்ளுவர் கூற்றுக்கிணங்க கடவுளே கைவிட்டாலும் மண்ணை நம்பி உழைக்கும் உழைப்பால் பூமி கைவிடாது என்ற கருத்தினையும் செய்யும் தொழிலே தெய்வம் என்று எண்ணும் அவரின் சிந்தனையும் முதிர்ந்த மணிகளாகத் தெரிகின்றன.

உலகச் சிந்தனை

மானுடம் பாடும் வானம் பாடிகளான கவிஞர்களின் உலகளாவிய சிந்தனைகள் பாராட்டத்தக்கன; நம் கவிஞர்கள், வெளிநாட்டில் வாழும் தமிழர்களின் நிலை கண்டும், உலகப் போரின் விளைவை உணர்ந்தும் தங்கள் பார்வையை அகலப் படுத்தியவர்கள். பிஜித்தீவில் வாழும் தமிழர்களின் நிலையை உணர்ந்து பாரதி குரல் கொடுத்தார்; பாரதிதாசன் உலக மானிட சங்கமம் காண விழைந்தார்; ஈழத்தமிழர் நிலை கண்டு கண்ணதாசன் தம் கருத்தை உரத்திக் கூறினார்.

பாரதிதாசனின் உலகப்பார்வை ஆழமானது. அழுத்தமானது. ஒன்றே உலகம் என்ற நோக்கில் அவரது பார்வை விரிந்தது.

"தொல்லுலக மக்கள் எல்லாம் ஒன்றே" என்னும் தாயுள்ளம் அவரது உள்ளம். அப்படிப்பட்ட உள்ளத்தில் தன்னலத்திற்கோ சண்டைக்கோ வேலை இல்லை என்பது அவரது கணிப்பு. 'உலகம் உன்னுடையது' என்ற பாடல், மானிடச் சங்கமத்தை அடிப்படையாகக் கொண்டது. உலகிற்கு ஒளியூட்டவும், மக்கள் பெருங்கடல் பார்த்து மகிழ்ச்சி கொள்ளவும், இடையில் நிற்கும் தடைச்சுவர்களைத் தகர்த்து நாட்டொடு நாட்டை இணைத்து மேலே ஏறு எனக் கூறுவதும், இவர்களைத்தட்டி எழுப்பி அவர்களின் அறிவை விரிவுசெய்யவும், அகண்டமாக்கவும் அதில் மானிடச் சங்கம மாகி, மானிடச் சமுத்திரம் என்று உரத்துக் கூவச் சொல்வதும்

அவர் காணவிழைந்த கனவுகள். 'புவியைப் பொதுவில் நடத்து' எனவும் அறைகூவல் விடுக்கிறார் அவர். உலகம் அன்பு வயமானால், அமைதி கிடைக்கும். அதற்குப் போரில்லாத நிலை வரவேண்டும் என்றவர், 'கெட்ட போரினை வேரொடும் சாய்ப்போம்' என்றது அவரது நல்லெண்ணத்தைக் காட்டும். உருசியாவைச் செர்மனி தாக்கத் தொடங்கிய போது எழுதப்பட்ட 'குடியானவன்' என்ற தலைப்பில் அமைந்த பாடல், உலகப் போரின் கொடுமைகளை விளக்கும். போர் வேண்டாத நெறியினை விரும்பும் அவர், 'உலகம் உன் உயிர்; உன் உயிர் இவ்வுலகம்' என்னும் பாடலில் 'பிறநாட்டை எதிர்க்க வேண்டா, பிழைநாட்டம் உலகின் வீழ்ச்சி, என்றுரைப்பர். போரின் விளைவை உணர்ந்து இரு நாட்டில் ஒன்றை ஒன்று பகைத்திடச் சட்டம் ஏதும் புரிந்திட வேண்டா உன்னைப் பிறநாட்டானிடம்ஒன் றாக்கு விரைந்துமே அண்டை நாட்டை விழுங்கிட நினைத்த தாலே குருதியில் மிதந்த மேனி எத்தனை கோடி யப்பா' என்று குறித்துள்ளார். பாரீஸ் விடுதலைவிழா, குவெட்டாவில் கூட்டக்கொலை, சேவற்போர், ஜப்பானில் விழுந்த குண்டு தப்பாது உலகழிக்கும், வியத்நாமிலிருந்து விலகுக! எச்சரிக்கை ஆகிய கவிதைகளில் உலகளாவிய சிந்தனையை எடுத்துரைக்கிறார்.

பாரதிதாசன் நம் நாட்டுப்பற்றினைப் பற்றிய பாடல்களைத் தொடக்க காலத்தில் வெளிப்படுத்தியவர். கதர் இராட்டினப் பாட்டில்,

'தேர்நின்ற வீதிச் செயபேரி கைமுழங்கப்
போர்நின்ற வீரர்குலம் பூத்தநிலம் பார்நின்று
அடல்வளர்த்தும் பாரதநற் புத்திரன்நான் ஆக
உடல்வளர்த்த நாடென் உயிர்''

என்ற வெண்பா மூலம் தம் உள்ளக்குறிப்பைத் தெரிவிப்பர். அன்னைக்கு ஆடை வளர்க என்ற கவிதையில், பாஞ்சாலியை இந்தியத் தாயாகவே எண்ணிக் கவிதை தீட்டியுள்ளார். நாடகப் பாணியில் முன்னிலைக் கூற்றில் அமைந்த அப்பாடல், பாஞ்சாலி துயிலுரியப்பட்ட நிலையை எடுத்துச் சொல்வதாயும், கதராடை அணிவதை வற்புறுத்துவதாயும் அமைந்துள்ளது. பாரதிதாசன் பாடல்களில் சில கதராடை பற்றிய உணர்வு இடம் பெற்றுள்ளது. பட்டுக்கோட்டையோர், 'உழைப்பை மதித்துப் பலனைக் கொடுத்து உலகில் போரைத் தடுத்திடுவோம்' என்ற கருத்தினையும், 'எல்லோர்க்கும் உலகம் ஒன்று' என்று கூறிப்போர் வேண்டா நெறியையும், உலகப் பொதுமையையும் வலியுறுத்துவர். உலகளாவிய பார்வையை பாரதிதாசன்

அளவிற்கு எடுத்துரைக்க கண்ணதாசனுக்கு வாய்ப்பில்லை. இருப்பினும், ஈழத்தமிழரின் இன்னல் கண்டு கொதித்தெழுந்து பாடல் புனைந்துள்ளார்.

கொதிக்கின்ற நெஞ்சத்தைத் தேற்றுவார் யார்?
குமுறியெழும் கண்ணீரை நீக்குவார் யார்?
வதைக்கின்ற முள் வேலி மாற்றுவார் யார்?
வாடிவிழும் நிலைமாற்றி வழங்குவார்
யார்? கதியின்றித் திகைக்கின்ற தாயும் சேயும்
கால் பார்த்து நடக்கின்ற மாதராரும்
சதிக்கூட்டம் மத்தியிலே புறாக்கூட்டம் போல்
தடுமாறும் நிலைமாற்ற வல்லார் யார்? யார்?

என்று கழிவிரக்கம் வெளிப்படுமாறு ஈழத் தமிழரின் கவலைகளுக்கு விடிவு வராதா என்று முறையிடுகிறார். கண்ணதாசன், இந்திய தேசிய உணர்வைப் புலப்படுத்தும்போது, நாட்டு ஒற்றுமையை வலியுறுத்துவர். தேசத்தைத் தெய்வமாகக் கருத வேண்டும் என்ற எண்ணமுடைய அவர், இந்திய அன்னைக்கு அவள் பெற்ற மகன்தான் காவல் என்ற உணர்வை விதைப்பர். நாட்டில் சமதருமம் ஓங்க வேண்டும் என்ற அடிப்படையான கருத்தியலை முன்னிறுத்தி இந்திய மக்களை ஆணை ஏற்கச் செய்கிறார்.

இனங்களுக்குள்ளே பகைமை வராமல் எதிர்த்து நிற்போம்
தாயே _ நாம்
இருக்கின்ற பொருளைக் கிடைக்கின்ற புகழைப் பகிர்ந்து
கொள்வோம் தாயே
ஜனங்களுக் கெல்லாம் வாழ்வினை நல்கும் சமதருமம் ஒன்றே
_ அதைச்
சந்திக்கும் வரையில் சிந்தனை ஒன்றே சபதமிட்டோம் இன்றே

என்று அவர் கூறியிருப்பது நாடு விடுதலை அடைந்த பின்னர் இந்தியா எதிர்பார்ப்பது என்ன என்ற கருத்தை உள்ளீடாகக் கொண்டுள்ளது.

இந்திய விடுதலை ஆங்கிலேயரின் கீழ் அடிமைப்பட்டிருந்ததை எண்ணிப்பார்த்த கவிஞர், அடிமைப்பட்டிருந்த பிற நாடுகள் விடுதலை அடைவதற்கான வாயிலைத் திறந்து வைத்தது இந்தியா என்ற கருத்தில், ஆசிய நாடுமுற்றும் ஆங்கிலேயர் உடைமை

அத்தனை மானிடரும் அவர்களின் அடிமை
ஓங்கி இதைஉடைக்க தனியொரு நாடு
உலக விடுதலைக்கே வழிசொன்ன வீடு
என்றுரைப்பர்.

மொழி குறித்த சிந்தனை

தாய்மொழியைப் போற்றுவதில் பேரார்வமும் பெருமதிப்பும் கொள்வது என்பது பொது மரபு. இம்மரபு தொன்றுதொட்டு நிலவிவந்துள்ளது. தமிழின்பால் கொண்ட அளப்பரும் பற்றைத் தமிழ் இலக்கிய உலகு தெய்வ நிலைக்கு உயர்த்திக் கூறியுள்ளதைக் காண்கிறோம். கடவுட் காதலைப் போலவே, தமிழ்க்காதலும் கவிஞர்களிடத்து இருந்துள்ளது. யாமறிந்த மொழிகளிலே தமிழ் மொழி போல் இனிதாவது எங்கும் காணோம் என்று பாரதி கூறிச் சென்றது ஒரு மொழியை மட்டும் அறிந்து கூறியதில்லை என்பது வெளிப்படை அவர் அறிந்திருந்த நான்கைந்து மொழிகளைக் கற்றறிந்தே அவ்வாறு கூறியுள்ளார். 'எனக்கு நாலைந்து பாஷைகளிலே பழக்கமுண்டு. இவற்றிலே தமிழைப் போல வலிமையும், திறமையும் உள்ள தொடர்பு பாஷை வேறொன்றும் இல்லை' என்று குறிப்பிட்டுள்ளார். 'சொல்லில் உயர்வு தமிழ்ச் சொல்லே' என்று சொல்லி அதைத் தொழுது படித்திட வேண்டும் எனக் குழந்தைக்கு அறிவுரை கூறுகிறார். பாரதியைக் காட்டிலும் தமிழ் குறித்த சிந்தனை பாவேந்தரிடமிருந்து வீச்சாக ஓங்கியுள்ளது. பாவேந்தரைப் போல், மொழியை மிகு உணர்ச்சி பொங்கப் பாடியவர்கள் யாருமில்லை. 'தமிழுக்கு வாழ்வதே வாழ்வாகும்' என்று வாழ்ந்தவர் அவர். 'எங்கள் வாழ்வும் வளமும் மங்காத சங்கே முழங்கு' என்றும், அதனை உயிரென்றும் கூறியவர், உயிரையும் உணர்வையும் வளர்ப்பது தமிழ் என்றும் சொல்லி மொழிப் பெருமை போற்றியவர். இன்னும் ஒரு படி மேலே சென்று, 'மங்கை தரும் சுகமும் எங்கள் மாத்தமிழுக்கு ஈடில்லை' என்பார். புரட்சிக்கவியில், 'தாய்மொழிக்குப் பழி நேர்ந்தால் சகிப்பதுண்டோ?' என உதாரன் வாயிலாகத் தம் கருத்தை எடுத்துரைப்பர். கண்ணதாசன் தமிழின் தொன்மையைக் காலங்கடந்து நிற்பது என்றும், கன்னித்தமிழ் எங்கள் வண்ணமொழி, இதன் காலம் அறிந்தவர் யாருமில்லை என்றும், தமிழைத் தமிழனைத் தலைகொடுத்தாவது காப்போம் என்றும் குறிப்பிட்டுள்ளார். அவருடைய தமிழ்ப்பற்றினை,

"ஆசை பற்றிய தமிழின் தொண்டில் ஒட்டிய என்னுள்ளம் வெட்டினும் பிரியாது" என்று தமிழுணர்வு தம் உள்ளத்தோடும் உடலோடும் ஒட்டியது என்று உணர்ச்சி பொங்கக் குறிப்பிடுவர்.

'செந்தமிழுக்கொரு தீங்கு வந்த பின்னும் தேகம் இருந்தொரு லாபமுண்டோ?' என்பதை வெளிப்படுத்திய பாரதிதாசன் வழியே கண்ணதாசனும், 'என்தமிழை அழிப்பாரைத் துண்டாக வெட்டித் தூளாக்கி உரமாக்கி வண்டாடும் பூமலர வைப்போம்' என்று உணர்ச்சியின் விளிம்பில் நின்று உரத்துக்குரல் கொடுத்துள்ளார். மேலும், 'அட தமிழா அட தமிழா அந்நாள் சிறப்பனைத்தும் கெடவருவார் தம்மைக் கெஞ்சி இனிமாளாது ஏறு நீ ஏறு எடுவாளை தொடுபோரை மாறும் வரைக்கும் விடாதே மாண்டுவிட்டால் பேர்சொல்வான் பிள்ளை பிழைக்கும் தமிழ் நாடே" என்று பாடியிருப்பது, 'தமிழுக்குப் பழி நேர்ந்தால் தமிழர் எழுச்சி கொள்ள வேண்டும் என்ற உணர்வை விதைக்கும். மற்ற கவிஞரிடம் இருந்த தமிழுணர்வினைப் பட்டுக்கோட்டை யாரிடமும் காணமுடிகிறது. மதுரத் தமிழ் வழிந்து உதிரத்தோடு கலந்துள்ளதாகத் தெரிவிப்பர். மேலும், தாயால் பிறந்து தமிழால் வளர்ந்தேன் என்கிறார். இருப்பினும் பாரதியாரைப் போவோ, பாவேந்தரைப் போலவோ தமிழ்ப்பற்றின் ஆழத்தைப் பட்டுக்கோட்டையாரின் பாடல்களில் காண்பதரிது. கண்ணதாசன் தமிழின் பெருமையைச் சுட்டும்போது, "அமிழ்தினு மினியதான அருந்தமிழ் மொழி" என்றும், "முப்பாலுக்கு அப்பால் ஓர் மொழியும் இல்லை" என்றும், "வேரெடுத்த செம்மை மொழி தமிழில்லாமல் வேறெதுதான் தமிழாகும்" என்றெல்லாம் தமிழைப் போற்றும் அவர், 'சுவையான தமிழ்ப்பாட்டு நோய் தீர்க்கும் மருந்து என்றே குறிப்பிட்டிருப்பது தமிழின் இனிமையை உணர்ந்தே!

இங்கு எடுத்துக்காட்டியுள்ள கவிஞர் நால்வரின் கருத்துகள் நாட்டிற்கும், வீட்டிற்கும் நலம் பயப்பனவாய் இருந்திருக்க வேண்டும். இருந்துள்ளனவா என்பது கேள்வி! இவர்கள், இந்திய தேசியமும், தமிழ் தேசியமும் நன்கு தழைப்பதற்குரிய ஆக்கமான சிந்தனைகளை வெளிப்படுத்தியுள்ளனர். இருப்பினும் விடுதலை அடைந்த பிறகு நாடு எப்படியெல்லாம் திசை மாறிப் போய்விட்டிருக்கிறது என்பதை இன்று அவர்கள் இருப்பார்களேயானால் வேறுவிதமாகப் பாடியிருக்கக் கூடும். ஆக்க வழியிலான சிந்தனைகள் செல்லரித்துப் போய்விடாமல் கவிதைகளில் நிலைபெற்றிருக்கிறதே ஒழிய, அக்கவிஞர்களின் நற் சிந்தனைகள் நாடி நரம்புகளில் பாய்ந்து தன்மான இரத்தத்தில் ஊறி ஒன்றாய்க் கலந்திருக்க வேண்டும். அறுபத்து எட்டாண்டுகள் கடந்துவிட்ட நிலையிலும் கூட, அறுபடாமல் இருக்க வேண்டிய மானிட நேய இழைகளை இணைக்க முடிகிறதா? எத்தனை எத்தனை கோணங்களில் நல்ல கருத்துரைகளை எடுத்

துரைத்தாலும் அழுக்கேறிப் போயிருக்கிற சமூகத்தைச் சீர்திருத்த முடியுமா? இந்திய விடுதலைக் காற்றை இயல்பாக சுவாசிக்க முடிகிறதா? மாநிலத்தில் மொழியுணர்வின் முக்கியத்தை உணர்ந்து செயற்படுத்த முடிகிறதா? சமுதாயச் சீர்கேட்டின் சறுக்கலால் புதிய சரித்திரத்தை உருவாக்க முடிகிறதா?

என்றெல்லாம் கேட்கப்படும் கேள்விக் கணைகளுக்கு இளைஞர்கள் பதில் கூறவேண்டும். திசை மாறிப் போனவை திரும்பி வருமா என்று ஏக்கம் கொள்ளத் தேவை இல்லை. புதிய திசையை நோக்கிப் புறப்பட வேண்டும். புதியதொரு காற்றை உயிர்மூச்சாய் உணர்வதற்கு!

பாரதிதாசனும் இராபர்ட் லீ பிராஸ்ட்டும்

தமிழகத்தின் புரட்சிக்கவிஞர் பாரதிதாசனை அமெரிக்காவின் இராபர்ட் லீ பிராஸ்ட் என்னும் கவிஞரோடு ஒப்பிடுவதற்கான சில அடிப்படைக் கூறுகள் உள்ளன. அந்த வகையில் இவ்விருவரையும் சில கோணங்களில் ஒப்பிட முயல்கிறது இக்கட்டுரை.

பாவேந்தரைப் போலத் தமிழையும் தமிழ் நாட்டு மக்களையும் மிகுதியாகப் பாடிய தமிழ்க்கவிஞர்யாமில்லை. தமிழை, தமிழர் தம் பண்பாட்டு உணர்வுகளை, தமிழருக்கென அமைந்த தனியான இயல்புகளைப் பல கவிதைகளில் பாடியவர் அவர். தமிழ் இனத்தைப் பாடிய புரட்சிக் கவிஞரைப் போல, பிராஸ்ட்டும் அமெரிக்காவில் உள்ள புதிய இங்கிலாந்தில் வாழும் யாங்கி இன மக்களின் இயல்புகளை — அவர்களின் தனித்த போக்குகளைத் தம் பாடல்களில் ஆங்காங்கே — வெளிப்படையாகவும் குறிப்பாகவும் புலப்படுத்திக் காட்டுவர். பாவேந்தர், தமிழர்களின் போக்குகளைப் பாராட்ட வேண்டிய இடத்தில் பாராட்டியும், அவர்களின் சில பண்புகளைக் கண்டித்தும் பாடியது போலவே, பிராஸ்ட்டும் யாங்கி இன மக்களின் போக்குகளைத் தம் கவிதைகளில் எடுத்துரைப்பர். புதிய இங்கிலாந்தில் வசிக்கும் அம்மக்களின் அன்றாட வாழ்க்கை, நம்பிக்கை, குறிக்கோள், ஒழுக்கம், பிற்போக்குத்தனம், தன்மானம், அடிமைத்தளையில் கட்டுண்டமை முதலிய பண்புகளை அவரது கவிதைகளில் காணலாம். யாங்கி இன மக்களின் எளிமை, தூய்மை, மறைத்துப் பேசத் தெரியாத அவர்தம் இயல்பு, கள்ளங்கபடமற்ற பேச்சு ஆகியவற்றையும் நுணுகியறிந்தவர் பிராஸ்ட். அவர் கவிதையின் வெளிப்பாட்டில் மேற்கூறியவை நிறைந்திருக்கும்.

பாவேந்தர் தமது கவிதைகளில், தமிழ் மக்களின் மடமை, அறியாமை, பழைமைப்போக்கு, அடிமைத்தனம், பகுத்தறி வின்மை முதலியவற்றை ஆழமாகப் பதிவு செய்தவர். பாவேந்தர் தொழில் முறையில் ஆசிரியராக இருந்தவர்; பிராஸ்ட்டும் ஆசிரியப் பணியை ஏற்றிருந்தவர். எனினும், ஆலையிலும், செருப்புத் தொழிற்சாலையிலும் கூடப் பணியாற்றியவர். பத்திரிகையாளராகவும் விளங்கியவர்; பண்ணை விவசாயி யாகவும் இருந்தவர்; குடும்பச் சூழ்நிலையால் மிகுதியாகப் பாதிக்கப்பட்டவர்; அவர் குடும்பத்தில் அடுத்து அடுத்து இறப்புக்குச் சிலர் ஆளாயினர். அந்தச் சூழ்நிலையிலும் தாம் கொண்டிருந்த கவிதைக் கனவுகளுக்கு அது வித்திட்டது என்று சொல்ல வேண்டும். இதனால், பிராஸ்ட்டின் கவிதைகளில் வாழ்வும் இறப்புமான சூழல் ஆங்காங்கே தத்துவ இழையாகப் பின்னப்பட்டிருக்கும். வாழ்க்கையை ஒன்றோடு பொருத்திக் காணுவதே கவிதை என்பதைப் புலப்படுத்துமாறு அமைந்துள்ளன பிராஸ்ட்டின் கவிதைகள். மேலோட்டமாகப் பார்க்கும்போது, அவரது கவிதை எளிமையாக இருந்தாலும், ஆழ்ந்த வாசிப்பால் சொல்ல வரும் கருத்தைப் புரிந்து கொள்ளலாம். அவர், கவிதை புனைந்துள்ளார் என்பதைக் காட்டிலும் கவிதையில் பேசியுள்ளார் என்று சொல்வது பொருத்தமாக இருக்கும்.

இயற்கையும் மனிதனும்

இயற்கையைப் பாடாத கவிஞர்களே இல்லை. ஆனால், இயற்கையைப் பாடியுள்ள விதத்தில் கவிஞர்கள் மாறுபட்டே வந்துள்ளனர். அழகின் துய்ப்பினை இயற்கையில் கண்டு இன்புற்றுப் புலனின்பத்தோடு இணைத்துப் பாடிய புனைவியல் கவிஞர்கள் ஒருபுறம். இயற்கையை மனித உணர்வுக்குப் பின் புலமாகக் கண்டு வாழ்க்கை நிகழ்வுகளை அதன் வழி உணர்த்திய கவிஞர்கள் ஒருபுறம். இயற்கையை அதன் எதிர்நிலையில் வைத்துப் பாடியவர்கள் ஒருபுறம். பாரதிதாசனும், பிராஸ்ட்டும் இயற்கையை மனித மனவுணர்வுகளுக்குப் பின்புலமாக வைத்துக் கவிதை யாத்தவர்கள் எனலாம். இயற்கையைப் பாடியிருப்பதில் பல இடங்களில் பிராஸ்ட், பாரதிதாசனிடமிருந்து வேறு பட்டுள்ளார். இயற்கையை மனிதர்களுக்குத் தொடர்புபடுத்திக் காட்டும் இவ்விருவரும் சில வகைகளில் ஒன்றுபட்டுள்ளனர். இயற்கையை அழகின் சிரிப்பாகவும், அதன் அழகில் வசப்பட அது நல்லின்பம் தருவதாகவும், அவ்வாறு வசப்படத் துன்பம் இல்லை என்றும் உணர்த்தியவர் பாவேந்தர். பிராஸ்ட்,

இயற்கையை மனித நிலைக்கு அப்பாற்பட்டே காணமுற்படுகிறார். தொடக்க காலத்தில் பிராஸ்ட்டின் கவிதைகளில் இயற்கையின் ஆளுமை இருந்திருக்கிறது. இருப்பினும், இயற்கை மனிதனுக்கு உறுதுணையாக இருந்ததில்லை என்ற கருத்தின் அடிப்படையில் பல கவிதைகளைத் தீட்டியவர் அவர். இயற்கை அரங்கில் மனிதன் _ நிலை என்ன என்பதுவே அவர் முன் வைக்கும் வாதம். தொலைக்காட்சிக்கு அவர் அளித்த பேட்டி ஒன்றில், தாம் இயற்கையைப் பாடும் கவிஞரல்லர் என்பதையும், மனிதனை உட்படுத்தாமல் இயற்கையை மட்டும் புலப்படுத்திய கவிதைகள் இரண்டே என்றும் தம் கருத்தைப் பதிவு செய்துள்ளார். அவரது நோக்கில், இயற்கைக் கவிஞராக இல்லாமல் இருக்கலாம். எனினும், இயற்கையின் ஆட்சி அவர் கவிதைகளில் ஓரளவு இருப்பதைக் காணமுடியும். இயற்கையைப் பாடியிருப்பதில் புனைவியலுக்கு அப்பாற்பட்டே விளங்குவன அவரது கவிதைகள். இயற்கையினூடே மானுடப் பண்புகளைக் காட்ட அவர் தயங்கியதில்லை என்றே தோன்றுகிறது. பிராஸ்ட் தாம் வாழ்ந்த புதிய இங்கிலாந்தின் ஒவ்வொரு பகுதியையும் இயற்கைப் புனைவில் வைத்துப் பாடியதையும், பாஸ்டன் வடக்குப் பகுதியில் வாழ்ந்த காலங்களில் இயற்கையின் ஆட்சி பாடல்களில் பதிவாகியுள்ளமையும் நினைக்கத்தக்கன. இயற்கையைப் போற்றிப் பாடி இருப்பினும் பிராஸ்ட் இயற்கைக் கவிஞரா? இல்லையா? என்பதைத் திறனாய்வாளர் பலரும் திறனாய்வுக்கு உட்படுத்தியதுண்டு.

இயற்கை, மனிதனின் அன்றாட வாழ்விற்கு உறுதுணையாக உள்ளதா என்று கேள்வி எழுப்புவதே அவரது இயற்கை பற்றிய பாடல்களின் எதிரொலி. இயற்கைக்கும் மனிதனுக்குமான பிணைப்பும் நல்லிணக்கமும் முரண்பட்டே விளங்குவதாக அவர் கருதுகிறார். மனிதனை இயற்கை வெகுதூரத்திலேயே நிறுத்தி வைத்துள்ளது என்பது அவரது கணிப்பு. இயற்கை, மனிதனுக்குப் பயன்தராமல் இருப்பது என்ற கருத்தின் அடிப்படையில் பல கவிதைகள் அமைந்துள்ளன. அஃறிணை உயிரினங்களைப் பாடல்களில் எடுத்துக்காட்டி அவற்றின் வழியே, இயற்கை, எதிர்நிலையாக விளங்குவதைச் சுட்டியிருப்பதைச் சில பாடல்களில் காணமுடிகிறது. அவற்றை எல்லாம் குறிப்பாகவே புரிந்துகொள்ளும் வகையில் இயற்கை பற்றிய பாடல்களைப் புனைந்துள்ளார். இயற்கையைப் பாடும் கவிஞராக அவர் இருந்ததில்லை என்ற திறனாய்வாளர்கள் கூறும் கருத்துக்கூடச் சரியில்லை. இயற்கை, மனித வாழ்விற்கு உறுதுணையாக இல்லை என்பதை பிராஸ்ட் கூறியிருப்பினும்,

இயற்கையைக் காட்டித்தான் தம் கருத்தை உணர்த்த வேண்டிய வராகிறார். 'மலை' பற்றிய ஒரு பாடலில் அது மனிதனின் விரிவான இடவமைப்பிற்குத் தடையாக இருப்பதைப் புலப் படுத்தியுள்ளார். இயற்கை மனிதனை எதிர்நிலையிலேயே வைத்திருக்கிறது என்பது அவர் எண்ணம். 'சன்னலோர மரம்' என்ற கவிதையில், பிராஸ்ட் தமது நிலையையும், மரத்தையும் ஒப்பு நோக்குகிறார். மரம் காற்றில் அசையும் போது மேலே எழும்புவதும், கிளைகள் தாழ்வதும், இலைகள் உதிர்வதும் கவிஞருக்கு அவற்றை அகநிலையில் ஒப்பிட்டுக் காணத் தூண்டுகிறது. தம் வாழ்வோடு பிணைத்துக் காண்பதை அக்கவிதை உணர்த்தும். மரம் அசையும்போதெல்லாம் அது அவருக்கு மன இறுக்கத்தையும், வாழ்வு பற்றிய ஐயங்களையும், மனப்போராட்டங்களின் எதிரொலியையும் உணர்த்துவதாகவே அமைந்துள்ளது. அகநிலையில் மரம் ஒன்றையும் உணர்த்த வழியில்லை. அதற்கு அசைவு மட்டும் தான் தெரியும். காற்றடிக்கும்போதுதான் அது அவ்வாறு காட்சியளிக்கும். அகநிலையிலும் புறநிலையிலும் மரம் மனிதரோடு வேறுபட்டே இருக்கிறது என்பது இக்கவிதை உணர்த்தவரும் கருத்து.

இயற்கை மனிதனோடு பலவகையில் உறவு பூண்டிருப் பதாகவே பாவேந்தர் காட்டுவர். இயற்கையை அழகுணர்ச்சியில் வைத்துக் காட்டினாலும், பலவகைளில் மனித உணர்வுப் பின்னணியில் பொருத்திக் காட்டுவதையே நோக்கமாகக் கொண்டிருந்தவர். காட்சி இன்பம், கருத்தின்பம் ஆகியன சம அளவில் பயன்படுத்தியிருப்பதை அவரது இயற்கை பற்றிய கவிதைகளில் காணலாம். காலை இளம் பரிதி, கடற்பரப்பு, ஒளிப்புனல், சோலை, மலர்கள், மாலைப்பொழுதின் மேற்றிசை வானம், மரக்கிளைகளில் வந்தமரும் கிளிகள், கண்ணிற்பட்ட வண்ண அழகு பாவேந்தர்க்குக் கவிதை தந்தது 'எங்கெங்குக் காணினும் சக்தியடா' என்று சொல்லவும் வைத்தது. பிராஸ்ட், அழகு. இன்பம் தரும் சக்தியாக விளங்க வல்லது என்பர். 'வசந்தகால வழிபாடு' என்ற பிராஸ்ட் கவிதை, இயற்கையின் ஆராதனையாக உள்ளது.

இனிய இயற்கையே
மலர்களின் காட்சியில் மனமகிழச் செய்வாய்...
வாழ்வில் நிறைவு தருவாய். உன்னிடம் வேண்டுவது
வசந்த காலத்தின் பெருமகிழ்ச்சியே!

எனப் பாடுவார். மலர்களிலே தளிர்கள் தம்மில் தட்டுப் படும் இயற்கை அழகையும், தொட்ட இடமெல்லாம் கண்ணில்

துலங்கும் அழகையும் வியந்து பாடும் பாவேந்தர் போல, இயற்கையை, பிராஸ்ட் உணர்த்த முயன்றாலும், இயற்கை அழ குணர்ச்சிக்கு அப்பாற்பட்டே அவரைச் சிந்திக்க வைத்துள்ளது. இயற்கையின் அழகுணர்ச்சி சில மணித் துளிகளே என்பார் பிராஸ்ட். அவருக்கு இயற்கை, இனிப்பான கசப்பு மாத்திரை. இயற்கையின் ஒவ்வொரு காட்சியும் ஏதாவது ஒரு தடை அல்லது இடர்ப்பாடு இல்லாமல் இருப்பதில்லை என்பது அவரது தனிப்பட்ட கருத்து.

மனித வாழ்க்கைக்கு ஓர் அறைகூவலாய் இயற்கை இருப்பதாக எண்ணிய அவர், இயற்கை தாயுமல்லள்; கொடை தருபவளும் அல்லள்; மனிதர்க்கு அவளால் எந்த நன்மையும் இல்லை; அழகும் அமைதியும் தருவதான இயற்கை, அகத்தில் பகை யினை ஊட்டி அச்சத்தை விளைவிப்பது என்பர். பகையைப் பார்வைக்குப் புலப்படுத்தாமல் பதுக்கி வைத்திருப்பது எனவும், அது திடீரென்று தன் கோரப்பற்களைக் காட்டிவிடும் எனவும் பிராஸ்ட் கருதுகிறார். அவ்வாறு கூறுவதற்கு அவரது தனிப்பட்ட வாழ்க்கை நுகர்ச்சி காரணியாக இருக்கலாம். மனிதரிடமிருந்து, அந்நியப்பட்டதாக அவர் கருதும் இயற்கையை, மனிதன் எதிர்த்துப் போராட வேண்டியவனாக இருக்கிறான் என்பது அவரது எண்ணம். இயற்கையை விட்டுத் தன்னால் விலக இயலாது என்ற கருத்தினை அவர் வெளிப்படுத்தினாலும் அதனைப் புறக்கணிக்காமல் இருந்ததில்லை எனச் சுட்டிக் காட்டியுள்ளனர் திறனாய்வாளர்கள்.

பிராஸ்ட், பருவ மாற்றங்களைக் கொண்டு மானிட வாழ்வின் போக்குகள் சிலவற்றைப் பதிவு செய்திருப்பினும், இயற்கை நிகழ்வுகள் ஒருவித அயன்மைப் பண்பு அவரிடத்து வேரூன்றி யிருந்ததைத் திறனாய்வாளர்கள் எடுத்துரைப்பர். இன்பத்தையும் துன்பத்தையும் இயற்கை நிகழ்வுகள் வழி எடுத்துரைக்கும் கவிஞர், இலைகள் தளிராக இருந்து பின் சருகாக அழிவதை ஒரு பாடலில் பதிவு செய்யும்போது, மனிதனின் பிறப்பு, இறப்புக்கு அதனைப் பொருத்திப் பார்க்கிறார். சிறிதுகாலமே வாழும் மலர்களும், இலைகளும் மனித வாழ்வோடு சித்திரிக்க இயற்கை இடங்கொடுத்துள்ளது. உலகக் கவிஞர்கள் பலரும் இத்தகைய போக்கில் கவிதை யாத்திருப்பது பொதுமைப்பண்பினை வெளிக்காட்டும். உமர்கய்யாம், பூக்களை வைத்துக் கொண்டு மனிதனின் பிறப்பையும், இறப்பையும் சிந்தித்துள்ளமை இங்கு எண்ணிப் பார்க்கத்தக்கது.

புலர்ந்து விடியும் பொழுதினிலே
பொய்கைக் கரையாம் சோலையிலே

மலர்ந்து நல்ல மணம் வீசி
மகிழும் மலர்கள் ஆயிரமாம்;
உலர்ந்து வாடிச் சேற்றினிலே
உதிரும் அவையும் ஆயிரமாம்
கலந்த உலக வாழ்வையதில்
கண்ணால் கண்டு தெளிவாயே!

(கவிமணி – மொழிபெயர்ப்பு)

என்ற பாடல் மனிதவாழ்வின் பிறப்பு, இறப்புச் சிந்தனையை மலர்களின் வாழ்வோடு பொருத்திக்காட்டும்.

பிராஸ்ட், பூக்களும், இலைகளும் இத்தகைய நிலையில் மனித வாழ்வோடு தொடர்புற்றிருப்பதைச் சிந்தனை செய்கிறார். காற்றில் இலை எழுப்பும் ஒலிகூடத் துன்பம் தருவதாகவும், தன் வீட்டின் சன்னலோரத்தின் மரக்கிளையில் அமர்ந்து ஓயாது குரல் கொடுக்கும் பறவையின் ஒலியும் கூடத் தமக்குப் பகையாவதை எண்ணி அதனை விரட்ட எத்தனிப்பதையும் பிராஸ்ட் கவிதைகள் சிலவற்றில் காணமுடிகிறது. பறவை தன் நெருக்கத்தை விட்டு, விடுதலை பெற்று வெளியே பறந்து செல்ல வேண்டும் என்று அவர் நினைத்திருக்கலாம் என்று கருதவும் இப்பாடல் இடம் தரும். மனிதனுக்கு முரணாக விளங்கும் இயற்கைக் காட்சிகளே மிகுதி எனக் கருதும் பிராஸ்ட், இயற்கை மனிதனைப் புறத்தே நிறுத்தி வைத்திருப்பதாக உணர்த்துவர். இயற்கை மனிதனிடத்திருந்து விலகியே நிற்கிறது; அது மனிதனுக்கு அமைக்கப்பட்ட தடுப்புச் சுவர் என்ற எண்ணம் அவரிடம் இருந்திருப்பதை அவரது கவிதைகள் பலவற்றிலிருந்து அறியலாம். மலையை வருணித்துள்ள அவரே பின்னாளில் அந்த எண்ணத்திலிருந்து விடுபட்டு, மலையானது நிலமென்னும் புத்தகத்தைப் பார்க்க இயலாவாறு தடுத்திருப்பதாக ஒரு பாடலில் சுட்டியிருப்பதோடு, வேறொரு பாடலில், ஒரு கிராமம் உருவாகி வளர்வதற்கு நிலப்பரப்பை மலை அடைத்துக் கொண்டிருப்பதாகவும் காட்டுவர்.

பாவேந்தர், இயற்கை அழகுணர்ச்சியோடு அழுந்திவிடாமல், மக்களின் மன உணர்ச்சியைத் தம் பாணியில் எடுத்துரைப்பர். பிராஸ்டின் இயற்கைப் பாடல்களில் கூறவரும் பொருள் நுட்பமாக உணர்ந்தாலன்றிப் பொருள் துலங்குவதில்லை. பாரதிதாசனில், இயற்கைக் காட்சி மனித வாழ்விற்குரிய வகையில் வெளிப் படையாக அமைந்துள்ளது. சில இடங்களில் உள்ளுறையாகவும், அழகிய உவமை வழியாகவும் உணர்த்தியிருப்பதையும் காணலாம்.

பாரதிதாசன், 'புரட்சிக்கவியில், நிலவின் அழகை வியந்து போற்றுவர். நீலவான் ஆடைக்குள் உடலை மறைத்துவரும் நிலவு, தன் முகத்தை மட்டுமே காட்டி வருகிறது. அது முழு உடலையும் காட்டினால் காதற்பெருக்கில் உலகோர் அழிவர் என்று உணர்ச்சி வயப்பட்டுப் பாடுவர். நிலா மெல்ல மெல்ல வானிலிருந்து வெளிப்படுவதைக் கவிதையில் படம் பிடிப்பர். பிராஸ்ட் எழுதிய 'கூலியின் இறப்பு' என்ற கவிதையில், வாரன் என்ற விவசாயி, அவனுடைய மனைவி மேரி, சைலஸ் என்ற வயதான வேலையாள் ஆகியோரை நிகழ்ச்சியில் காட்டுவர். இக்கவிதை சைலசின் தன்மானம் பற்றியதை அடிநாதமாகக் கொண்டிருப்பதாகும். இக்கவிதையின் ஒரு பகுதியில் பிராஸ்ட் நிலவுக் காட்சியைக் காட்டுகிறார். வானில் தோன்றும் நிலவு, தன் உடலை மறைத்துக் கொண்டு, தன் அழகால் ஈர்த்த வண்ணம் மலைப்பக்கம் செல்கிறது. ஒளியால் மலையின் மடியை ஒளிரச் செய்கிறது. மலைமகளோ நிலவிற்கு மேக ஆடை போர்த்துவதாகக் கவிதை புனைகிறார்.

விண்மீன் காட்சியினை இருகவிஞர்களும் நோக்கியதில் ஒரு புதுமை உள்ளது. விண்மீன்களாய் விண்ணில் தெரிவன விண்மீன்கள் அல்ல.

ஏழை, வெயிலில் ஓயாது பாதம் நோக நடந்துவந்த உழைப்பை வானம் பார்த்தது. அதனைப் பொறாத வானம் உள்ளுக்குள் கனன்றது. பகலில் தான் கண்ட அக்காட்சிக்கு இரங்கி, அந்தி நேரத்திற்குப் பின்னால், விண்மீனாகக் கொப்பளித்தது வானம் என்று விண்மீன்களை வாழ்வியலோடு பொருத்திக் காட்டுகிறார் பாவேந்தர். பிராஸ்ட், 'விண்மீன்' என்னும் கவிதையில் விண்மீன் மனிதனுக்கு அப்பாற்பட்டு விளங்குவதைக் குறிப்பர். மினர்வா சிலைக்கு வெள்ளை நிறப் பளிங்குக் கண்கள் உள்ளன. அவை விண்மீன்களை கண்ணை ஒத்துள்ளன. பளிங்குக் கண்களுக்குப் பார்க்கும் ஆற்றல் இல்லை. புலனால் காணும் திறனும் கிடையாது. விண்மீன்கள் ஒளி பெற்றிருப்பினும் அதன் பார்வை, காட்சியைப் புலப்படுத்தாத விழிகளே. அதாவது, உணரா விழிகளே. மனிதனின் அவலத்தை மிகத் தொலைவிலிருந்து ஓரளவு காண இயலுமாயினும், அவற்றால் மனிதனுக்கு ஒரு வழிகாட்டுதலும் கிடையா. அவை பேசாப் பொருள்கள்; ஊமைகள். அவற்றிற்கு விருப்போ அல்லது வெறுப்போ கிடையா. மனிதரிலிருந்து வேறுபட்டவை. விண்மீன்களின் புற அழகினைப் படிமமாகக் கண்டு அவை மானிட வாழ்விற்குத் துணையாக இல்லாதிருப்பதை பிராஸ்ட்,

விண்மீன் ஒளியோ வெண்பனி ஒப்பது
கண்கள் இரண்டும் 'மினர்வா'
சிலையின் கண்கள்போல்,
காணும் ஆற்றல் பளிங்குக்
கண்களுக்கில்லை.

என்று உணர்த்துவர். இப்பாடலில் இயற்கை, மனிதனுக்கு அப்பாற்பட்டு விளங்குவதைக் காணலாம்.

'தோணியில் விண்மீன்', என்ற பிராஸ்டின் இன்னொரு கவிதையில், விண்கற்கள் பற்றிப் பேசுகிறார். மனித வாழ்வில் அதன் பயன்பாடு என்ன என்பதைச் சிந்திக்கிறார். அக்கல்லினை இருவழிகளில் நோக்குகிறார். அது ஒரு தொழிலாளிக்குக் கிடைக்குமாயின் அதனைக் கற்சுவராகப் பயன்படுத்துவான். இல்லையேல், அவன், அக்கல்லைக் கிடைத்த இடத்திலேயே வைத்துவிட்டுப் போகலாம் எனக் கவிஞருக்கு இருவழிகளில் சிந்திக்கத் தூண்டியிருக்கிறது.

பாரதிதாசனின் விண்மீன் காட்சி, மனிதன் மீது இயற்கை கொள்ளும் பரிவு உணர்ச்சியை உணர்த்தும். விண்மீனால் மனிதனுக்கு ஒரு பயனுமில்லை என்று நோக்குகிறது பிராஸ்ட்டின் விண்மீன் காட்சி.

அழகின் சிரிப்பில் இயற்கையின் வெளிப்பாடு பாவேந்தரால் பல நிலைகளில் காட்டப்படுகிறது. ஆறு பற்றிய கவிதை ஒன்றில், கவிஞர், ஆற்றுப்பாதை வழி நடக்கிறார். இருபக்கமும் மணல்மேடிட்டு இடையில் ஆழ்ந்தும், நீளமானதுமான ஒரு பாதையைக் காண்கிறார். வெள்ளப் பெருக்கின் ஒலியைக் கேட்கிறார். அது புதுப்புனல் வருகை. சலசல என்று பாய்ந்து வருகிறது. கரையில் நின்ற ஆலமரத்தையும் அடித்துச் செல்கிறது. இவ்வாறு காட்சிப்பட வரும் வருணனை, பிராஸ்ட் காட்டும் ஆற்றுக் காட்சியோடு விளங்க வல்லது. மலை என்ற கவிதையில் இதனை உணர்த்துகிறார்.

"விடியற்காலை புதியன காணப் புகுந்தேன் கண்ணில் பதிந்தன பசுமை வயல்கள் ஆரவாரிக்கும் ஆற்றுநீர், அருகில் கல்லோடு கலகல என்றொலி எழுப்பியது சண்டை போடும் குரலாக! வசந்த காலத்தின் அறிகுறி, புல்வெளிப் பரப்பில் தெரிந்தது, திட்டையில் இருந்த மரத்தின் பட்டையை உரித்தவாறே சென்றது 'ஆற்றுவெள்ளம்' என்று காட்சிப்படுத்துகிறார்.

வாழ்க்கை நிலைகளை இரு கவிஞர்களும் அலைகளோடு பொருத்திக் காட்டியுள்ளனர். கடல் என்னும் கவிதையில் பாவேந்தர்,

புரட்சிக்கு அப்பால் அமைதி
பொலியுமாம், அதுபோல், ஓரக்
கரையினில் அலைகள் மோதிக்
கலகங்கள் விளைக்கும். ஆனால்,
அருகுள்ள அலைகட்கு அப்பால்
கடலிடை அமைதி அன்றோ

என்று பாடுவார். மாறி வரும் வாழ்க்கைப் போக்கில் புரட்சி எந்த ஒரு சூழலிலும் நிகழலாம். குடும்பத்தில், அரசியலில், சமூக வாழ்வில் எனப் புரட்சி எந்த நிலையிலும் வரலாம். கடலிடையே எழும் புயலையும், அமைதியையும் எதிரெதிர் முரணில் வைத்துக் கூறுகிறார். இவ்விரண்டும் மனித வாழ்வின் எதிரொலியன்றி வேறென்ன? புயலுக்கு அப்பால் வாழ்க்கை அமைதி பெறுவதையும், வாழ்க்கையில் சோதனை அலைகள் வீசுவதையும், அதற்கு அப்பால் அமைதி வாழ்க்கை இருப்பதையும் இதன்வழியே காட்ட விழைந்துள்ளார். வாழ்க்கையே அலைபோல அல்லவா! உயர்வதும் தாழ்வதும் நீள்வதும் அலைகளின் செயற்பாடு அல்லவா! பிராஸ்ட் எழுதிய 'மேற்கு நோக்கி ஓடும் நீரோடை' என்ற கவிதை பாரதிதாசன் கூறியுள்ள கருத்தோடு ஒருவகையில் பொருந்தி வருகிறது. அலை காட்டும் வாழ்வின் பரிமாணம் உணர்த்தப்படுகிறது. மற்ற நீரோடைகள் கிழக்கு நோக்கிப் பாய, பிராஸ்ட் காட்டும் ஓடை மேற்கு நோக்கிப் பின்னோக்காக ஓடுகிறது. அலையானது, மலையைத் தன்னுள் மூழ்க வைத்து, விண்ணோங்கி மீண்டும நீரோடையில் முகம் புதைக்கிறது. நீரோடையோடு இரண்டறக் கலக்கும் தன் எண்ணத்திற்கு இசைவு தந்துவிட்டதாய்ப் பெண் ஒருத்தி தன் கணவனிடம் சொல்வது போன்று அமைகிறது இப்பாடல் மாறாக, அக்காட்சியைத் தன் நோக்கில் வைத்துக் காண்கிறான் அவள் கணவன். அலை உயரத் தாவுவதற்கு அங்கிருக்கும் மலையே காரணம் என்பது அவனது கட்சி. அதனால், அலை பெற்றதோ அல்லது இழந்ததோ ஒன்றுமில்லை என்பது அவன் வாதம். பின்னுக்குச் செல்லும் நீரோடை, கடந்துவந்த மனித வாழ்க்கையின் பழைய சுவடுகளை எண்ணிப் பயணிப்பதைப் பொருளாகக் கொண்டது. கடந்துவந்த வாழ்வும், பின்னர் வளமாகும் என்பதை உணரவைக்கும் கவிதை இது. புயலுக்குப் பின் அமைதி என்பது போல, தர்க்கத்திற்குப் பின் வாழ்வைப் புரிந்து கொண்டால் இறுதியில் அமைதி கிடைப்பது உறுதியாகிறது.

வாழ்வின் தத்துவங்களை இயற்கை நிகழ்ச்சி வழியே இருவரும் காட்டியுள்ளனர். பிராஸ்ட் 'ஒன்றிலிருந்து வேறாதல்'

என்ற கவிதையில், உண்மைத் தேடலையும், மாயையான வாழ்க்கைப் போக்கினையும் உணர்த்துவர். இருட்டான கிணற்றில் தன் முகத்தைப் பார்க்கிறான் ஒருவன். கண்கள் வழியே நீரின் அதன் ஆழம் காணமுயல்கிறான். ஆழத்தை அறிய இயலாமல் போனாலும், நீரில் அவன் முகம் தெரிகிறது. நீர்வாழ் செடிகளூடே ஒரு பொருள் திடீரென்று தோன்றி மறைகிறது. மீண்டும் கிணற்றை உற்று நோக்குகிறான். ஒன்றையும் அறிய இயலாவாறு, வெள்ளைப் பொருள் ஒன்று தென்படுகிறது. அது சில கணங்களில், நீர்த் திவலைகளிடையே தோன்றி மறைகிறது. அந்தப் பொருள் என்ன என்பதிலேயே அவனது சிந்தனை செல்கிறது. தான் கண்டது உண்மைத் தோற்றந்தானா? வெள்ளைக் கல்தானோ? மாயமா? வெறும் நிகழ்வுதானா? என்றெல்லாம் கேள்விகளை எழுப்பி விடை காண இயலாவாறு தவிக்கிறான். மனித முயற்சி உண்மையைக் கண்டறிவதில் தேடல் தொடரத்தான் செய்கிறது. அவன் அதில் அமைதியுறுவதில்லை. தேடல் தொடர்கிறது. இந்தக் கருத்தின் அடிப்படையில், மனிதன் தேடும் வாழ்வின் உண்மையைக் குறியீடாக ஆக்குகிறார். முதுமை, இறப்புப் பற்றியவற்றின் நிகழ் காலத் தேடலை இப்பாடல் உணர்த்துவதாகத் திறனாய் வாளர்கள் சுட்டிக் காட்டுவர்.

பாவேந்தர் 'இரட்டைப் பேறு' என்ற கவிதையில், முதுமை, இறப்பு இவ்விரண்டையும் பற்றிய வாழ்வியல் உண்மையைத் தேடும் முயற்சியைக் குறிப்பிடுகிறார். சுவரில் பதித்துள்ள கண்ணாடியில் குழந்தை உருவம் தெரியக் கிழவி ஒருத்தி, கண்ணாடியை உற்று நோக்கிப் பேசுவதாக அமைகிறது இப்பாடல். இப்போதுள்ள தன் முதிய உருவத்தை அது காட்டாதது கண்டு திகைக்கிறாள். முதுமையும் சாவும் ஒன்றை ஒன்று அடுத்து வருவது என்ற முடிவுக்கு வர இயலாமல் இருக்கிறாள்.

கவிதையில், வாழ்க்கையின் உண்மைத் தேடலைப் பிரதிபலித்துக்காட்ட பிராஸ்டுக்குக் கிணறும், பாவேந்தருக்குச் சுவர்க்கண்ணாடியும் துணை புரிந்துள்ளன.

இவ்விருவரும் உயிரினங்கள் வழியே மனித மன எண்ணங்களையும், செயற்பாடுகளையும் எடுத்துக்காட்டியுள்ளனர். விலங்கினையும், பறவைகளையும் படிமத்தில் உணர்த்தி வாழ்க்கை நிகழ்வுகளை வடித்துள்ளார் பிராஸ்ட். மனிதப் பண்புருவை உயிரினங்கள் மீது ஏற்றியுரைப்பது கவி மரபு. மனிதனை உயிரினங்களோடும், உயிரினங்களை மனிதரோடும் பொருத்திக் காட்டியுள்ளனர்.

பாவேந்தர் விடுதலை வேட்கை உயிரின் வேட்கை, காக்கை, கிளிக்குஞ்சு கண்ட உலகம், வீட்டுக்கோழியும் காட்டுக்கோழியும், எறும்பின் தவம், புறாக்கள் முதலிய கவிதைகளில் மனித மன உணர்வுகளைப் பொருத்திக் காட்டியுள்ளார். நேரிடையாகவும், குறிப்பாகவும் அவற்றைச் சுட்டியுள்ளார்.

எறும்பின் தவம் என்ற கவிதையில், பாவேந்தர், இரை தேடச் செல்லும் எறும்புகளைக் காட்டி அவை வரிசையாகச் செல்லுதல், அவற்றின் போக்கில் காணப்படும் ஓர் ஒழுங்குமுறை முதலிய வற்றை உணர்த்துவர். தடை எந்த உருவில் வரினும், தன் போக்கில் அவை கவனமாயிருத்தலைச் சுட்டுவர். அக்கவனம் எறும்புகளுக்கு மட்டுமா? மனிதர்களுக்கில்லையா? எறும்பின் சுறுசுறுப்பும், ஒழுங்கு முறையும், குறிக்கோளும் மனிதர்களுக்குத் தேவை என்பதை அவர் கவிதை சொல்லும். தமக்கென்று விதிமுறைகளை வகுத்துக் கொண்டு அவை வாழும் நெறி கவிதையின் உட்பொருளாய் அமைகிறது. பிராஸ்ட் 'துறையின் போக்கு' என்ற கவிதையிலும் இக்கருத்தை வலியுறுத்துவர். எறும்புகள் இயங்குவதை மனிதரோடு தொடர்புபடுத்துகிறார். அவை தமக்கே உரிய சுறுசுறுப்போடு இயங்குவதையும், விதிமுறைகளை வகுத்துக்கொண்டு ஒழுங்கினை வரையறுத்தலையும், குறுக்கீட்டைக் கவனிக்காமல் தடைகளைத் தாண்டித்தன் போக்கில் செல்வதையும், கட்டுப்பாட்டோடு இயங்கு வதையும் கவிஞர் காட்சிப்படுத்துகிறார். இவ்விரு கவிஞர்களும், மனிதர்கள் எந்த ஒன்றிலும் ஒழுங்கும் கட்டுப்பாடும் கடமை யுணர்ச்சியும் அற்ற நிலையில் இருப்பதையே எறும்புகளின் உலகத் தைக் காட்டி அறிவுறுத்துகின்றனர்.

இருவரும் உயிரின உருவகத்தின் மூலம் சிலவகையான காட்சிகள் வழியே சிந்திக்கச் செய்துள்ளனர். பிராஸ்ட் 'கரடி' என்னும் கவிதை வழி மிகவும் அதிகமாகச் சிந்திக்கும் அறிவார்ந்த சிந்தனையாளனைக் கூண்டில் அடைபட்ட கரடியாகக் காட்டுவர். விடுதலை உணர்வுடைய கட்டற்ற சிந்தனையாளனைக் கூண்டில் அகப்படாத வெளியே இயல்பாகக் காணப்படும் கரடியாக உணர்த்துவர். மிகுந்த சிந்தனையாளன் அறிவார்ந்த மிருகமாக உள்ளான் போலும். பழக்க வழக்கம், மரபு ஆகியவற்றிலிருந்து சிந்தனையாளன் விலகி நின்றால் குழப்பவாதியாகி விடுவான்; அவன் அமைதி கொள்ள வழியில்லை; மனநோயாளியாகவோ அல்லது பேதையாகவோ மாறிவிடுவான் என அந்தக் கவிதை யைத் திறனாய்ந்தோர் சுட்டிக் காட்டியுள்ளனர். அறிவே பேதைமை என்று கூறவைத்துவிடுமோ என்னவோ! பாவேந்தர், 'விடுதலை வேட்கை உயிரின் வேட்கை' என்னும் கவிதையில், காட்டும் விடுதலை உணர்வு பிராஸ்டிடமிருந்து வேறுபட்டது.

கறுப்பு நாயும், வெள்ளை நாயும் உரையாடுவதான அப்பாடலில், வெள்ளை நாய் அடிமைத்தளையில் அடங்கிக் கிடப்பதையும், கறுப்பு நாய் விடுதலை வேட்கை கொள்வதையும் படம் பிடித்துக் காட்டியிருப்பது உயிரின உருவகத்திற்குத்தக்க எடுத்துக்காட்டு. வீட்டுக்கோழியும் காட்டுக்கோழியும் என்ற கவிதையும் விடுதலை உணர்வைப் பற்றிய உருவகப்பாடலாகும்.

கடவுள் கொள்கையும் மதச்சிந்தனையும்

கடவுள் பற்றிய எண்ணங்கள் மனிதருக்குள்ளே உடன் பாடாகவும் எதிர்மறையாகவும் இருப்பதுண்டு. உலகக் கவிஞர் களிடையே இவ்விரு பண்புகளும் இருந்துள்ளன. பாவேந்தரும், பிராஸ்ட்டும் கடவுள் பற்றிய கொள்கையில் ஒரு நிலைப் பாட்டை எடுத்திருப்பினும் இவ்விருவரும் இதில் ஒன்றுபட்டும் வேறுபட்டும் விளங்கியிருப்பதை அறியலாம். பாரதிதாசன் தொடக்க காலத்தில் ஆத்திகராகவே இருந்திருக்கிறார் என்று கருதுவோரும் உண்டு. துதிப்பாடல்கள் சில பாடி யுள்ளார். விநாயகர், சிவபெருமான், முருகன், உமை, திருமால், பராசக்தி ஆகிய கடவுளர்களைப் பாடியுள்ளார். இறைக் கொள்கையில் இருந்து நீங்குவதற்குப் பெரியாரின் பகுத்தறிவு இயக்கம் காரணமாக இருந்துள்ளது. கடவுள் பெயரால் இழைக்கப்படும் சமூகச் சடங்குகளைச் சாடுவதனைப் பல கவிதைகளில் காணலாம். அறிவுக்குப் பொருந்தாத தமிழர்தம் மூடப் பழக்கங்களை எதிர்த்தவர். உருவ வழிபாடு, மறுபிறவி பற்றிய எண்ணங்களை இழித்துரைத்தார். தமிழர் பகுத்தறிவு கொண்டு சீர்திருத்தம் பற்றிய சிந்தனைகளில் இறங்க வேண்டும் என்பதைப் பல பாடல்களில் வலியுறுத்தினார். இத்தகைய புரட்சியினை இவரிடத்துக் கண்டறிந்த கவிமணி, "மதங்களிலும் பழைய ஆசாரங்களிலும் ஊறிக்கிடந்த மக்களிடையே இவருடைய பாடல்கள் ஒரு பெரிய மாற்றத்தையே உண்டு பண்ணியிருக்கின்றன" (மா.செல்வராசன், பாரதிதாசன் ஒரு புரட்சிக்கவிஞர், பக். 64) என்கிறார். கடவுள் நம்பிக்கையில் தொடக்கத்திலிருந்த பற்றும் தெளிவும் அவரிடத்துப் பின்னாளில் அற்றுப் போயின. பெரியாரின் பாசறைக்கு வந்த பிற்பாடு திராவிடக் கருத்தியலில் பெரிதும் ஈர்க்கப்பட்டார். மதமும் கடவுளும் மனிதனை முட்டாளாக்குகின்றன என்ற பெரியாரின் கடவுள் மறுப்புக் கொள்கையும், சாதிமத எதிர்ப்பும் அவரிடம் ஆழமாக வேரூன்றின. இருப்பினும் ஒரு கடவுள் உண்டு என்ற கொள்கை யையும் சுட்டிக்காட்டிய அவர், உண்மையே கடவுள்; உருவம் கடவுளன்று; உணர்வே கடவுள் என்றெல்லாம் குறிப்பிட்டுள்ளதை

நோக்க, கடவுள் மறுப்பும் தன் மதிப்பும் கொண்ட அவரைக் கடவுள் நம்பிக்க உடையவர் எனவும், கடவுள் நம்பிக்கை அற்றவர் எனவும் இருநிலைகளில் திறனாய்ந்துள்ளனர் (மா. செ.பக்.75) ஒரு கடவுள் உண்டு என்ற கருத்துடையவராக இருப்பின், அதனை ஒரு சமரச நோக்காகவேனும் எடுத்துக் கொள்ளலாம்.

பிராஸ்ட்டின் கடவுள் கொள்கையும் பாரதிதாசனைப் போலவே இருந்துள்ளது. தொடக்கத்தில் கடவுள் பற்றுடைய வராகவும், அஃதில்லாதவராகவும் இருந்துள்ளார். அவருடைய கடவுள் கொள்கை ஓர் ஊடாட்டமாகவே உள்ளது. அவரைப் பற்றித் திறனாய்ந்தோரெல்லாம் இது பற்றிக் கூறும்போது, இரு விதமாகவும் குறித்துள்ளனர். அவரது கடவுள் கொள்கை தெளிவாக இருந்தது எனக் கூறமுடியாது என்பர். ஆயினும் கடவுளும் மதமும் பற்றிய கருத்துகள் அவரால் கவிதைகளில் குறிப்பிடப்பட்டுள்ளன. தொடக்க காலத்திலிருந்தே அவர் கடவுள் மறுப்பாளராகவே தம்மைக் காட்டிக் கொண்டுள்ளார் என்பர். கடவுளைப் பற்றித் தொடக்க காலக் கவிதைகளில் யாதொன்றும் குறிப்பிடாதிருந்து பின்னர் எழுதிய கவிதை களில் ஓரளவு கடவுள் பற்றிய தம் எண்ணங்களைச் சுட்டி யுள்ளார் எனலாம். பிராஸ்ட்டின் கவிதைகளைத் திறனாய்வு செய்தவர்களில் குறிப்பிடத்தகுந்த சிட்னி காக்ஸ், இது பற்றிக் குறிப்பிடுகையில், 'இறைமையைக் குறித்து ஒன்றும் அறியாத நிலையில், பிராஸ்ட்டால் தெளிவான கருத்தை எடுத்துரைக்க இயலவில்லை" என்றுரைத்துள்ளார். கார்லோஸ் பேக்கர் என்பவர், "இயற்கையிடத்துக் கடவுளைக் காணலாம் என்றோ அல்லது இயற்கையிடத்து உறைந்துள்ளார் என்றோ பிராஸ்ட் கருதவில்லை" என்பர்

'மூடப்பட்ட அறிவு' என்ற கவிதையில், மனிதன், இறைவன் இரண்டையுமே பிராஸ்ட் திறனாய்கிறார். கடவுள் மனிதனுக்குத் தீங்கு இழைப்பதாகவே கருதுகிறார். ஜாப் என்பவன் வழியேயும், அவன் மனைவி வழியேயும் மதம், கடவுள் மறுப்பு ஆகியவற்றை வெளியிட்டுள்ளார். மனிதனின் உழைப்பே உலகின் முழுமைக்கும் காரணம் என்பதைத் தெரிவிக்கும் பிராஸ்ட், மனித உணர்விற்கு மதிப்பளித்து உண்மை, உழைப்பு ஆகியவற்றின் வழியாகவே கடவுள் நிலைநிறுத்தப் படுவதைக் காட்டுகிறார். உண்மையே தன் விழைவு என்பதையும் அதன் வழி நிறுவுகின்றார். இறைமையைப் புறக்கணிக்கும் போக்கு இருவரிடமும் இருந்துள்ளன என்பதனை அறியும் போது, கடவுள் நம்பிக்கையிலும், மத நம்பிக்கையிலும் அவ்வளவாகக் கருத்தூன்றவில்லை என்றே சொல்லத் தோன்றுகிறது.

மத நம்பிக்கையில் பிராஸ்ட் முரண்பாடு கொண்டிருந் தாலும், கருணை என்ற பாடலில் கடவுளை ஏற்கிறார். எல்லாப் பாவங்களுக்கும் கடவுளே தீர்வு என்ற கருத்தினை அதில் முன்னிறுத்துவர். இறைவன் கருணையால் நேயம் வளரும் என்றும், அமைதி கிடைக்கும் என்றும் பாடுகிறார். இறைவனிட மிருந்து மனிதன் பெற்றுக் கொள்வதற்குப் பல உள்ளன. அவனே மீட்பன்; தோல்வியிலிருந்து கரை ஏற்றுபவனாகவும் உள்ளான் எனக் குறிப்பிடுவதிலிருந்து பிராஸ்ட்டைக் கடவுள் மறுப்பாளராக ஏற்றுக் கொள்ள முடியவில்லை என்று கருத்துரைப்பர். வாழ்க்கை பற்றிய எண்ணங்களில் அவர் ஐயுறவாதியாக இருந்தது போலவே, சமயச் சிந்தனை களிலும் அப்படியே இருந்திருக்கிறார் என்பர்.

அரசியலும் சமூகப்புரட்சியும்

பாவேந்தரிடத்து இருந்த அரசியல் உணர்வு பிராஸ்ட்டிடம் அவ்வளவாக இருந்ததில்லை. திராவிட இயக்கமும், தமிழ்ப்பற்றும் பாவேந்தரிடம் பின்னிப் பிணைந்தவை. இந்திய விடுதலை உணர்வும் அவரிடம் இருந்துள்ளது. நாட்டு விடுதலைக்கு முன் அவரிடம் தேசிய நீரோட்டம் கலந்திருந்தது. பாரத தேசத்தைக் கவிதையில் பாடியவர் அவர்.

தமிழ்நாட்டில் நிலவிய திராவிட இயக்க உணர்வும், பெரியாரின் சிந்தனைகளும் அவரிடம் மிகுதியான தாக்கத்தை ஏற்படுத்தியிருந்தன. திராவிடர் நலனுக்காக அவர் தீட்டிய கவிதைகள் மிகுதி. தமிழின மக்களுக்கு இன உணர்வை ஊட்டியதில் பெரும்பங்கு அவரது கவிதைகளுக்கு உண்டு. அவர் வாழ்ந்த பிரெஞ்சு ஆட்சியின் கீழ் அடங்கிய புதுவை வாழ்வும் கூட அவரது விடுதலை உணர்விற்கு வித்திட்டது. 'பாரதிதாசன் புதிய பாதையில் திரும்பியபோது *(1921)* தமிழகத்தின் நிலை பலவாறு தேக்கமுற்றிருந்தது. மக்கள் அறியாமையில் மூழ்கிக் கிடந்தனர்'' *(மா.செல்வராசன், பக். 32)* எனக் குறிப்பிடுவர். இந்நிலையில் பாவேந்தர் மக்களுக்குப் புத்துணர்வு தர முயன்றார். 'விடுதலை உணர்ச்சியும் ஏற்றத்தாழ்வற்ற சமநிலையும் உலகம் ஒன்று என்னும் உணர்வும், பாவேந்தரின் உள்ளத்தினைப் புரட்சி மயமாக்கின' *(மா.செல்வராசன், பக். 33)*

தமிழகத்தில் பகுத்தறிவும் தன்மானமும் கோலோச்சின. அரசியல் விடுதலையிலும் சமூக விடுதலையே அன்றைய முதல் தேவையாக இருந்தது. எப்பணிக்கும் அப்பணியே முதற்பணியாக இருந்தது. இந்திய சமூக அமைப்பைத் திருத்தி அமைக்க வேண்டு மாயின் அரசியல் சீர்திருத்தத்திற்கு முன் சமூகச் சீர்திருத்தம்

ஏற்பட வேண்டும் என்ற அம்பேத்கர் கொள்கையும் வலிமை பெறத் தொடங்கியது (மா.செ.பக். 23) இந்தச் சூழல் குறிப்பாகத் தமிழகத்தில் சமூகப் புரட்சி பற்றிய எண்ணத்திற்கு விடிவிளக்காக இருந்துள்ளது. பாவேந்தர் தமிழர், தமிழ் குறித்த முழக்கங்கள் தோன்றுவதற்கு அடிப்படையாக இருந்தது அன்றைய சூழல். "அடிமை மனப்பான்மையை ஒழித்துத் தன்னிச்சையான எண்ணத்தையும் பரந்த நோக்கத்தையும் வளர்க்க முற்பட வேண்டும் என்ற கருத்தில் பாரதிதாசன் வளரலானார்" என்பர் (மா.செ.பக். 180). தமிழரிடத்தே சமூகப் புரட்சிக்கான நெருப்பு விதைகளைக் கவிதை வழியாகத் தூவிச் செல்லக் காரணமாயிருந்தது இத்தகைய போக்கு.

பிராஸ்ட், அரசியல் பற்றியும் அதன் செயல்திறம் பற்றியும் அமெரிக்க மண்ணில் பேசியவர். முப்பதுகளில் அமெரிக்க அரசியலில், புதிய நம்பிக்கைத் தளிர்கள் அரும்பியிருந்த காலம். பிராஸ்ட் பழைமைவாதியாக இருப்பினும், சீர்திருத்தப் போக்கில் சற்றும் பின்வாங்காதவர். அன்றைய அமெரிக்க அரசை ஆண்ட முன்னோடியான பிராங்க்ளின் ரூஸ்வெல்ட் கொள்கைக்கு எதிராகப் புரட்சிக்குரல் கொடுத்தவர். இதனை அவர், "வடிவமைந்த நிலம்" என்ற கவிதையில் உணர்த்தியுள்ளார். இப்பாடலில் ரூஸ்வெல்ட் காலச் சமூக அரசியல் சிந்தனைகளையும், அவரின் பொருளாதாரக் கொள்கைகளையும், உள்நாட்டுச் சிக்கல்களையும் எடுத்துரைத்து அன்றைய நிலையைச் சாடியுள்ளார். அன்று நிலவியிருந்த சோசலிச இயல்புகளையும் கண்டித்துக் கவிதை பாடியவர். "குடியாட்சியின் நிலையிலிருந்து எதையும் எழுதுகிறேன். உணர்வின் நிலையில் உணர்ந்ததை எழுதுகிறேன். இந்த மண் எப்போதும் என்னுடைய எலும்பில் உணர்வாக உறைந்திருப்பதாகவே கருதுகிறேன்' என இவ்வாறு ஒரு பேட்டியில் பிராஸ்ட் தனது நிலையை-இயல்பான தன் வெளிப்பாட்டை முன் வைத்துள்ளார்.

பிராஸ்ட் அரசியல் அரங்கில் துணிவு மிக்கவராகவே இருந்துள்ளார். தன் கருத்தை யாருக்கும் அஞ்சாமல் எடுத்துரைக்கும் கவிஞராய் விளங்கியவர் அவர். தனி மனித உணர்வு பறிக்கப்படக்கூடாது என்ற கருத்தில் உறுதி மிக்கவராக விளங்கியவர். மனிதனுக்கும் சமூகத்திற்கும் உள்ள உறவைத் தீர்மானிக்கத் தனிமனித அறிவிலும், உணர்விலும் கட்டற்ற போக்கு வேண்டும் என்பதை எதிர்பார்த்தவர் அவர். பாவேந்தர் சமூகத்தை அணுகிய முறையும் பிராஸ்ட் அணுகிய முறையும் ஒரே இலக்கை நோக்கியவை. எனினும், உணர்த்தும் முறைகள் வெவ்வேறானவை. இருவருமே மக்களுக்குச் சம நிறை

வேண்டும் என்று வாதிட்டவர்கள். தமிழரிடம், தன்மானமும் தற்சிந்தனையும் வளர வேண்டிக் கவிதைகள் பல யாத்தவர் பாவேந்தர். யாங்கி இன மக்களிடம் இவை வளர வேண்டும் என்ற கருத்தில் மிக்க ஆர்வம் கொண்டிருந்தவர் பிராஸ்ட். யாவருக்கும் சமநீதி கிடைக்க வேண்டும்; சமூகத்திலும், பொருளாதாரத்திலும் ஏற்றத் தாழ்வுகள் கூடா என்று கருதிய அவர், அரசியலில் நடுநிலைமை என்ற ஒன்று வேண்டும் என்று வற்புறுத்தியவர். சமூகத்தின் நிரந்தரமான சிக்கலுக்குக் காரணமே சமநீதி இல்லாமையே என்பது பிராஸ்ட்டின் வாதம். அரசு வழியாக, எல்லோருக்கும் சமநிறை வாழ்வு கிட்ட வேண்டும் எனக்கனவு கண்டவர். "எல்லோரும் ஓர் குலம்; எல்லோரும் ஓர் நிறை. எல்லோரும் இந்நாட்டு மன்னர்" என்னும் பாரதியின் சிந்தனையை பிராஸ்ட்டிடம் காணலாம். "சமநிலை" என்ற கவிதையில் பிராஸ்ட், மக்கள் நலத்தில் அக்கறை கொண்டு சமநீதி அனைவருக்கும் வேண்டும் என்று பாடியுள்ளார். கருணை என்ற கவிதை வழியேயும் இதனைச் சிந்திக்கிறார்.

பிராஸ்ட் சமநீதியை விரும்பினாலும், வன்முறை போன்ற ஒரு தீவிரமான புரட்சியில் அவரது சிந்தனை செல்லவில்லை. தனி மனித விடுதலை, சமூகத்தை உணர்த்தக் காரணமாகும் கட்டமைப்பில் இருப்போரிடம் தியாக மனப்பான்மை வேண்டும் என்று கருதியிருந்த புரட்சியாளர்கள் கூறிய கருத்தை இவர் ஏற்கவில்லை. அரசியல் வாழ்வில் தம்மை மிகுதியாக ஈடுபடுத்திக் கொள்ளாவிட்டாலும் நாட்டில் நிலவியிருந்த சிக்கல்களுக்குத் தம் கவிதையால் தீர்வு சொல்ல முயன்றிருக்கிறார்.

தமிழ்நாட்டில் திராவிட இயக்கத்தின் முன்னோடிகள், பட்டி தொட்டிகளிலெல்லாம் பாவேந்தர் பாடல்களை வெளிப் படுத்தினர்.

மேடையில் அவர் பாடல்களை முழக்கினர். ஒரு கால கட்டத்தில் 'எங்கள் வாழ்வும் எங்கள் வளமும் மங்காத தமிழென்று சங்கே முழங்கு' என்ற பாடல் ஒலிக்காத மேடை இல்லை. திரைப் படத்திலும் இதன் தாக்கம் இருந்திருக்கிறது. பிராஸ்ட்டின் பாடல்கள் அமெரிக்க மண்ணில் குறிப்பாக அரசியல் மேடை களில் எதிரொலித்ததுண்டு. அமெரிக்க அதிபர் ஜான் கென்னடி, தாம் பேசிய மேடைகளிலெல்லாம் பிராஸ்டின் பாடலான, "வளமிகு காடுகள் வாவென்று அழைக்கும். ஆனால் எனக்கிங்கே ஆயிரம் கடமைகள், உறக்கத்திற்கு முன் போகும் தூரமோ நெடுந் தொலைவு" என்ற பலரும் அறிந்த பாடலைப் பாடி முடித்து விட்டுத்தான் மேடையிலிருந்து இறங்குவாராம். பண்டித

நேருவுக்கும் இப்பாடல் பிடித்திருந்தது. நேரு தமது அறையில் தாம் கைப்பட எழுதிய பிராஸ்ட்டின் இப்பாடலடிகள் இப்போதும் அவரது மேசையை அணி செய்து வருவதைக் காணலாம்.

பாவேந்தரின் தனிப்பட்ட வாழ்க்கையிலும், பொது வாழ்க்கையிலும் துணிவும் பிடிவாத குணமும் இருந்துள்ளன. பெரியார் ஒரு சமயம் பாவேந்தரின் கவிதைகளைப் போற்றியுரைத்த சூழலில்,

"சிறப்பாகவும், சுருக்கமாகவும் கூறவேண்டுமானால் பாரதி தாசன் அவர்கள் சுயமரியாதை இயக்கத்தின் ஒப்பற்ற கவி என்று தான் கூற வேண்டும். உண்மை, நியாயம், அறிவு முதலிய வற்றைச் சிறிதும் விட்டுக்கொடுக்க இசையாத இயற்கையான ஒரு பிடிவாதமுடையவராதலால் அவர் புகழை எதிர் பாராமல் தம் கொள்கைகளில் விடாப்பிடியாக இருந்து வருகிறார். இக்குணத்தை நான் அவரிடம் பல தடவைகளில் கண்டிருக்கிறேன்."

என்று குறிப்பிட்டிருப்பது, பாவேந்தரின் பண்பிற்குப் பெரியார் தந்த சான்றிதழ்.

பிராஸ்ட் அரசியல் சூழலிலும் தனிப்பட்ட முறையிலும் அஞ்சா நெஞ்சம் படைத்தவராக இருந்துள்ளார். தமக்குச் சரி என்று பட்டதை நிகழ்த்திக் காட்டுவதில் ஒருவித பிடிவாதம் அவரிடம் இருந்ததாகக் கூறுவர். பிராஸ்ட்டின் மீது பெரும் மதிப்புக் கொண்டிருந்த ஜான் கென்னடி அதிபர் தேர்தலில் வென்று, பதவி ஏற்றபோது அவ்விழாவில், கவிஞரை அழைத்துப் பதவி விழாவினைப்பற்றிக் கவிதை பாடச் சொல்லியிருந்தார், விழாவினைப் பற்றிக் கவிதை பாட இயலாது என்ற தமது கருத்தைச் சொல்லி மறுத்தார். மீண்டும் கென்னடி அவரை அவர்எழுதிய வேறு கவிதையைப் படிக்குமாறு வேண்டவே, வாழ்வில் கவிதை எழுதுவதையே தம் கடனாகக் கொண்ட பிராஸ்ட், 'பரிசு' என்ற கவிதையைப் படிக்கலானார். இது அவர் ஏற்கெனவே எழுதிய கவிதை, என்றாலும், அச்சூழலுக்கு அது பொருத்தமாகவே இருக்கும் என்று கருதி கென்னடியின் மனம் கோணாமல் விழாவில் கலந்து கொண்டு அச்சிறு கவிதையைப் படித்தார். பெருந்திரளான மக்கள் அக்கவிதையைப் போற்றிப் பாராட்டினர். அக்கவிதை பிரிட்டிஷ் காலனி ஆதிக்கம் அமெரிக்காவில் காலூன்றியதைப் பற்றியது. 1942இல் அமெரிக்காவின் பொருளாதாரச் சீர்குலைவையும், சொந்த மண்ணின் பற்றையும், நன்னோக்குச் சிந்தனையையும் பாடுபொருளாகக் கொண்டவை அக்கவிதை, நாட்டுணர்ச்சியை

வெளிப்படுத்தியது. அமெரிக்காவின் நாட்டுப் பற்றை ஊட்டிய பாடலாக அது அமெரிக்க மக்களால் பெரிதும் வரவேற்பினைப் பெற்றது. அமெரிக்காவைப் பற்றிய மிகச் சிறந்த தேசியப் பாடல் என்று அதனை ராண்டல் ஜேரெல் குறிப்பிட்டுள்ளார்.

தனிவுடைமையும் பொதுவுடைமையும்

பாவேந்தரைப் போல, பிராஸ்ட்டும் சமூகமாற்றத்தை விரும்பியவர். ஆயின் திடீர்ப் புரட்சியில் நம்பிக்கை இல்லாதிருந்தார். சமூகப் புரட்சியாளர்கள் என்ற பெயரில் சமூகத்தில் ஊடுருவிய புல்லுருவிகளின் போக்கைக் கண்டிக்கலானார். அவர்கள் சமுதாய வீதிகளில் போலிகளாகவும், திறமை இன்றியும், செயற்றிறன் அற்றவராயும் இருந்துவருவதைச் சாடலானார். புரட்சி வழி உடனடி விளைவை எதிர்பார்ப்போரையும் "மூடப்பட்ட அறிவு" என்ற கவிதையில் தம் கருத்தைப் பதிவு செய்துள்ளார்.

வன்முறையில் உருவாகும் முழுப் புரட்சியில் நம்பிக்கை கொள்ளாத பிராஸ்ட், மார்க்சியப் போக்கில் எண்ணங் கொண்டாரிலர். உருசியப் புரட்சியைக் கண்டித்தவர். உருசிய மக்களையும் உருசியாவையும் ஏற்றுப்போற்றும் மனப்பான்மை அவரிடத்து இருந்ததில்லை. புதிய இங்கிலாந்து பகுதியின் அன்றைய போக்கிற்கு ஏற்ப, உருசியத் திட்டங்களை எதிர்த்து வந்தவர் அவர். தான் புரட்சி மனம் கொண்டவரில்லை என்று கருதிய அவரே, தனிமனிதப் புரட்சியை விரும்பி ஒரு பாடலில் எடுத்துரைத்துள்ளார். அறிவு, அறம், கலை ஆகிய இவை தனிமனிதச் சிந்தனையின் உருவாக்கமே என்பார் அவர். "தனியரசு போக்காத நோயை நானே தவிர்க்கின்ற பேறு பெற்றால் மகிழ்வேன்" என்று பாரதிதாசன் கூறியிருப்பதை இங்கு ஒப்புநோக்கலாம்.

பாரதிதாசன் சமுதாயப் புரட்சியை விரும்பியவர். எல்லார்க்கும் எல்லாம் என்ற பொதுவுடைமைக் கொள்கையும் அவரிடம் இருந்துள்ளது. ஆயின் சில சூழ்நிலைகளில் பொதுவுடைமைச் சித்தாந்தத்தைத் திறனாய்வும் செய்துள்ளார். 'வரிசை கெட்ட ருசிய நாடு' என்ற பாடலில், உருசியாவில் 'ஏழைகள் இல்லை என்று கூறும் இழிந்த அறிவினர் இதனை எண்ணி அடங்கிவிட வேண்டும்" என்று பாடினாலும், பொதுவுடைமைக் கருத்துகளை ஆங்காங்கே விதைத்துச் சென்றுள்ளார்.

உழைப்பின் மேன்மை

சமுதாயத்தில் ஏழை _ பணக்காரர் வேற்றுமை இருத்தல் ஆகாது என்ற கருத்தினை இருவருமே வெளியிட்டுள்ளனர். உழைப்பின் அருமையை உணர்ந்த இவர்கள், உண்மை உழைப்பைப் பெரிதும் போற்றிப் பாடியவர்களாவர். தொழிலாளர் நலனை இருவருமே உயர்த்திப் பிடித்தவர்கள்; அவர்களின் சிறப்பினையும், அவர்களுக்காகக் குரல் கொடுப்பதையும் அவர்கள் இயற்றிய பாடல்களிலிருந்து அறிந்து கொள்ளலாம். ஏழை பசி நீங்கிச் சுகமுற வேண்டும் என்பது பிராஸ்ட் கொள்கை, பாரதிதாசனுக்கும் இதில் உடன்பாடே!

'உண்ண உடுக்க உறைய நுகர ஆம் மண்பொரு சரிநிகர் மக்கள் பொதுவெனச் சட்டம் செய்வதாம் என்பது' பாவேந்தரின் அவா. "சாதியம் தேசியம் என்னும் குறுகிய நோக்கினை விட்டு, உழைக்கும் வர்க்கத் தத்துவம் என்ற நிலையிலிருந்து காண்பார்க்குச் சமூகச் சீர்திருத்த இயக்கங்களின் வரலாற்றுப் பாத்திரம் புலனாகும் என்பர் (நறுமலர்க்கொத்து. பக். 48) இந்த நோக்கில் பிராஸ்ட்டும் பாரதிதாசனும் ஒன்றெனவே கூறமுடியும்.

இருவருமே தொழிலாளர் நலன் பற்றிப் பேசியவர்கள். உழைக்கும் மக்களுக்காகக் குரல் கொடுத்த கவிஞர்கள் என அவர்களை அழைக்கலாம். தொழிலில் பக்தியும் வேண்டும்; வாழ்க்கையைச் செம்மையாக்க உழைப்பாளர்களால் மட்டுமே இயலும் என்பதைத் தெரிவிக்கும் பிராஸ்ட், பிறரை மதித்துப் பழகும் வாழ்வை விரும்பியவர். பாவேந்தர் கொண்டிருந்த தன் மதிப்புத் தன்மையை பிராஸ்ட்டிடமும் காணலாம். மனித நலம் பற்றிக் குறிப்பிடும்போது மனிதனால் உருவாக்கப்படும் அனைத்தும் உழைப்பால் உயர்ந்தவை; அழகு செறிந்தவை என்று எண்ணுகிறார். மனிதனே உலகை முழுமையாக்க முயல்பவன்; அவனது உழைக்கும் கரங்களே உலகை ஓர் ஒழுங்கிற்குக் கொணரும்; உழைப்பின் அருமையைப் "பன்னிலப் பரப்பு" என்னும் கவிதையில் தெரிவிக்கும் பிராஸ்ட், மனிதனின் கை மென்மைச் சோலையை உண்டாக்கவல்லது; அதுவே வலிய நெடு மதிலையும் ஆக்க வல்லது; அவனது கைகளால் எல்லாமே பொலிவுறும் என்று காட்டுவர். பாவேந்தர் உழைக்கும் தொழிலாளர்களுக்காக உரத்துக் குரல் கொடுத்தவர். உழைப் பாளரின் திறனைப் போற்றிப் பாடியவர். இந்த உலகம் உழைப்பவர் களுக்கானது என்ற பிராஸ்ட்டின் கருத்தை ஒட்டி, பாவேந்தர்,

“ஒவ்வொரு துளியிலும் கண்டேன் இவ்வுலகு உழைப்பவர்க்குரிய தென்பதையே” எனப் புரட்சிக் கவிதையில் குறிப்பிடுவர். ‘புல்லரிதல்’ என்ற பிராஸ்ட்டின் கவிதையில், அரிவாள் நிலத்தோடு பேசுவதான அதன் முணுமுணுப்பு உழைப்பில் உள்ள மகிழ்ச்சியைக் கூறும். உழைப்பின் அருமை தெரியாமல் எப்படியெல்லாமோ செல்வம் பெறுவோரை எண்ணிப் பார்க்கிறது. அரிவாள் தனக்குரிய தொழிலைச் செய்வதிலேயே இன்பம் காண்கிறது. கடின உழைப்பை அது மதிக்கிறது. கனவுலகில் வாழ்வதைக் காட்டிலும இனிமையானது உண்மை உலகில் வாழ்வது. அது கடின உழைப்பால் மட்டுமே கிடைப்பது. உழைப்பின் வழிவரும் மகிழ்ச்சி உண்மையான மகிழ்ச்சி என்பதையும், அதுவே வாழ்வின் வெற்றிற்கு வித்திடுவதாகவும் தெரிவிப்பர். “உண்மை ஒன்றே உழைப்பவன் காணும் இனிய கனவு” என்பதைக் கவிஞருக்கு அரிவாள் தெரிவிக்கிறது.

உலகளாவிய சிந்தனை

கவிஞர்களின் பார்வை குறுகிய வட்டத்திலிருந்து உலகப் பரப்பை நோக்கி விரிவதாய் இருக்க வேண்டும். மனித நேயம் ஒரு குறுகிய வட்டத்தில் சுருங்கிவிடக் கூடாது. உலக மாந்தர்கள் ஓரினம் என்ற பரந்த மனித நேயம் வேண்டும். இவ்விரு கவிஞர்களும் அது பற்றிச் சிந்தித்துள்ளனர். மனித நேயம் வளர வேண்டும் என்பதை இருவருமே தெரியப் படுத்தியுள்ளனர். பிராஸ்ட் ‘சுவரைச் செப்பனிடல்’ என்ற கவிதையில், அண்டைவீட்டுப் பழைமை வாதிக்கும், இளைஞனுக்கும் இடையே நிகழும் உரையாடல் மூலம் எடுத்துரைப்பர். அண்டைவீட்டுக்காரன் விவசாயி; மரபின் ஆணிவேர். பழைமையின் அடையாளம்; இளைஞனோ புதுமை விரும்பி. ஒவ்வொரு குளிர்காலத்திலும் சுவரினைச் செப்பனிட முற்படுபவன் விவசாயி. சுவர்எழுப்புவதில் நாட்டங் கொண்ட அவன், ‘சுவரெல்லைகளும் விதித்த வரன்முறையும் நட்பினை வளர்க்கும்’ என விவசாயி சொல்ல, இளைஞன் எல்லைகளும் விதித்திருக்கும் வரன் முறைகளும் ஒரு குறுகிய வட்டத்திற்குள் நம்மை நிறுத்திவிடும். அதனால் நட்பும் நல்லிணக்கமும் வளர வாய்ப்பில்லை என்ற பாணியில் பேசுகிறான். அதைப்பற்றிச் சிந்திக்காத விவசாயி, “நல்ல தடுப்பு எல்லைகளே நல்ல நட்புடைய அண்டை வீட்டாரைப் பெற்றுத்தரும், எனது கருத்து இதுவே” என்றுரைக்கிறான். புதிய எண்ணத்தை அவனிடம் விதைக்க இளைஞனால் இயல வில்லை. அதனை விவசாயி ஏற்றுக் கொள்ளாத நிலையில்,

விவசாயி, இளைஞன் ஆகிய இருவரும் தத்தம் வீட்டெல்லையில் சுவர் எழுப்பினர்.

இந்தக் கருத்திலமைந்த இக்கவிதை குறியீட்டுக் கவிதை எனலாம். வீதி கடந்து, ஊர் கடந்து, நாடு கடந்து பரந்து விரிந்த மனித உள்ளங்களைக் காட்ட விழைவதாக இப்பாடல் உள்ளது. மனிதன் ஓரெல்லைக்குள் குறுகிவிடாது, நாடு, மொழி, இனம் கடந்து வாழ வேண்டும் என்ற சிந்தனையை விதைத்துள்ளது. அன்பும், மனித நேயமும் உலக மக்களை ஓர் வட்டத்துக்குள் ஒன்றாக நிலைநிறுத்த வேண்டும் என்ற ஓருலக எண்ணம் பிராஸ்ட்டிடம் காணப்படுகிறது. நாட்டுக்கு நாடு எல்லை அமைத்துக் கொள்ளும் பிரிவினையை பிராஸ்ட் விரும்பவில்லை. அனைத்துலக மனிதரும் ஒன்றே என்ற ஒருமை நோக்கில் எழுதப்பட்ட கவிதையாக அமைகிறது. பாவேந்தர் பாணியில் சொல்வதென்றால், ‘புதியதோர் உலகம் செய்வோம்’ என்ற வகையில் பிராஸ்ட் கருத்து உள்ளது. இக்கவிதை பல கோணங்களில் சிந்திக்கச் செய்கிறது. தேசியம், வகுப்புவாதம், பொருளாதாரம், சமூகம், இனம், மதம் ஆகியவற்றின் குறியீடாகச் சுவர் விளங்குகிறது. பாவேந்தர் ‘உலகம் உன்னுடையது’ என்ற கவிதை பிராஸ்ட்டின் ‘சுவரைச் செப்பனிடல்’ என்ற கவிதையோடு ஒப்புநோக்குதற்குரியது. மனிதன் எழுப்பியுள்ள சுவர்களைக் கடந்து உலக மக்களை ஒருங்கிணைக்க வேண்டும் என்ற ஓருலகச் சிந்தனை அக்கவிதையில் முன் வைக்கப்படுகிறது.

உன்வீடு உனது பக்கத்து வீட்டின்
இடையில் வைத்த சுவரை இடித்து
வீதியில் இடையில் திரையை விலக்கி
நாட்டொடு நாட்டை இணைத்து மேலே ஏறு...

என்று கூறியிருப்பது, மேற்கூறிய பிராஸ்ட்டின் கருத்திற்குரிய நேரடி விளக்கமாக அமைந்துள்ளது.

கவிதைக் கலை

இவ்விருவரிடத்தும் காணப் படும் கவிதைக் கலையின் உத்தியை எண்ணிப்பார்ப்பது அவர்களின் தனித்தன்மையைக் காட்டும். இருவரும் கவிதையின் வடிவத்திற்கு உரிய இடம் அளித்துள்ளனர். கவிதைக்கு ஒலிநயம் வேண்டும் என்பது இருவரின் கருத்து. ஓசையில்லா யாப்பு, வலை கட்டாமல் டென்னிஸ் ஆடுவது போன்றது என்ற கருத்துடையவர் பிராஸ்ட். கவிதைகளில் நிகழ்ச்சியைக் காட்டிக் கருத்தினை உணர்த்த விழைந்துள்ளனர். நிகழ்ச்சிகளை உரையாடலாக அமைத்தும்,

கவிதையில் தாங்களே பங்கேற்றும் கவிதை யாத்துள்ளனர். கவிஞரும் பொருளும் பேசுவதான உரையாடல் போக்கு இருவரிடத்திலும் இருந்துள்ளது. நாடகப்பாங்கு சார்ந்ததாகக் கவிதை புனைந்திருப்பதையும் உணரலாம். தன்னோடு ஒருவனை அழைத்துச் செல்வது போன்றோ அல்லது தான் காணும் காட்சியை அவனும் காணவேண்டும் என்பது போன்றோ நிகழ்வினை உருவாக்கிக் காட்டும் போக்கு இருவரிடத்தும் இருந்துள்ளது. இருவருமே பேச்சு மொழியைப் பயன்படுத்திக் கவிதை இயற்றியுள்ளனர். பாவேந்தர், கூற வரும் பொருளைப் பெரிதும் வெளிப்படையாக உணர்த்தும் போக்கைக் கையாண்டுள்ளார். குறிப்பாகவும் சிலவிடத்துத் தெரிவிப்பார். பிராஸ்ட் கவிதைகள் குறிப்பாகவும் மறை பொருளாயும் இருக்கும். எளிமையாகத் தோன்றினாலும் நுட்ப மான பொருளை ஆழ்ந்து நோக்குவார்க்கே புரியும் வகையில் புலனாகும். ஒருவகையில் ஏமாற்றும் எளிமை என்று சொல்லலாம். பிறிது மொழிதல் என்றும் குறிக்கலாம்.

வரலாற்றில் நின்றவர்கள்

கவிஞர்கள் இருவரும் பல வகைகளில் ஒத்த நிலையினர்; வாழ்க்கையின் பரந்த வெளியைக் கவிதையின் பாடுபொருளாக்கியவர்கள். வாழ்க்கையின் பல்வேறு கோணங்களை மக்களுக்குப் புரியவைத்தவர்கள்; தங்கள் இன மக்களுக்காகப் பாடிய அவர்கள், உலக ஒருமையை விழைபவர்களாகவும் இருந்துள்ளனர். 'என் கடன் வாழ்க்கைப் போக்கில், மிதந்து செல்வதற்கன்று. பாதை யில்லாக் காட்டில் பயணம் செய்வதற்கே; சுவடுகள் பதியாத பாதையில் தடம் பதிப்பதற்கே" என பிராஸ்ட் குறிப்பிடுவர். அந்த அளவு துணிவையும், எதையும் எதிர்கொள்ளும் மனப் பக்குவத்தையும் அவரிடம் காணமுடிகிறது. தனிப்பட்ட வாழ்வில் சோகமே போர் மேகமாகச் சூழ்ந்து இருள் பரப்பி நின்றாலும் கூட, இருள் கிழித்துப் புறப்பட்ட விடிவெள்ளியாக அமெரிக்க மண்ணிற்குக் கவிதையால் ஒளி காட்டியவர் பிராஸ்ட். திராவிட இயக்கத்திற்கு ஒரு போர்வாளாக விளங்கிச் சமூகக் கொடுமைகளையும், சாதி, மத வேற்றுமைகளையும் வேரறுத்துத் தம் கவிதைகளால் புதிய ஒளி பாய்ச்சியவர் பாவேந்தர். காலம் வரலாற்றைப் படைக்கிறது. வரலாறு, பெருமைக்குரியவராகவும், மேன்மைக்குரியவராகவும் சிலரை முன் நிறுத்துகிறது. அந்த வகையில் இவ்விரு பெருங்கவிஞர்களும் கவிதை உலகில் நிலைபேறு பெற்றவர்கள்.